सायबर पालकत्व

डिजिटल जगण्याचं ‘अनफिल्टर्ड’ सत्य

भाग २

११ ते २१ वयोगटातील मुलांच्या पालकांसाठी

मुक्ता चैतन्य

सकाळ प्रकाशन

सकाळ प्रकाशन

CYBER PALKATVA - Bhag 2

सायबर पालकत्व - भाग २

प्रथम आवृत्ती	:	नोव्हेंबर २०२५
प्रकाशक	:	सकाळ मीडिया प्रा. लि. ५९५, बुधवार पेठ, पुणे ४११ ००२
संपादन	:	वर्षा आठवले
मुखपृष्ठ आणि मांडणी	:	मधुमिता शिंदे
मुद्रितशोधन	:	अश्विनी महाजन
मुद्रणस्थळ	:	विकास प्रिंटिंग ॲण्ड कॅरिअर्स प्रा. लि. प्लॉट नं. ३२, एमआयडीसी, सातपूर, नाशिक
ISBN	:	978-93-49487-99-4
संपर्क	:	९८८१५ ९८८१५ / ८८८८८ ४९०५० sakalprakashan@esakal.com

माझी लेक रमा आणि जेन झी पिढीला...

त्याचबरोबर, सायबर पालकत्वाची कठीण वाट चालणाऱ्या सर्व पालकांना हे पुस्तक समर्पित...

प्रस्तावना

प्रिय मुक्ता,

तुझं चिंतन, अभ्यास आणि निरीक्षण पुस्तकरूपात आणलंस यासाठी अभिनंदन आहेच; पण त्याहीपेक्षा, अंतःकरणापासून आभार...!

आजच्या घडीला मुक्ता... 'समाजसेविका, पोलीस, कुटुंब सदस्य, मानसोपचारतज्ज्ञ आणि मैत्रीण' या नात्याने आणि हक्काने कार्यरत आहे. तिने आपल्या सगळ्यांना शहाणं करायचा विडा उचलला आहे! तिचं हे पुस्तक वाचताना, आपले डोळे खाडकन उघडतात. एकदा नाही... तर अनेकदा..! पण आपल्याला सुनावण्याचा किंवा भिववण्याचा तिचा उद्देश अजिबात नाही. आपल्याला स्वप्नातही वाटलं नसेल असं वास्तव ती आपल्याला समजावून सांगते. ते वाचल्यावर आपण हादरणार आहोत, याची तिला संपूर्ण जाणीव आहे. त्यामुळे नुसती टक्केवारी आणि भीषण सत्य जाहीर करून मुक्ता रजा घेत नाही.

ती आपल्याला हात द्यायला थांबते. आधुनिक तंत्रज्ञानाचा उच्चांक गाठलेला एआय हा तर रोबोचा निर्विकारपणा गिळून आपल्यालाच आव्हान द्यायला सज्ज झालाय! इथे आपण अजूनही वर्तमानपत्रं वाचतो, पत्र लिहितो, वाढदिवस लक्षात ठेवतो... आणि नव्या पिढीचा, लहान मुलांचा कोवळ्या बोटांनी मोबाईलवर केलेला चमत्कार पाहून गोंधळून जातो. असंख्य गोष्टी माहीत नसण्याचा FOMO, तसंच दैनंदिनीतून वेळ न मिळण्याची चिडचिड आपल्याला हतबल करते. अशा

वेळी एरवीसारखं मोठ्या पिढीकडे सल्ला मागण्यासाठी झुकता येत नाही. कारण ते आपल्यापेक्षा मागास वाटतात, सोशल मीडियाला घाबरतात, नवा फोन आणला तर साध्या की-पॅडची ओळख करून घ्यायला महिनोन्‌महिने लावतात, त्यांना सायलेंटवर गेलेला फोन पूर्ववत सुरू करता येत नाही; मग आपल्याला मार्गदर्शन कोण करणार? संभाव्य धोके टाळण्यासाठी चार समजुतीच्या गोष्टी कोण सांगणार?

काळाची गरज ओळखून मुक्ताने तो पुढाकार घेतलेला आहे. स्वतः टेक्नो सॅव्ही होऊन बावरलेल्यांची मजा बघण्याचं क्रौर्य तिच्यात नाही. विकृती, व्यसनं, एकलकोंडेपणा यांनी ग्रासलेल्या लहान, कुमार आणि तरुण वयवर्गाला ती अत्यंत अनुकंपेने पाहते. त्यांचं ऐकून घेते, समुपदेशन करते, आणि महत्त्वाचं म्हणजे, निराशेच्या गर्तेतून बाहेर काढते. या पुस्तकातून शिकण्याचा महत्त्वाचा धागा म्हणजे, विसंवादातून सुटका... कुटुंब संकल्पनेचं पुनरुज्जीवन!

हे पुस्तक चांगल्या अर्थानं 'टॉर्च लाईट बेअरर' आहे. 'दृष्टीआड सृष्टी' करण्याच्या आपल्या आळसाला ते थोपवतं. अनेक धोक्यांपासून वाचण्यासाठी 'सायबर पालकत्व' हे 'लाईफ इन्शुरन्स' ठरणार आहे. गेल्या अनेक वर्षांमधल्या मुक्ताच्या कार्यशाळा, व्याख्यानं, अनुभव यांचा परिपाक या दीर्घ पुस्तकात सामावला आहे. सजग आणि सतर्क राहण्याला पर्याय नाही. जगण्याला शिस्त असेल तर सावधगिरी बाळगणं हे वेगळं काम वाटत नाही... ती आपली जीवनशैली बनू शकते.

मुक्ता आणि सकाळ प्रकाशनाने, लवकरात लवकर या पुस्तकाचं इंग्लिश आणि इतर भाषांमध्ये भाषांतर यावं; जेणेकरून अधिकाधिक पालकांना मदत होईल. आपण सगळेच मोबाईल नावाच्या खेळण्याच्या आहारी जातो आहोत... कधी स्वेच्छेने तर कधी अपरिहार्यतेमुळे! आपल्या नकळत आपलं चार्जिंग आपण मोबाईलला सुपूर्त करतोय. निसर्ग, कुटुंब, भावना या स्वाभाविक उपलब्धतेला आता 'ट्रेंडिंग'मध्ये आणल्याशिवाय आयुष्याला सुरळीतपणा येणार नाही.

त्यासाठी मुक्ता, तुझ्या कामाचा रेटा कमी होवो, याच शुभेच्छा!

खूप प्रेम...

– सोनाली कुलकर्णी
अभिनेत्री, लेखिका

मनोगत

''काहीही करण्यासारखं नसतं म्हणून आम्ही मोबाईल घेऊन बसतो.'' एका कार्यशाळेत एक मुलगा सांगत होता. त्याच कार्यशाळेत एक तेरा वर्षांची मुलगी म्हणाली, ''मला कुठल्या गोष्टीचं मोटिव्हेशनच वाटत नाही. मग मी मोबाईलमध्ये रील्स बघायला सुरुवात करते. त्यातून काही मोटिव्हेशन मिळतंय का ते बघते; पण मला त्याचाही कंटाळा येतो.''

मध्यंतरी एक आई भेटायला आली होती. अतिशय अस्वस्थ होती. मुलीला नव्याने फोन दिल्यावर मुलीच्या वर्तनात बदल झाल्याचं तिला जाणवायला लागलं होतं. आपली मुलगी अचानक अशी का वागतेय, हे आईला समजत नव्हतं.

तर, एक आई मुलाच्या ऑनलाइन डेटिंगने घाबरलेली होती. 'कायदे मुलग्यांच्या बाजूने नाहीत, कुणी याला फसवले तर...' अशी भीती तिला लागून राहिलेली होती.

नववीमधली मुलगी रिक्षाचालक वडिलांना आर्थिक मदत करता येईल म्हणून ऑनलाइन बेटिंग ॲपवर जाते आणि मदतीऐवजी अजूनच कर्जाचा डोंगर करून ठेवते.

एक सतत गेमिंग करणारा मुलगा 'डोक्यातले गेमिंगचे विचार थांबवताच येत नाहीत', असं सांगतो; आणि यावर उपाय काय हे आई-बाबांच्या लक्षात येत नाही.

''मला पोर्न बघण्याची सवय लागली; कारण मी बाबाच्या फोनमध्ये 'तसले' फोटो आणि व्हिडिओ बघितले.'' असं मुलगा सांगतो; तेव्हा बाबा अस्वस्थ होतो.

कामाच्या निमित्ताने अशी अनेक मुलं आणि त्यांचे पालक बघते तेव्हा त्यांच्या जगात जबरदस्त गोंधळ या 'स्क्रीन'मुळे तयार झालेला आहे, हे जाणवतं. गेली दहा-बारा वर्षं मी मुलांच्या आणि पालकांच्या संपर्कात आहे. खरंतर मी टीनएजर असल्यापासून माझं मूल टीनएजर होईपर्यंतच्या बहुतेक सगळ्या पिढ्यांबरोबर काम केलेलं असल्याने मुलांच्या जगातला गोंधळ आणि पालकांच्या जगाची गडबड जवळून समजते आहे. डिजिटल युगाच्या आरंभानंतरची आणि आधीची पिढी एकाच छताखाली राहत असल्याने हा 'केऑस' अधिक आहे. इथे एक गोष्ट आवर्जून नमूद करू इच्छिते, की जेन झी आणि जेन अल्फा पिढ्यांमधील बहुतेक सगळ्या मुलांना डिजिटल एक्सपोजर आहे. पण अर्थातच आजच्या काळात कुठल्याही गोष्टीची सार्वत्रिकीकरण करता येऊ शकत नाही. मी शहरी, निमशहरी, ग्रामीण, आदिवासी सर्व भागांत कामाच्या निमित्ताने फिरते, तिथल्या मुलांशी संपर्क होतो. त्यामुळे आजच्या काळात प्रत्येकाचं 'वास्तव' निराळं आहे हेही लक्षात घेतलंच पाहिजे. पालक म्हणून तुम्ही कुठे राहता यापेक्षा इंटरनेटच्या जगाकडे कसं बघितलं पाहिजे, मुलांना मिळणाऱ्या एक्सपोजरचा अर्थ आपण कसा लावला पाहिजे आणि मुलांना थेट एक्सपोजर नसलं तरीही त्यांच्या आजूबाजूच्या अगणित घटकांमुळे जिडिटल जग त्यांच्या आयुष्यात शिरलेलं असतंच हे समजून घेऊन पालक म्हणून आपण तयारी करणं आवश्यक आहे.

डिजिटल बालपण न अनुभवलेली, डिजिटल बेबीसिटिंग न केलेली पिढी; आणि डिजिटल बालपणात वाढणारी आणि मोठ्यांच्या जगाने डिजिटल बेबीसिटिंगचा पर्याय निवडल्यामुळे स्क्रीनसमोर बसणारी पिढी यांच्यातल्या संघर्षाच्या, वर्तणुकीतील बदलांच्या, धारणा-कल्पना-नीतिमूल्यं यांच्यात झालेल्या बदलाच्या कहाण्या रोज बघायला मिळतात. हीच, डिजिटल जनरेशन गॅप आहे.

माणसं एकूणच जगणं, विचार करणं, व्यक्त होणं - न होणं, माणसांशी जोडलं जाणं, माणसांच्या गरजा आणि त्यांची तीव्रता या सगळ्यांमध्ये डिजिटल स्पेसमुळे नवीन पैलू तयार झाले आहेत –जे अर्थातच मुलांमध्येही बघायला मिळतात. हे सर्व नव्याने घडते आहे अशातला भाग नाही; पण डिजिटल स्पेसमुळे या सगळ्यांचा आवाका, आकार आणि आवाज वाजवीपेक्षा जास्त मोठा, तीव्र आणि कर्कश झालेला आहे. गोष्टी अनपेक्षितपणे अंगावर येऊ लागल्या आहेत.

हा काळ आणि GenZ आणि GenAlfa या पिढ्या अत्यंत वेगळ्या आणि विलक्षण आहेत. माणसाच्या आजवरच्या कोट्यवधी वर्षांच्या ज्ञात प्रवासात

हायब्रीड आयुष्य जगण्याची वेळ आलेले आपण पहिले आहोत! हायब्रीड म्हणजे ऑनलाइन आणि ऑफलाइन आयुष्य एकाच वेळी जगणं. त्यातही सायबर पालकत्व करावं लागणारी आपली पहिली पिढी आहे. त्यामुळे सायबर पालकत्वाचा पूर्वानुभव आपल्याकडे नाही, ही आपली मोठी अडचण आहे.

सायबर पालकत्व म्हणजे 'नाही' म्हणणं नाही; तर सोबत चालणं आहे. नियम लावणं नाही; तर संवाद सुरू करणं आहे. तंत्रज्ञानाच्या सावलीतही मुलांना सुरक्षित, सजग आणि समजूतदार बनवण्यासाठीचा हा प्रयत्न आहे. सायबर पालकत्वाची वाट सुरुवातीला अवघड वाटू शकते, पण ती अशक्य नाही.

मुलांचं ऑनलाइन आयुष्य म्हणजे केवळ मोबाईल, गेम्स, सोशल मीडिया नाही; तर ऑनलाइन जग हे सर्वार्थाने त्यांचं जग आहे. जिथे त्यांना ओळख, स्वातंत्र्य, मतप्रदर्शन, आणि भावना यांना प्रतिसाद मिळतो, ते तिथे मैत्री करतात, प्रेमात पडतात, प्रेमभंग अनुभवतात, भांडणं करतात, गॉसिप करतात, एकमेकांना दुखावतात; तसेच एकमेकांच्या पाठीशी ठामपणे उभेही राहतात. त्यांच्यासाठी ऑफलाइन जग जितकं अस्सल आहे तितकंच ऑनलाइन जगही अस्सल आहे. ते त्यांच्यासाठी आभासी जग नाही. हे ओळखताना अनेकदा आपण मोठे गोंधळतो. पण या गोंधळातूनच दिशाही मिळू शकते. आपण पहिल्या पिढीचे पालक आहोत, ज्यांना सायबर पालकत्व शिकावं लागतंय; हे खरं असलं तरीही याकडे एक संधी म्हणून बघायला हवं. त्यामुळे घाबरून जायचं कारण नाही!

मला कायमच वाटत आलेलं आहे की, पालक म्हणून आपलं वय तेवढंच असतं जेवढं आपल्या मुलांचं वय असतं. मूल जर दोन वर्षांचं आहे तर पालक म्हणून आपलं वयही दोनच वर्षांचं आहे, हे समजून घेतलं पाहिजे.

अनेकदा हे गृहीत धरलं जातं की, आपण पालक होता तेव्हा आपल्याला सगळ्यांमधलं सगळं माहीत असतं; आणि मुलांना मार्गदर्शन करण्यासाठी आपण सक्षम असतो. पण, वस्तुस्थिती तशी नसते. पालक होणं आणि पालकत्वाचा प्रवास करणं ही कौशल्ये आहेत आणि ती शिकावी लागतात. त्यातच सायबर पालकत्वाला अनेक पैलू आहेत; आणि आपल्याला ते माहीत असतीलच असं नाही. पालकत्वाच्या या प्रवासात फक्त मूलच शिकत नाही, तर आपणही शिकत असतो. पालक म्हणून चुका करत असतो, त्यातून शिकून शहाणे होत असतो.

पालकांबरोबर काम करत असताना हे जाणवत होतं, की मुलांचं डिजिटल जगणं समजून घेताना पालकांना प्रचंड संघर्ष करावा लागतो आहे. ऑनलाइन

जगाचा ऑफलाइन जगावर परिणाम दिसायला लागतो, तेव्हा नेमकं करायचं काय हे अनेकदा लक्षात येत नाही. त्यातून प्रचंड गुंतागुंत वाढत जाते. मुलांच्या जगण्यातल्या अस्वस्थतेचा अर्थ काय लावायचा, हे अनेकदा पालकांच्या लक्षात येत नाही. ऑनलाइन जगाला इतकं महत्त्व का आहे, हे समजत नाही. 'सिच्युएशनशिप'सारख्या नातेसंबंधांच्या नव्या व्याख्या पचनी पडत नाहीत, मुलांची बदललेली भाषा आणि त्याचे अर्थ-संदर्भ समजून घेताना तारांबळ उडते आणि पालकांच्या जगातली अस्वस्थता प्रचंड वाढते.

या अस्वस्थतेची काही प्रमाणात का होईना, उत्तर देता येतील का, हा विचार गेली अनेक वर्षं मनात होता. त्या अनुषंगाने वृत्तपत्रातून लेखन करायला सुरुवात केली; आणि जाणवले याची किती प्रचंड गरज आहे!

जेव्हा सोळा-सतरा वर्षांचं पोर बोलण्याच्या ओघात I rather die than... अमुकढमुक असं म्हणतं तेव्हा पालक हवालदिल होतात, काळजीत पडतात! पण त्या मुलांचं ते बोलणं शब्दशः घेण्याची गरज नसते. आजच्या पिढीची ही बोलण्याची पद्धत आहे, हे अनेकदा लक्षात येत नाही; कारण हे मुळात पालकांना माहीतच नसतं. आपल्या मुलांच्या मनात आत्महत्येचे विचार कधी येत आहेत आणि ते गप्पांमध्ये असं कधी बोलतं हे समजून घ्यावं लागतं. कारण या पिढीच्या सगळ्या व्यक्त होण्याला प्रचंड संदर्भ असतात. पण गमतीतही असलं काहीही न बोलण्याच्या पिढीतले पालक आहेत, त्यामुळे मुलं सहज असं काही बोलतात तेव्हा पालक एक तर घाबरतात, अस्वस्थ होतात, चिडतात किंवा त्यांच्या पालकत्वावर प्रश्नचिन्ह उभं करतात. हे फक्त एक उदाहरण झालं. अशा अनेक गॅप्स पालक आणि मुलांच्या संवादात आज आहेत. म्हणून या पुस्तकात मुलांची बदललेली भाषा आणि त्यांचे संदर्भ यावर स्वतंत्रपणे लिहिलेलं आहे.

सायबर पेरेंटिंग म्हणजे नियंत्रण नाही, तर मार्गदर्शन; तंत्रज्ञानाशी एक सजग आणि शाश्वत संवाद साधण्यासाठी मुलांना तयार करणं. पालकांनी मुलांचे सायबर मित्र होण्याच्या दिशेने टाकलेलं पहिलं पाऊल; कारण संवाद सुरू होतो, तेव्हा नियंत्रणाऐवजी विश्वास वाढतो.

सायबर जगात अगणित धोके आहेत, ते मुलांपर्यंत झपाट्याने पोहोचत आहेत. गेमिंगचा परिणाम तीव्र आहे. हार्ड आणि सॉफ्ट पोर्न मुलांपर्यंत पोहोचण्याचा वेग रोखता येणं कठीण आहे, इन्फ्लुएन्सर्स वेगवेगळ्या पद्धतीने मुलांच्या आयुष्यावर प्रभाव टाकत आहेत. सायबर बुलिंगची समस्या मोठी आहे. ऑनलाइन जगात

अनोळखी माणसांच्या संपर्कात मुलं फार चटकन येत आहेत. अशा वेळी इंटरनेटच्या जगाचे फायदे मुलांना सांगत असताना त्यातल्या धोक्यांची जाणीव करून देणं आणि त्या धोक्यांपासून त्यांनी दूर कसं राहायचं हे त्यांना शिकवण, तो 'माध्यम-विवेक' विकसित करणं आवश्यक आहे. त्यासाठी पालक, शिक्षक आणि मोठ्यांच्या जगानं आधी ते समजून घेणं आवश्यक आहे.

मी 'सायबर पालकत्व' असा शब्द वापरते तेव्हा 'पालक' या शब्दात फक्त आई-बाबा अभिप्रेत नाहीत; तर मुलांच्या आजूबाजूला असणारे सगळे मोठे हे 'पालक' या शब्दात मोडतात, हे आवर्जून सांगावेसे वाटते. कारण एका मुलावर फक्त त्यांच्या आई-बाबाचा प्रभाव असतो असं नाही, तर त्याच्या आयुष्यात येणाऱ्या प्रत्येक मोठ्या व्यक्ती काही ना काही 'इम्प्रेशन्स' त्या मुलावर सोडून जातात. त्यामुळे जेव्हा मी 'पालक' म्हणते, त्यात आई-बाबा, आजी-आजोबा, नात्यातले सगळे मोठे, शिक्षक, शेजारी, जवळचे-दूरचे नातेवाईक असे सगळेच येतात. त्यामुळे मुलांसाठी सायबरचं जग सुरक्षित असावं असं वाटत असेल, तर संपूर्ण मोठ्यांच्या जगाने हा विषय समजून घेणं आवश्यक आहे.

डिजिटल माध्यमांचं शिक्षण म्हणजे फक्त माहितीचं शिक्षण नाही, तर माणूसपण टिकवण्याचं शिक्षण आहे. आजच्या एआय काळात आपला भविष्यकाळ कसा असेल याचा अंदाज लावणं कठीण होत असताना एक गोष्ट मात्र पक्की आहे; ती म्हणजे, विवेकी विचार, निर्णय घेण्याची क्षमता, विचार करण्याची क्षमता, सारासार विचार आणि प्रेम, सद्‌भावना, सहवेदना या सगळ्यांची आपल्याला आज तीव्र गरज आहे.

सायबरच्या जगाचं एक वैशिष्ट्य म्हणजे, माणसांमध्ये या जगाविषयीची सजगता नसेल तर चटकन 'आयसोलेशन' येण्याची शक्यता असते. तिथे हजारो लोक तुमच्याबरोबर असले तरीही आपण एकटेच असतो. यातून एकाकीपण येण्याची दाट शक्यता असते. तसं आपल्या मुलांच्या बाबतीत होऊ नये आणि एआयच्या झंझावातात पाय घट्ट रोवून त्यांनी उभं राहावं असं वाटत असेल, तर त्यांच्याकडे असलेली माणूसपणाच्या कौशल्यांची त्यांना परत एकदा जाणीव, ओळख करून द्यावी लागेल. हे सर्व संवादातूनच होईल... होते. तो संवाद करायचा कसा, मुलांचं ऑनलाइन जग समजून घ्यायचं कसं, हे जाणून घेण्यासाठी हा लेखनप्रपंच!

'हे पुस्तक कुणासाठी आहे?' असं विचाराल... तर सगळ्यांसाठी आहे.

'सकाळ'चे संपादक सम्राट फडणीस यांनी रविवारच्या सप्तरंग पुरवणीसाठी सायबर पालकत्वावर लेखमाला लिहिण्याविषयी सुचवले. वर्षभर ही लेखमाला चालवली, त्यामुळे सायबर पालकत्वाचे सगळे मुद्दे एकत्रितपणे मांडणे शक्य झाले. सम्राटचे मनःपूर्वक आभार!

या पुस्तकासाठी इतर वृत्तपत्रांमधून या विषयाला धरून केलेले लेखन एकत्रित करत गेले आहे. सायबर पालकत्वाच्या विषयाला आपल्या वृत्तपत्रांमधून, मासिकांमधून जागा देणाऱ्या सगळ्या माध्यमांचे आभार! 'सकाळ प्रकाशन'सह दीपाली चौधरी, वर्षा जोशी-आठवले यांचे विशेष आभार! पुस्तकाला आकार देण्यासाठी दीपाली आणि वर्षाशी वेळोवेळी झालेली चर्चा खूपच उपयोगी ठरली.

प्रसिद्ध अभिनेत्री सोनाली कुलकर्णी हिचे विशेष आभार! तिच्या व्यग्र शेड्युलमधून तिने वेळात वेळ काढून प्रस्तावना दिली. तिची प्रस्तावना ही माझ्या आजवरच्या कामाची पावती आहे, असं मी मानते.

सायबर पालकत्व हा प्रवास आहे. मुलांच्या वयोगटांनुसार यातील मुद्दे, विषय आणि आव्हाने बदलत जातात. अधिकाधिक गुंतागुंतीची आणि जटिल होत जातात. आपल्या पुढे नक्की काय वाढून ठेवलेलं आहे, हे आपल्याला माहीत असणं आवश्यक आहे; तरच त्याला तोंड देण्याच्या स्ट्रॅटेजीज आपण तयार करू शकतो. त्यामुळे स्वतःला प्रश्न विचारा... मुलं काय सांगू बघत आहेत ते ऐका... समजून घ्या. मुलांना प्रश्न विचारू द्या. ती संधी त्यांच्याकडून काढून घेऊ नका. जमतील तशी उत्तरं द्या; नसतील तर ती शोधा आणि मग द्या. त्यांचं ऑनलाइन जग त्यांच्याकडूनच समजून घ्या. कारण काळ बदलला, तंत्रज्ञान बदललं, तरी विश्वासाचं नातं कायमचं असतं... ते बदलत नाही!

पण ते टिकावं यासाठी मेहनत घ्यावी लागते... जाणीवपूर्वक नातं जोपासावं लागतं.

या प्रवासासाठी खूप शुभेच्छा!

चला, सायबर पालकत्वाच्या प्रवासातले साथी बनू या!

– मुक्ता चैतन्य

अनुक्रमणिका

विभाग १ : इंटरनेट, टीनएजर्स आणि पालक

मुलांचं डिजिटल आयुष्य	१८
सायबर पालकत्व म्हणजे काय?	२६
आपण आहोत माध्यम शिक्षित?	२९
सायबर पालकत्वाची आव्हाने	३३
लॉकडाउन टीनएजर्स	३७
डिजिटल वेलबीइंग	४०
स्वओळखीच्या प्रवासातील सोबती : इंटरनेट	४४
नियम करा, तोडू द्या आणि बोला...	४९

विभाग २ : GenZचं हायब्रीड आयुष्य!

लाडका, हटवादी सोशल मीडिया	५४
सोशल मीडियावर आले आणि बदलले!	६०
मुलं एकलकोंडी होऊ शकतात का?	६४
डिजिटल जग खिळवून का ठेवतं?	६६
साऱ्या गप्पा AI शी!	६९
इन्स्टाग्राम का बदलते आहे?	७२
समाजमाध्यमं, शरीर आणि प्रतिमा	७६

रिल्सचा मोहमयी ट्रॅप ८०

ट्रोलिंगची जीवघेणी दुनिया ८४

आजची पिढी खरंच वाचत नाही? ८७

अभ्यास नको; यूट्यूबच आवडतं! ९०

यूट्यूब मतांच्या बाजारात... ९३

मीही बनणार कंटेंट क्रिएटर! ९७

जेन झी आणि त्यांची भाषा १०३

विभाग ३ : सेक्स आणि हिंसा व्हाया व्ह्यूज !

आपल्या मुलांपर्यंत पोर्न पोहोचतं? १११

लाईव्ह स्ट्रीम नावाचं पॉकिट पोर्न! ११७

पोर्नबद्दल मुलांशी काय बोला? कसं बोला? १२०

गेमिंग आणि पोर्न यांची एकमेकांना संगत १२४

पोर्नचं व्यसन १२८

मुलांशी हिंसेबद्दल बोलू १३२

विभाग ४ : नात्याचं 'स्टेटस' नक्की काय?

तंत्रज्ञानामुळे बदलणारी प्रेमाची भाषा १३८

ऑनलाइन जगातली यारी-दोस्ती! १४१

आयसोलेशनवर उपाय डेटिंग ॲप्स? १४५

डेटिंग नावाचे व्यसन १५२

रोस्टिंग, ट्रोलिंग, बुलिंग १५७

विभाग ५ : मी, तू आणि आपण सगळे...

डिजिटल डिसऑर्डर	१६३
डीजीपी सिंड्रोम	१६७
मोबाईलवरून माणसं हिंसक का होत आहेत?	१७०
गेमिंग नावाचं डिजिटल ड्रग	१७४
मोबाईलमुळे झोपेशी वैर	१७७
सोशल मीडिया आणि टीनएज नैराश्य	१७९
योलो, फोमो आणि जोमो	१८३
टीन्स, स्मार्ट फोन आणि आत्महत्या	१८७
फँटम व्हायब्रेशन सिंड्रोम	१९०
पैसे, शॉपिंग आणि बरंच काही...	१९२
'जेन झी' आहे तरी कशी?	१९९
'डिजिटल वेल बिइंग'च्या पाच पायऱ्या	२०४

विभाग १

इंटरनेट, टीनएजर्स आणि पालक

स्क्रीनमुळे आपल्या आयुष्यात खळबळ का माजली आहे?

मुलांचं डिजिटल आयुष्य

मुलं सरळ सांगतात, मागच्या पिढ्यांच्या 'डिजिटल इनोव्हेशन'ची किंमत आम्ही मोजतो आहोत!

मुलं स्क्रीन वापरायला कधी सुरुवात करतात? याचं उत्तर 'जन्माला आल्याबरोबर', असंच द्यावं लागेल. जसा काही घरांतून बैठकीच्या खोलीत (हॉलमध्ये) टीव्ही सतत सुरू असतो, तो तुम्हांला बघायचा आहे की नाही, हा पर्यायच अनेकदा नसतो. सीरियल्स, बातम्या नाहीतर कुठल्यातरी विषयावरच्या चर्चा सतत सुरू असतात; आणि कुटुंबातले आबालवृद्ध एक तर तो टीव्ही बघत असतात किंवा ऐकत असतात. तीच जागा आता मोबाईलच्या स्क्रीनने घेतलेली आहे. टीव्ही खिशात घेऊन फिरता येत नाही, मोबाईल मात्र हवा तेव्हा, कुठेही आणि कितीही वेळा बघण्याची संधी असल्याने सुरुवातीचा प्रश्न निर्माण होतो की, मुलं स्क्रीन वापरायला कधी सुरुवात करतात?

तंत्रज्ञान आणि माणूस यांचा परस्परसंबंध हा अतिशय रंजक आणि तितकाच काळजीचाही विषय आहे; कारण समाज म्हणून आपण अजूनही माध्यम शिक्षित नाही, आपण तंत्रज्ञान-शिक्षित आहोत. माध्यमे कशी, का, किती, कशासाठी आणि कुठे वापरावीत याचे भान आणि विवेक अजूनही आपल्यात पुरेसा रुजलेला नाही. या विषयाचा गांभीर्याने विचार करायला आपण आताच कुठे सुरुवात केली आहे. याचे एक कारण कोरोना महासाथीने लादलेले लॉकडाउन. त्या काळात मुलाबाळांसह

सगळेच अचानक ऑनलाइन गेले आणि स्थिरावलेही! नव्हे; त्यात रमले, व्यसन लागावे इतके! त्यामुळे काळजी जरा जास्तच वाढली आणि हे 'भलतंच' प्रकरण आहे याची जाणीव झाली! पण हे 'भलतंच' प्रकरण अचानक आपल्या आयुष्यात आलं आहे अशातला भाग नाही. स्क्रीन अवलंबित्वाची पाळंमुळं बरीच जुनी आहेत. रेडिओ, टीव्ही, रंगीत टीव्ही आणि २४ तास चालणारे सॅटेलाईट टीव्ही इथपासून सुरू झालेला हा प्रवास आता मोबाईलपाशी येऊन थांबला आहे.

पण तरीही, मला आताचा हा काळ अतिशय महत्त्वाचा वाटतो; कारण माणसाच्या उत्क्रांतीच्या प्रवासात आपण पहिलेच मानव आहोत, जे 'हायब्रीड' जीवनशैलीत जगतो आहोत. 'प्रत्यक्ष आणि आभासी' असं दुहेरी आयुष्य जगण्याची वेळ आलेले आपण पहिलेच; तसंच माध्यमांबरोबर जन्माला आलेली, जन्माला आल्यापासून मोबाईल नावाचं गॅजेट मोठ्यांच्या हातात बघणारी आणि त्यातल्या इंटरनेटचं 'एक्सपोजर' असलेल्या माणसांच्या पिढ्या याही पहिल्यांदाच जन्माला येत आहेत. त्यामुळे अर्थातच मुलांचा या सगळ्या तंत्रज्ञानाकडे आणि माध्यमांकडे बघण्याचा दृष्टिकोन त्यांच्या आई-बाबा आणि आजी-आजोबांपेक्षा वेगळा असणार आहे, हे आधी लक्षात घेतलं पाहिजे.

वयाच्या विशीत, चाळिशीत, नाही तर साठीत मोबाईल वापराला सुरुवात करणं आणि जन्माला आल्यापासून सुरुवात करणं यात प्रचंड अंतर असतं, जे आपण मुलांची काळजी करण्याच्या गडबडीत अनेकदा लक्षात घेत नाही. आपण आपल्या काळाच्या संदर्भातून; पण अत्यंत निराळ्या काळात जन्माला आलेल्या मुलांच्या जगण्याविषयी बोलत असतो. त्यामुळे मुलं ज्या पद्धतीने या विषयाकडे बघतात आणि आपण म्हणजे पालक-आजी-आजोबा-मोठे ज्या पद्धतीने बघतो यात फरक असणारच आहे, हे मुलांची काळजी करत असताना लक्षात घेणं आवश्यक आहे.

'आम्ही ना... या वयात घराबाहेर हुंदडत असायचो' या वाक्याला शहरी भागात अर्थ नाही आणि ग्रामीण संदर्भात व्हर्चुअल जगाने मानसिक शहरीकरणाची सहज संधी उपलब्ध करून दिलेली असल्याने त्याचा लाभ घेतला जाणार नाही, किंवा घेऊ नये असा विचार करणं मुळातच योग्य नाही. थोडक्यात काय? मुलांची काळजी करताना आपल्या वेळी इंटरनेट, मोबाईल आणि सोशल मीडिया नव्हता म्हणून... असता तर आपण काय वागलो असतो याचा विचार केलेला बरा!

तसंच, सायबर पालकत्वाचा कुठलाही पूर्वानुभव आपल्याकडे नाही. माझ्या आईला, आजीला, पणजीला, बाबांना, आजोबांना आणि पणजोबांना सायबर पालकत्व करावं लागलं नव्हतं. त्यामुळे तंत्रज्ञानाबरोबरचा मानवी संबंध कसा असायला हवा, याची कुठलीही माहिती संदर्भ म्हणून आपल्याकडे आजवर नव्हती. आजचे आई-बाबा, आजी-आजोबा जे काही करत आहेत ते सगळं कोट्यवधी वर्षांच्या मानवी इतिहासात पहिल्यांदाच घडत आहे.

हे सगळं इतकं सविस्तर लिहिण्याचं कारण परिस्थिती काळजी करावी अशी असली तरीही, कुणीही ते मुद्दाम करते आहे असंही नाही. अनेकदा पालक थकलेले असतात किंवा आपली मुलं आधुनिक काळात मागे पडतील अशी भीती असते, म्हणूनही तंत्रज्ञानाचं 'एक्सपोजर' खूप लहान वयात दिलं जातं. काही पालक बेजबाबदारपणे वागतात हे नाकारून चालणारच नाही. पण, तंत्रज्ञानाबरोबरचं सहजीवन आपण जसजसं समजून घेऊ, त्याचे आपल्यावर होणारे बरे-वाईट परिणाम कळतील तसतसे त्याविषयी आपण काही ठोस सामाजिक, कौटुंबिक आणि वैयक्तिक निर्णय घेऊ शकू.

माणूस आणि तंत्रज्ञान याचा संघर्ष

आधुनिक काळाच्या तीन क्रांती मानल्या जातात : इंटरनेट, स्मार्ट फोन आणि सोशल मीडिया. या तिन्हींमुळे माणसांचं जगणं विविध अंगांनी आणि स्तरांवर बदललं आहे. या तिन्हींचे अनेक फायदे माणसांना मिळत आहेत; पण त्याचबरोबर मोठ्या प्रमाणावर तोट्यांना सामोरं जावं लागत आहे, हे गेल्या काही वर्षांत अधिक ठळकपणे अधोरेखित होत आहे.

इथे सगळ्यांत महत्त्वाचा मुद्दा असतो तो तंत्रज्ञान आणि माणसांमधील नातं; ज्याचा विचार आपण फारसा करत नाही. तंत्रज्ञान म्हणजे फक्त तांत्रिकदृष्ट्या वापरायच्या गोष्टी आज उरलेल्या नाहीत. तंत्रज्ञानाशी आपल्या भावना, जाणिवा, विचार आणि संवेदना फार जवळून जोडल्या गेलेल्या आहेत. म्हणूनच, तंत्रज्ञानाशी आपण कसा संवाद साधतो आहोत, त्याचा वापर आणि गैरवापर कसा होतो आहे, रोजच्या जगण्यात आपण तंत्रज्ञानावर किती अवलंबून आहोत, यातून अजून कायकाय होऊ शकतं, तंत्रज्ञान आपल्या वाढीत-विकासात कसा हातभार लावते आहे, हे सगळंच समजून घेणं आवश्यक आहे.

इथे एक लक्षात घेऊ की, प्रत्येक सजीव आणि निर्जीव गोष्टींमध्ये 'डिझाईन' असतंच. निर्जीव आणि त्यातूनही मानवाने तयार केलेल्या कृत्रिम गोष्टींमधले डिझाईन तयार करताना माणसांनी विविध स्तरीय विचार केलेला असतो. त्यात प्रामुख्याने होणारा नफा, लागणारा नाद, त्यातून उभा राहणारा व्यवसाय ते अभिव्यक्ती आणि क्रिएटिव्हीटी असा मानवी डिझाइन्सचा परीघ पुष्कळच मोठा आहे. जसं, फेसबुकवर 'लाईक', 'लव्ह'ची बटणं हे डिझाईन आहे. आणि त्याच्या वापराचा युजर्सच्या मानसिकतेवर काही ना काही परिणाम होत असतो. वेगवेगळी डिझाइन्स आपल्याला निरनिराळे अनुभव देतात.

अजून एक उदाहरण बघू. गेमिंगमधला रोलप्ले गेम. यात आपण जो अवतार घेतो, ते एक डिझाईन असतं. त्या अवताराची अंगकाठी, स्नायू, कपडे, चेहरेपट्टी आणि ॲक्सेसरीज हे सर्व त्या डिझाईनचा भाग असतात. आपल्याला आपण जे नाही ते आहोत हा भास ते डिझाईन आणि गेम देऊन जातो. परिणामतः, तो अवतार आपल्याला आवडायला लागतो. नुसता आवडत नाही, तर अनेकदा ती अनेकांची आभासी ओळख बनते... व्हर्चुअल आयडेंटिटी!

डिजिटल तंत्रज्ञान माणसांच्या भावनांशी फार जवळून जोडलेलं आहे. त्यामुळे आनंदापासून, व्यसनापासून आणि गुन्ह्यांपासून मनोसामाजिक परिणामांपर्यंत अनेक गोष्टींबद्दल जगभर चर्चा सुरू झाल्या आहेत. याच कारणावरून अमेरिकेत मेटा विरुद्ध सर्वांत मोठा खटला आता सुरू झाला. तक्रारकर्त्यांचं म्हणणं हेच आहे की, मेटाच्या सोशल मीडिया प्लॅटफॉर्म्सचं डिझाईन माणसांना व्यसनाधीन करणारं आणि त्यांच्या मानसिक स्वास्थ्यावर हल्ला करणारं आहे. तंत्रज्ञानामधील सगळ्यांत मोठा विरोधाभास हाच आहे, की तंत्रज्ञान माणसांचं जगणं सोपं, सुकर आणि सुखद बनवण्यासाठी निर्माण होतं; पण नंतर त्याचा गैरवापर मोठ्या प्रमाणावर सुरू होतो. किंवा असं म्हणू, की ते कोण वापरेल, कशासाठी वापरेल यावर निर्माणकर्त्यांचं कुठलंही नियंत्रण राहत नाही.

एआयच्या फायद्यांबद्दल आपण हल्ली बरीच चर्चा करतो; पण एआय वापरून सुरू झालेले सायबर गुन्हे हाच माणूस आणि तंत्रज्ञान यांच्यातल्या संवादातला आणि नातेसंबंधांमधला सगळ्यांत मोठा संघर्ष आहे. चीनने १८ वर्षांखालील मुलांच्या गेमिंगवर निर्बंध आणले आहेत. ऑस्ट्रेलियाने १६ वर्षांखालील मुलांसाठी

सोशल मीडिया बंदी आणली आहे. अमेरिकेतल्या काही राज्यांतही अशी बंदी लागू केली गेली आहे. अमेरिकेतल्या काही राज्यांतल्या पालकांनी एकत्र येऊन मेटाच्या प्रॉडक्ट्समुळे व्यसन लागू शकते, ही बाब वापरकर्त्यांना समाजमाध्यमांवर आल्या-आल्या सांगणं आवश्यक आहे, अशी भूमिका घेतली आहे.

डिजिटल तंत्रज्ञान नसताना जन्माला आलेली आणि वाढलेली पिढी, आणि तंत्रज्ञानाबरोबर वाढणारी पिढी असा वेगळाच संघर्षमय काळ आताचा आहे. आज एकाच वेळी घरात साठीनंतर मोबाईल हातात आलेले, विशीत पहिलं ईमेल अकाउंट उघडलेले, आणि जन्माला आल्यापासून आजूबाजूच्या सगळ्या मोठ्यांच्या हातात मोबाईल बघणारे एकाच वेळी राहतात. म्हणूनच, सायबर पालकत्व हा विषयही समजून घ्यायला हवा आहे; कारण लहान मुलांचा स्क्रीन टाइम ही काळजी करावी अशी बाब आहे.

मुलांचा स्क्रीन टाइम दिवसाकाठी कमीत कमी चार-पाच तास सहज आहे. या स्क्रीन टाइममध्ये मोबाईल, टीव्ही, लॅपटॉप, डेस्कटॉप सगळं आलं. ज्या घरातून आजी-आजोबा आहेत, तिथे हा वेळ अधिक असतो. कारण संध्याकाळी सात वाजल्यापासून हॉलमध्ये टीव्ही सुरू होतो तो रात्री उशिरापर्यंत सुरूच असतो. अनेक मुलं रात्री उशिरापर्यंत ऑनलाइन असतात, त्यामुळे झोप पूर्ण होत नाही आणि मुलं शाळेत पेंगतात. गेली अनेक वर्षं मुलांशी होणाऱ्या गप्पांमधून मुलांनीच त्यांच्या स्क्रीन टाइमबद्दल शेअर केलेली निरीक्षणं इथे आवर्जून मांडावीशी वाटतात.

मुलं स्क्रीन वापरून ऑनलाइन जगात करतात काय?

कार्टून्स, गेमिंग, चॅटिंग, सोशल मीडिया, रील्स/शॉर्ट्स, पोर्न, डेटिंग ॲप्स, वेबटून्स, वेबसीरियल्स, वाचन, लेखन...

स्क्रीन बघितल्यावर काय वाटतं?

अनेकदा सुरुवातीला मुलं 'आनंद होतो, मजा येते, स्ट्रेस जातो, टाइमपास होतो' असं सांगतात. पण, खोलात जाऊन चर्चा होऊ लागते तेव्हा कळतं, की थकवा येतो. यालाच 'डिजिटल फटीग' म्हटलं जातं. त्या व्यक्तीने काहीही शारीरिक कष्ट केलेले नसतात, ज्याने मनावर विलक्षण ताण येईल अशी कुठलीही गंभीर घटना घडलेली

नसते; तरीही माणसं थकतात, कारण स्क्रीन मेंदूला थकवतो. डूम स्क्रोलिंग म्हणजे निरर्थक फोन बघत राहणं, विशेषत: रील्स बघत बसल्याने थकवा येतो. जसा तो मोठ्यांना येतो तसाच तो लहान मुलांना, टीनएजर्सनादेखील येतो. गेममध्ये हरलो तर राग येतो, चिडचिड होते; झोपेतही गेम्स किंवा ऑनलाइन बघितलेल्या गोष्टी दिसत राहतात; शाळेत आल्यानंतरही डोक्यात गेमिंगचे किंवा इंटरनेटवर बघितलेल्या गोष्टींचेच विचार सुरू असतात; फुटबॉल किंवा क्रिकेट बघून शाळेत आल्यावर ग्राउंडवर तीच मॅच सुरू आहे असं वाटतं; जे ऑनलाइन जगात बघितलं आहे ते प्रत्यक्षात करावंसं वाटतं; यात मुलं जो adult कंटेंट बघतात त्यातले प्रयोगही केले जातात. मुलांनी पोर्न साइटवर जे काही बघितलं ते प्रत्यक्षात त्यांच्या वर्ग मित्रमैत्रिणींबरोबर करून बघण्याचा प्रयत्न केला आहे. मुलं अशी का वागली याबाबत विचार आणि मुलांशी बोलणे सुरू केल्यानंतर संबंधित शाळा, समुपदेशक, शिक्षक, पालक यांना पोर्नचा प्रचंड प्रभाव दिसून आलेला आहे.

स्क्रीन टाइम, इंटरनेट वापराच्या धोक्यांबद्दल आणि परिणामांबद्दल मुलं जागरूक आहेत का?

हा प्रश्न महत्त्वाचा आहे. कारण, वर म्हटल्याप्रमाणे आपण माध्यम शिक्षित समाज नाही. मुलांना मोबाईल, टीव्ही, लॅपटॉप आणि स्वत:ची गॅझेट्स देताना त्याबद्दल फारच कमी घरांमधून बोललं जातं... संवाद होतो. पालक बहुतेकदा दोनच मुद्द्यांनंतर अलर्ट होतात. एक परीक्षेत पूर्वीपेक्षा कमी मार्क पडायला लागले तर, आणि दुसरं, वर्तनात काही मोठे बदल दिसायला लागले तर! त्यामुळे डिजिटल जगाच्या परिणामांविषयी मुलं आणि पालक यांच्यात जागरूकता आहे

का, हा प्रश्न बाजूला ठेवून पुढे जाताच येत नाही. तर, आजवरच्या कामातून पुढे आलेले काही मुद्दे –

- बहुतेक मुलं याबाबत जागरूक नाहीत. कारण, कुणी त्यांना ही माहितीच दिलेली नसते.
- एका टीनएजर सेशनमध्ये एक मुलगी म्हणाली होती, की 'आम्हांला ऑनलाइन जगाचे धोके आणि परिणाम याबाबत समजेल अशा पद्धतीने मोठे का सांगत नाहीत? आमच्या अंगावर फक्त ओरडलं जातं. शांतपणे सांगितलं तर आम्ही नक्कीच त्याचा विचार करू. पण, ती गरज कुणालाच वाटत नाही.'
- पालक फोनबद्दल बोलायला लागले की अनेक मुलांना राग येतो. कारण, त्यांनी त्यांचं आयुष्य लहानपणापासून मोबाईलशी जोडलेलं आहे. आजूबाजूचे सगळे सतत मोबाईल वापरताना दिसत असल्याने हे काहीतरी महत्त्वाचं आहे आणि सतत बरोबर असलं पाहिजे, वापरलं पाहिजे, असा समज मुलांचा होतो; हे मुलांशी बोलताना जाणवून जातं.
- 'अभ्यास केला तर मोबाईल मिळेल' असं बऱ्याच पालकांकडून सांगितलं गेल्याने मोबाईलचं कनेक्शन अभ्यासाशी जोडलं गेलं आहे असं अनेकदा दिसून येतं. अभ्यास का करायचा? तर, नंतर मोबाईल मिळेल!
- तिथल्या धोक्यांची काही मुलांना जाणीव आहे. पण घरदार सगळेच मोबाईलमध्ये डोकं घालून बसलेले असल्याने यात काहीतरी काळजी करावं असं आहे, याचा अंदाज अर्थातच येत नाही.
- आजवरच्या बहुतेक संवादातून पालक, आजी-आजोबा, शिक्षक आणि मुलांच्या आजूबाजूच्या सगळ्या मोठ्यांचा स्क्रीन टाइम बराच आहे; आणि त्याविषयी मुलांचं काही म्हणणं आहे हे जाणवतं.
- प्रत्येक गप्पांच्या वेळी मी मुलांना - 'नो स्क्रीन डे' करू या का?' असं विचारते किंवा 'स्क्रीन टाइम कमी करू या का?', 'गेमिंग, यूट्यूबला एक दिवस सुट्टी देऊ या का?' असं सुचवून बघते. काही मुलं यासाठी लगेच तयार होतात. अनेक मुलं याला स्पष्ट नकार देतात. त्यांच्याशी या नकाराबद्दल बोलल्यावर बऱ्याचदा 'मोबाईलशिवाय करायचं काय?' हा प्रश्न मुलांना पडलेला जाणवला. 'मोबाईल नसेल तर काय?' हा प्रश्न मुलांना तिसरी-चौथीपासून पडतो आहे हेही मी अनेक शाळांमधून बघितलं आहे; जे गंभीर आहे.

मोबाईलला सुट्टी दिली तर काय कराल?

असं विचारते तेव्हा मुलं फार महत्त्वाच्या नोंदी करतात.

- 'आम्ही खेळू', 'आम्हांला खेळायचं असतं, पण क्लासेस असतात', 'ग्राउंड नाही, त्यामुळे खेळायलाच मिळत नाही', 'आम्हांला खेळाच्या क्लासला जाऊन खेळायचं नसतं. आम्हांला आमच्या मनाप्रमाणे खेळायचं असतं. ते करू.' असं मुलं सांगतात.
- 'अभ्यास करू', 'पुस्तक वाचू', 'मित्रमैत्रिणींच्या घरी जाऊन गप्पा मारू' अशी मतं मुलं नोंदवतात.
- एकदा एका मुलीने 'मी आई-बाबांशी गप्पा मारेन' असं मला सांगितलेलं मी कधीच विसरू शकणार नाही!

मोबाईलने पालक आणि मुलांचं आयुष्य व्यापून टाकलेलं आहे. इतकं, की एकमेकांशी हवं तेव्हा, हवं तेवढं बोलायला मिळत नाही; तसं असेल तर, आपल्याला एकूणच खूप काम करावं लागणार आहे, हे नक्की!

▲▲▲

सायबर पालकत्व म्हणजे काय?

जन्माला येण्याआधीच डिजिटल फूटप्रिंट?

कृत्रिम बुद्धिमत्ता (AI) शब्द आता काही नवीन राहिलेला नाही. आपल्या स्मार्ट फोनपासून ते विविध प्रकारच्या आरोग्य उपचारांपर्यंत अनेक गोष्टी कृत्रिम बुद्धिमत्तेच्या साहाय्याने केल्या जात आहेत. आपण जे व्हॉट्सॲप वापरतो किंवा अनेक प्रकारचे सोशल मीडिया प्लॅटफॉर्म्स वापरतो, त्यातही हे तंत्रज्ञान मोठ्या प्रमाणावर वापरले जाते आहे. कृत्रिम बुद्धिमत्ता हळूहळू मानवाच्या दैनंदिन जीवनाचा अविभाज्य भाग बनणार आहे... हे अपरिहार्य आहे. या तंत्रज्ञानाचे अनेक फायदे आहेत; पण ते तेव्हाच... जेव्हा माणूस विवेकाने आणि समजूनउमजून हे तंत्रज्ञान वापरेल. मानवाच्या प्रगतीसाठी निर्माण झालेल्या अणू तंत्रज्ञानाने केलेला विध्वंस आपण बघितलेला आहे. ती भीती आजही मानवी समुदायाला आहेच. त्यामुळे कृत्रिम बुद्धिमत्ता हे तंत्रज्ञान तारतम्य न बाळगता वापरलं तर त्याचे विपरीत परिणाम मानवी समुदाय म्हणून आपल्याला भोगण्याची वेळ येऊ शकते. हे परिणाम सामाजिक, मानसिक, कौटुंबिक, आर्थिक आणि करिअरच्या बाबतीत असू शकतात.

अर्थात, असं असलं तरी या तंत्रज्ञानाचा भविष्यकाळ अत्यंत रोमांचक आणि आशादायक आहे. २०२५मध्ये जन्माला आलेल्या, येणाऱ्या जेन बीटा जनरेशन तर एआय तंत्रज्ञानामध्येच जन्माला येऊन वाढणार आहेत. एआय व्यतिरिक्तचे जग त्यांना माहीतच नसणार आहे. इंटरनेट, सोशल मीडिया आणि स्मार्ट फोन नसतानाही माणसं जगत होती, ही गोष्ट कदाचित त्यांना अविश्वसनीय आणि अद्भुत वाटण्याची शक्यता आहे! असं कसं शक्य आहे... असं त्यांना नक्कीच वाटू शकतं. या मुलांचे पालक प्रामुख्याने मिलेनिअल्स आणि जेन झी असणार आहेत.

पालकत्वाच्या व्याख्या नव्याने

जग बदलले आहे... बदलणार आहे. पालकत्वाच्या व्याख्या नव्याने तयार होतील कदाचित! कुटुंबरचनेतही बदल होतील. एआयचे वर्तमान, भविष्य काय आहे हे जाणून घेणं आवश्यक आहे. कारण, आपल्या डेटा सुरक्षेपासून अन्नापर्यंत प्रत्येक गोष्ट यापुढे तिसराच कुणीतरी कंट्रोल करणार आहे.एआय आत्ता जरी बाल्यावस्थेत असले तरी त्याच्या क्षमतांचा विकास झपाट्याने होत आहे. त्यामुळे हे तंत्रज्ञान 'मॅच्युअर' व्हायला वेळ लागणार नाही. ज्याचे परिणाम अनेक क्षेत्रांवर होणार आहेत – अर्थव्यवस्था, आरोग्यसेवा, वाहतूक, शिक्षण, मनोरंजन, आणि अगदी वैयक्तिक जीवनदेखील या तंत्रज्ञानाने बदलून जाणार आहे.

एआयचा भविष्यकाळ मानव-मशीन सहजीवनावर अवलंबून असेल. मशीन लर्निंगच्या साहाय्याने माणसांना त्यांच्या कामातील कौशल्ये अधिक वाढवण्याची संधी मिळेल. एआय आणि माणूस यांनी एकत्र माणसांच्या भल्यासाठी काम केले तर हे सहजीवन बहरू शकेल! जे एकट्या मानवाला शक्य नाही, त्यासाठी एआयची मदत होईल आणि जे एआयला शक्य नाही तिथे माणूस कामाला येईल. असे परस्परपूरक आणि एकमेकांवर अवलंबून असलेले सहजीवन हाच वर्तमान आणि भविष्यकाळ आहे.

एआय वापरून बनवलेल्या सोशल मीडिया ॲल्गोरिदममधूनच व्यसन लागण्याच्या शक्यता वाढतात – ज्यातून मानसिक ताण, चिंता, आणि नैराश्य वाढू शकते. विशेषत: किशोरवयीन मुलांमध्ये आणि तरुणांमध्ये आभासी जगात जास्त वेळ घालवल्याने खऱ्या जगातील समस्या कशा सोडवाव्यात, हे समजेनासे होते; यामुळे त्यांचा आत्मविश्वास कमी होतो आणि वास्तविक आयुष्यातील अडचणींशी तोंड देण्याची क्षमता घटते. मग कुठलीही छोटीशी समस्या निर्माण झाली तरी त्याच्या उत्तरासाठी गुगलची मदत घेतली जाते. स्वतःची बुद्धी, तर्क, सदसद्विवेक, अनुभव यांचा वापर न करता गुगलचा वापर होणार असेल, सिरी, चॅटजीपीटी किंवा असेच नव्याने येऊ घातलेले असिस्टंट आपण कामाला लावणार असू, तर विचार, विश्लेषण, तर्कसुसंगत वर्तन करण्याची मानवी कौशल्ये आपण गमावून तर बसणार नाही ना, हा विचार करणं आवश्यक आहे.

एआय आणि भविष्यातल्या अत्याधुनिक तंत्रज्ञानाच्या काळात डिजिटल डिव्हाइड मोठ्या प्रमाणावर निर्माण होण्याच्या शक्यता आहेत. ही असमानता

आता दिसू लागली आहे. २०२५मध्ये भारतातील लोकसंख्येच्या अंदाजे ४५ टक्के जनता ऑनलाइन जगात नाही. त्यामुळे एआयची प्रगती कितीही झाली तरी भारतासारख्या देशात समाजाचा एक घटक या सगळ्यांपासून वंचित आहे... भविष्यातही राहणार आहे. म्हणूनच, त्या मुलांच्या भल्याचा विचार प्राध्यान्याने करावा लागेल. तंत्रज्ञान आणि त्यातील अद्भुत प्रगती बाजूला ठेवून, त्याने भारावून न जाता करावा लागणार आहे. तसं झालं नाही तर सामाजिक अस्वस्थता झपाट्याने वाढत जाईल; जे एकूणच मानवी समाजासाठी योग्य असणार नाही.

माणूस म्हणून जगत असताना आपल्याकडे नैसर्गिकपणे असलेली कौशल्ये, भावना, विचार करण्याची, विश्लेषण करण्याची क्षमता, वस्तुस्थितीकडे अधिक व्यापक अर्थाने बघण्याचे कौशल्य, प्रेम आणि सद्भावना, सदसद्विवेक हे आपल्या भात्यातले बाण आहेत... आपल्या ढाली आहेत. एआयच्या वेगवान काळात अत्याधुनिक तंत्रज्ञानाचे विपरीत परिणाम टाळून त्याचा फायदा करून घ्यायचा असेल, तर ही शस्त्र घासूनपुसून साफ ठेवावी लागतील. त्यासाठी तंत्रज्ञानावर अवलंबून न राहता किंवा त्याला साहाय्यक म्हणून वापरून स्वतःच्या क्षमतांवर काम करावे लागेल, कौशल्यांवर काम करावे लागेल. दुसरा पर्याय आपल्याकडे नाही! ...आणि हे सगळं आपल्याला मुलांनाही शिकवावं लागणार आहे, त्यांना माणूसपणाच्या जमेच्या बाजू अधिक ठळकपणे सांगाव्या लागणार आहेत.

थोडक्यात महत्त्वाचे

- **फोन-डाउन टाइम** : एकमेकांशी बोलताना, बाहेर किंवा घरात जेवताना, गाडी चालवताना, नातेवाईकांमध्ये समारंभांना गेलेलं असताना फोन वापरू नका. मोठ्यांनी वापरले नाही की मुलांचे हट्ट कमी होतात किंवा त्यांचे नियोजन करता येते.
- मुलांना ऑफलाईन जगातल्या गोष्टी करायला आवडतात. आपलं मूल वाढीच्या वयाचं किंवा अगदी १७/१८ वर्षांचं झालेलं असेल तरीही एकत्र करण्यासारख्या पुष्कळ गोष्टी असतात. खेळ, चालणं, एकत्र स्वयंपाक, जिम, ट्रेकिंग, सायकलिंग, बागकाम किंवा अजून काहीही. एकमेकांबरोबर वेळ घालवणं हा मूलभूत हेतू असला पाहिजे.

▲▲▲

आपण आहोत माध्यम शिक्षित?

ऑनलाईन जगातील विवेकी आणि सुज्ञ वावर म्हणजे माध्यम शिक्षण

आपण मुलांना शाळेत पाठवतो, ट्युशन लावतो, कोडींग क्लासेस, इंग्रजी स्पीकिंग, कराटे, संगीत, रोबोटिक्स... सगळं काही शिकवतो. पण जन्माला आल्यापासून आयुष्यात आलेल्या माध्यमांबद्दल मात्र आपण जागरूक असतोच असं नाही. आपल्या मुलांना उत्तम गणित आलं पाहिजे, विज्ञान समजलं पाहिजे आणि भाषा आल्या पाहिजेत याचे जसे आग्रह आपल्या मनात असतात तसेच माध्यमांविषयी असण्याची आज गरज आहे. आजच्या मुलांच्या जगात सोशल मीडिया, चॅटिंग, गेमिंग, इन्फ्लुएन्सिंग, ई-कॉमर्स, डेटिंग ॲप्स, पोर्नग्राफी असं सगळंच आहे. व्हर्चुअल आणि ऑगमेंटेड रिॲलीटीसह एआयच्या काळात ही मुलं जगत आहेत. या सगळ्याचा प्रत्यक्ष - अप्रत्यक्ष प्रभाव मुलांवर आणि तरुणाईवर पडतो. या प्रभावाकडे बघायचं कसं?

अल्गोरिदमचे प्रभाव कसे काम करतात, आपले विचार, आवडीनिवडी कशापद्धतीने 'तयार' केल्या जाऊ शकतात याची माहिती मुलांना असणं आवश्यक आहे. कारण आपण जे पर्याय निवडतो त्यानुसारच आपल्या जगण्याची गोष्ट तयार होते. आपली गोष्ट इतर कुणीही लिहू शकत नाही, ती फक्त आपणच लिहित असतो. आपण दररोज, प्रत्येक क्षणी काय निवड करतो, त्या निवडींच्या शृंखलेतून आपल्या जगण्याची गोष्ट बनत जाते. जर ती गोष्ट आपल्याला हवी तशी बनावी असं वाटत असेल तर त्यासाठी आपण निवड काय आणि कशाची करतोय याकडे

लक्ष असावं लागतं. आजच्या काळात आपली निवड प्रक्रियेवर मोठ्या प्रमाणावर डिजिटल जगाने प्रभाव टाकला आहे. म्हणूनच माध्यम शिक्षणाला पर्याय नाही. हा विषय आपण 'ऑप्शन' ला टाकू शकत नाही.

वय वर्ष ११ ते २१ हा काळ विचारांचा, मतांचा आणि स्व-ओळखीच्या जडणघडणीचा काळ. या वयात मुलं प्री टिन - टीन्स - प्रौढ असा मोठा प्रवास करतात. मी कोण आहे, मला काय हवंय, मला कोण आवडतं, मी जगाकडे कसं पाहतो, माझ्या आवडीनिवडी काय आहेत याचा शोध या काळात सुरू असतो. या प्रवासात सतत 'माध्यमं' त्यांच्याबरोबर आहेत.

प्रत्येक पोस्ट, मीम, व्हिडिओ, रील किंवा कमेंटचा त्यांच्यावर काही ना काही प्रभाव पडतो आहे. ठसा उमटतो आहे. हे प्रभाव वाचायला, तपासायला आणि त्याचे विश्लेषण करून आपल्यासाठी काय योग्य आणि काय अयोग्य हे मुलांना ठरवता येणं आवश्यक आहे. म्हणून माध्यम शिक्षण गरजेचं आहे.

सोशल मीडिया : लाईक्सपेक्षा लॉजिक महत्त्वाचं

इन्स्टाग्रामवरचा परफेक्ट फोटो, यूट्यूबवरील व्हायरल कंटेंट, ट्रेंडिंग साउंड्स आणि बरंच काही टीनएजर आणि तरुणाईच्या आत्मविश्वासाशी आणि स्वप्रतिमेशी जोडलेलं असतं. आज विविध गोष्टींसाठी ते सोशल मीडिया वापरताना दिसतात. जगभर मित्रमैत्रिणी बनवण्यापासून, डेटिंग करण्यापासून ते देशाचं सरकार बदलण्यासाठीही ते सोशल मीडियाचा उपयोग करत आहेत. अशावेळी तुलनेच्या पलीकडे, लाइक्सच्या मोहजाळात न अडकता तर्कशुद्ध विचार करायला या पिढीने शिकणं आवश्यक आहे. सोशल मीडिया किंवा कुठलाही ऑनलाईन प्लॅटफॉर्म ते कशासाठी वापरतील, कसा वापरातील हे मागच्या कुठल्याही पिढ्या ठरवू शकत नाहीत, ठरवू शकणार नाहीत. पण या पिढीला तर्कशुद्ध विचार करायला लावणं ही काळाची गरज आहे. आपण ऑनलाईन गेल्यानंतर नक्की काय करतोय, कशासाठी करतोय, त्याचा परिणाम आहे काय, त्याचा विचार केलेला आहे का या सगळ्या मुद्द्यांवर त्यांना विचार करायला भाग पाडणं आज आवश्यक आहे.

"हा फोटो खरा आहे का?"
"ही बातमी फेक तर नाहीये?"
"या ट्रेंडमागे कोणाचा फायदा आहे?"
"लाइक्सवरून माझी किंमत ठरते का?"

जेव्हा हे प्रश्न विचारणं सुरू होईल तेव्हा लाइक्सपेक्षा लॉजिकचं महत्त्व वाढेल आणि सुमार कंटेंटकडून 'क्यूरेटेड' कंटेंटकडे प्रवास सुरू होईल. आणि हे क्युरेशन दुसऱ्या कुणी करण्याची गरज नाही; माणसं ते काम स्वतःच करायला लागतील. आणि स्वतःची तुलना ऑनलाईन जगातल्या फिक्शन कंटेंटशी करणं बंद करतील. किंवा निदान त्याचा विचार करतील.

चॅटिंग आणि डेटिंग मध्ये संवाद किती आणि भ्रम काय? पॉर्न आणि सेक्सुअल कंटेंटबाबत जिज्ञासा किती आहे आणि व्यसनांच्या जाळ्यात अडकणं किती? गेमिंग करतानाची नियंत्रणाची सवय महत्त्वाची का आहे? ई-कॉमर्स साईट्सवर आपण इच्छा आणि गरजा यांच्यात कसा खेळ खेळत असतो आणि आपल्याही नकळत आपण इच्छेच्या सापळ्यात ओढले जातो का? इन्फ्लुएन्सिंग आणि ओपिनियन बिल्डिंग म्हणजे विचारांचा खेळ आहे का? हे आणि असे प्रश्न मुलांना पडायला लागतील आणि त्यांच्या उत्तरांच्या दिशेने त्यांचा प्रवास सुरू होईल.

आजची मुलं मित्र बनवतात, डेटिंग करतात. ब्रेकअप करतात. सिच्युएशनशिपमध्ये असतात, गप्पा मारतात, भांडतात, रुसतात... सगळं सगळं ऑनलाइनच. त्यांच्या संवादाचा बराचसा भाग 'स्क्रीनवर' घडतो. पण त्या स्क्रीनमागचा माणूस कोण आहे? तो खरंच तसाच आहे का? हे विचारणं म्हणजेच माध्यम शिक्षण. चॅटिंगमध्ये 'सीमा' ठरवणं, 'रेड फ्लॅग्स' ओळखणं, आणि 'मी कधी थांबावं' हे ठरवणं ही माध्यम साक्षरतेची पहिली पायरी आहे. कारण आजच्या डिजिटल जगात 'भावना' सहज गुंततात आणि 'ओळख' फसवता येऊ शकते.

'जीवनशैलीची' खरेदी विक्री!

संपूर्ण डिजिटल स्पेसचं गेमिफिकेशन झालेलं आहे. सगळं डिझाईन एखाद्या गेमसारखं आहे. त्यामुळे प्लॅटफॉर्म कुठलाही असो 'नेक्स्ट लेव्हल', 'व्हेरीएबल रिवॉर्ड', आणि 'इमर्सिव्ह ग्राफिक्स'पासून कुणाचीही सुटका नाहीये. 'डिस्काउंट', 'लिमिटेड टाइम ऑफर', 'बुक नॉव' असे शब्द मेंदूवर थेट परिणाम करतात.

त्यामुळे जाहिरातीमागचं मानसशास्त्र समजणं गरजेचं आहे. आजचे इन्फ्लुएन्सर्स फक्त ब्रँड विकत नाहीत, ते 'जीवनशैली' विकतात. प्रत्येक इन्फ्लुएन्सरचा उद्देश वेगळा असतो. कधी ते स्वतःसाठी काम करत असतात, कधी ते ब्रँडसाठी, कधी राजकीय हेतूंसाठी, तर कधी समाजावर प्रभाव टाकण्यासाठी. जेव्हा तरुणाई 'मत' वाचायला, बघायला, ऐकायला शिकते, तेव्हा ते फक्त 'ग्रहण करणारे' उरत नाहीत, ते 'निर्णय घेणारे' बनतात. त्यामुळे डिजिटल जगात रमताना आपण आपला वेळ, ऊर्जा, भावना कशासाठी खर्च करतोय, त्यातून आपल्याला नेमकं काय मिळत आहे, मी ज्या निवडी करतेय त्यातून माझी नेमकी काय गोष्ट लिहिली जाणार आहे याचा विचार करावाच लागणार आहे. कारण डिजिटल जगात फिरण्यासाठी कुणी आपल्याकडे पैसे मागत नसलं तरीही आपण किंमत मोजत असतो. ती किंमत आहे आपल्या वेळेची, भावनांची, वैयक्तिक माहितीची. म्हणूनही माध्यम शिक्षित असणं गरजेचं आहे.

मुलांना माध्यम शिक्षित करताना पालकांनी स्वतः 'माध्यम शिक्षित' असणं गरजेचं आहे. जर पालक अजूनही फॉरवर्ड आलेला मेसेज न तपासता शेअर करत असतील, व्हाट्सअॅप आणि यूट्यूबवरून पोचणारं सगळं खरं मानत असतील प्रत्यक्ष जगात कुणालाही कधीही त्रास न देणारे ऑनलाईन जगात जाऊन ट्रोलिंग करत असतील, अनोळखी लिंकवर क्लिक करून कष्टाचे पैसे गमावत असतील तर मुलांच्या आधी पालकांनी माध्यम शिक्षित होण्याची आवश्यक आहे.

'माध्यम शिक्षण' म्हणजे फक्त माहिती गोळा करणे नाही; तो जाणिवेचा आणि डिजिटल विवेक विकसित करण्याचा प्रवास आहे. काय बघायचं, का बघायचं, आणि काय प्रश्न विचारायचे याच्या सरावाचा प्रवास आहे.

स्वतःसाठी अधिक योग्य निवड करण्याचा तो प्रवास आहे.

▲▲▲

सायबर पालकत्वाची आव्हाने

सायबर पालकत्वाची आव्हाने आपल्याला माहीत हवीत; तरच प्रवास सोपा आणि सजग होईल.

प्रत्येक पालकांची पिढी वेगवेगळ्या आव्हानांना तोंड देत असते. पालक स्वतः लहान किंवा तरुण असतानाचा काळ आणि त्यांची मुलं तरुण होण्याचा काळ हा कधीच सारखा नसतो. अनेकदा आपण जसे वाढलो आणि वाढवलो गेलो त्याचे अनुकरण करण्याकडेही काही पालकांचा कल असतो. त्यातूनच मुलांना वाटतं, की पालकांना आम्ही काय म्हणतोय ते समजत नाही... पिढ्यांमधली ही दरी भरून काढायची असेल तर आपण कसे वाढलो याचे संदर्भ बाजूला ठेवून आपल्या मुलांना आजच्या काळात कसे वाढवू इच्छितो, त्यांच्याशी 'कनेक्ट' कसा तयार करता येईल याचा विचार केला पाहिजे. आपल्या जगण्यातून आपण जे काही शिकलो आहोत ते आजच्या संदर्भात आपल्या पालकत्वामध्ये कसे आणता येईल याचा विचार केला पाहिजे. या सगळ्याचा पाया संवाद असतो पण, त्याशिवाय आजच्या काळाची पालकत्वाची आव्हाने आपल्याला माहिती हवीत.

सायबर पालकत्वाची आव्हाने

- **अति स्क्रीन टाइम :** मुलांचा, पालकांचा आणि अगदी आजी-आजोबांचाही अति स्क्रीन टाइम हे संपूर्ण कुटुंबासमोरचंच मोठं आव्हान आहे.
- **व्यक्तीऐवजी तंत्रज्ञान :** आई-बाबा, आजी-आजोबा त्यांचा मोबाईलचा आणि टीव्हीचा वेळ कमी होऊ नये यासाठी मुलांच्या हातात मोबाईल देतात. आई-बाबा आणि आजी-आजोबा यांना पर्याय तंत्रज्ञान होऊ बघते आहे.

- **बक्षिसांचा खेळ :** पालक अनेकदा मोबाईल बक्षिसासारखा वापरतात. 'अभ्यास कर मोबाईल देईन', 'अमुक एक गोष्ट केलीस तर गेमिंगसाठी जास्तीचा वेळ मिळेल.' यातून तंत्रज्ञानाबरोबरचं सजग सहजीवन विकसित होण्यात अडथळे येऊ शकतात. 'बक्षीस मिळणार नसेल तर काम का करायचं?' हा प्रश्न मुलं विचारू लागली आहेत. बक्षीस नेहमीच मोबाईल असायला हवं का? हा प्रश्न महत्त्वाचा बनतो.
- **पिढ्यांमधली डिजिटल दरी :** सध्या घराघरातून जो विसंवाद दिसतो तो डिजिटल जगाशिवाय वाढलेली पिढी आणि डिजिटल जगात वाढलेली यांच्यातला विसंवाद आहे हे सर्वप्रथम लक्षात घेतलं पाहिजे. पालक आणि मुलं यांना रस असेल अशा समान गोष्टींची यादी आता कमी झालेली आहे. ही डिजिटल दरी भरून काढणं हे मोठं आव्हान आहे. या दोन पिढ्यांमध्ये विविध विषयांच्या बाबतीत समान आवडीनिवडी असणं आवश्यक असतं. त्यासाठी जाणीवपूर्वक पालक आणि आजीआजोबांच्या जगाला मेहनत घ्यावी लागणार आहे. पुढाकार घ्यावा लागणार आहे.
- **सायबर क्राईम्स :** माध्यम शिक्षण नसल्याने अनेकदा सायबर गुन्ह्यांची पुरेशी माहिती असत नाही. सायबर सेफ्टी आणि सिक्युरिटीबद्दल पालकांचे अज्ञान हे मोठे आव्हान आहे. मुलंही सायबर गुन्ह्यांना बळी पडतात तसंच अज्ञानामुळे त्यांच्या हातूनही सायबरगुन्हे घडण्याची शक्यता असते.
- **कौशल्य विकास :** डिजिटल जगात सायबर पालकत्व निभावताना काही पूर्वीच्या गोष्टी जशा आवश्यक आहेत, तशीच काही नवीन कौशल्य शिकणं गरजेचं आहे. त्यासाठी पालक अनेकदा उदासीन असतात.
- **नाही कुणी म्हणायचं? :** पालकांना मुलांना 'नाही' म्हणता येत नाही. मुलांना तंत्रज्ञानापासून, गॅझेट्स आणि वस्तूंपासून वंचित ठेवण्याची गरज नसते. पण परवानगी कधी, कशाला, का द्यायची आणि कधी नाही म्हणायचं, याचा ताळमेळ आवश्यक आहे. हे मोठंच आव्हान आहे.
- **समतोल आणि सुयोग्य वापर :** इंटरनेट आणि मोबाईलचा सुयोग्य वापर शिकवणं आणि शिकणं.त्याआधी 'शिकणं' हा पालकांसाठी मोठा अडचणींचा मुद्दा आहे.
- **इंटरनेटचे व्यसन :** व्यसनाच्या धोक्याच्या जागा ओळखणं, हे आव्हान आहे. कारण या व्यसनात ठळक, दृश्य शारीरिक दुष्परिणाम दिसत नाहीत.

- **माणूसपण :** ऑनलाइन जगाचे अद्‌भुत अनुभव घेताना ऑफलाइन जगातले विलक्षण अनुभव घेत राहणं! आपण माणूस आहोत आणि आपणच AI तयार केलेलं आहे हे न विसरता माणूस म्हणून जी आपली वैशिष्ट्यपूर्ण कौशल्ये आहेत ती घासूनपुसून साफ आणि अपडेटेड ठेवणं!

मुलांशी आपण काय बोलू शकतो?

१. वैयक्तिक माहिती किती सार्वजनिक करायची याविषयी मुलांशी बोलणं आवश्यक आहे. यात समाजमाध्यमांवर मुलं जे स्वतःच्या आयुष्याबद्दलचं शेअरिंग करत असतात त्याविषयी चर्चा गरजेची आहे. मिनिटामिनिटांचे अपडेट्स देणं आवश्यक आहे का?

   हे बोलत असताना पालक, शिक्षक, आजी-आजोबा म्हणून आधी आपण मिनिटामिनिटाला अपडेट्स देत नाही ना, हे बघणं आवश्यक आहे. मनातल्या प्रत्येक भावनेला त्या स्पेसमध्ये मांडण्याची गरज असते का? आनंद झाला, दुःख झालं, वाईट वाटलं, राग आला सगळं सतत तिथे सांगितल्याने या गोष्टीही डिजिटल फूटप्रिंटमध्ये जमा होतात, हे लक्षात घेतलं पाहिजे. कारण सायबर जग हा भावनांवर चालणारा बाजार आहे!

२. अनेकदा असं वाटण्याची शक्यता असते की, त्या जगात मन मोकळं केलं की बरं वाटतं. हे खरं आहे की, काही काळासाठी नक्कीच बरं वाटतं. पण सोशल मीडिया, गेमिंग प्लॅटफॉर्म्स, पोर्नोग्राफी यांपैकी कुठलंही माध्यम हे भावनांचा निचरा करण्यासाठीचं माध्यम नाही! प्रश्न सुटला, संपला असं तिथे जाऊन नक्की वाटू शकतं. पण प्रश्नांची उत्तरं मिळवण्यासाठी प्रत्यक्ष जगण्याला सामोरं जाण्याची आणि प्रश्न मुळातून सोडवण्यावर भर देण्याची गरज असते. आभास हा शेवटी आभास असतो, हे कधीही विसरू नये; जरी आभासी जगातील माणसं खरी असली तरीही!

३. सगळ्या गॅझेट्सना आणि प्लॅटफॉर्म्सवर प्रायव्हसी सेटिंग असतात. उदाहरणार्थ, इन्स्टाग्रामवर अकाउंट प्रायव्हेट ठेवण्याची सोय आहे. प्रत्येक ठिकाणी तुमचं खासगी आयुष्य जपण्यासाठीच्या सुविधा दिलेल्या असतात. त्यांचा वापर करण्यासाठी मुलांना प्रवृत्त केलं पाहिजे, त्याची सवय लावली पाहिजे. ते शिकवलं, दाखवलं पाहिजे.

४. लोकेशन ट्रॅकिंग आवश्यक नसतं. सोशल मीडियावर पोस्ट करताना लोकेशन शेअरिंगची गरज नसते. तुम्ही कुठे आहात, हे सतत इतरांना माहीत असण्याची गरज नसते. तसंच, ज्या ॲप्सना तुमच्या लोकेशनची गरज नाही, ज्या ॲप्सना तुमच्या कॉन्टॅक्ट लिस्टची गरज नाही तिथे ती 'परमिशन' देऊ नये, हेही शिकवलं पाहिजे. उदाहरणार्थ, अन्न डिलिव्हरी करणाऱ्या ॲप्सना लोकेशन शेअरिंगची गरज असते, पण फोटो फिल्टर ॲप्सना लोकेशनची गरज नसते. त्यांना फोटो फोल्डरच्या ॲक्सेसची गरज असते. त्यामुळे ॲपचा उपयोग लक्षात घेऊन 'परवानगी' कशाची द्यायची, हेही सांगणं गरजेचं आहे.

५. सुरक्षित आणि चटकन ओळखू येणार नाही असा पासवर्ड तयार करण्याची मुलांना सवय लावा. पासवर्डमध्ये कधीही वाढदिवस, घरातल्या सदस्यांची नावं, आधाराचे नंबर असता कामा नयेत. ही सवय आधी मोठ्यांच्या जगाने स्वतःला लावण्याची गरज आहे. विचित्र व किचकट पासवर्ड असायला हवा.

६. मुलांना ऑनलाइन जगातील विविध 'क्वीझ' खेळायला खूप आवडतं. चेहरा बदलणारी ॲप्स, चॅलेंजेसही मुलं मोठ्या प्रमाणावर घेत असतात. पण, यातून मोठ्या प्रमाणावर खासगी माहिती वापरकर्त्यांच्या नकळत गोळा केली जाऊ शकते! अनेकदा या प्रश्नमंजुषेमधले प्रश्न वैयक्तिक माहिती मागणारे असतात. त्यामुळे या गोष्टी कितीही गमतीशीर, मनोरंजक आणि ट्रेंडी वाटल्या तरी त्यातले धोके मुलांना समजावून सांगितले पाहिजेत.

७. कुठल्या साइट्सवर, प्लॅटफॉर्म्सवर वैयक्तिक माहितीसह लॉग इन व्हायचं हेही मुलांना सांगणं, हा माहितीपूर्ण निर्णय असला पाहिजे; तो घेण्यासाठी मुलांना तयार करणं, त्याविषयी मुलांशी सातत्याने बोलत राहणं आवश्यक आहे.

८. काही वेळा मुलांना असा संवाद आवडत नाही. मोबाईल त्यांच्या जगण्याचा अविभाज्य घटक बनलेला आहे, त्यामुळे त्याविषयी बोलायला लागलं की मुलं वैतागतात, करवादतात, रागावतात. अशा वेळी पालक किंवा शिक्षक म्हणून आपल्या डोक्यावर बर्फाची लादी असणं आवश्यक आहे. आपणही चिडलो, रागावलो तर संवादाच्या शक्यता संपत जातात, हे कायम लक्षात ठेवलं पाहिजे.

ही आव्हानं आपल्याला माहीत असतील, तरच प्रवास सोपा आणि सजग होईल.

लॉकडाउन टीनएजर्स

ऑनलाइन शाळेत तरुण झालेली पहिली
(आणि कदाचित शेवटची) पिढी...

कोरोनाने संपूर्ण जग थांबवलं तेव्हा, लहानांपासून मोठ्यांपर्यंत सगळ्यांना ऑनलाइन जगण्यास भागही पाडलं. माणसं घरात स्क्रीनसमोर डांबली गेली. सतत स्क्रीनसमोर असल्याचे फायदे-तोटे सर्वच वयोगटातल्या माणसांनी अनुभवले. या कालावधीत ज्या मुलांनी पौगंडावस्थेत पाऊल टाकलं त्यांची सगळ्यांत जास्त गोची झाली.

मुलं त्यांच्याही नकळत स्क्रीनसमोर अडकून पडली. त्यांचं आयुष्य अचानक 'ऑनलाईन' बनलं. त्यावेळी सगळ्यांना त्यात गंमत वाटत होती. सरकार, व्यवस्था आणि शाळांना आपण ऑनलाईन शाळा घेऊन मुलांचं शिक्षण चालू ठेवलं आहे याचं समाधान वाटत होतं. निदान शाळा चालू झाल्या म्हणून पालक निश्चिंत होते पण शाळेसाठी ऑनलाईन गेलेली मुलं अचानक डिजिटल जगात कुठल्याही सोबतीशिवाय वावरायला लागली. ती माध्यम शिक्षित नव्हती. त्यामुळे ऑनलाईन जगाचे नेमके धोके काय असू शकतात याचा काहीही अंदाज मुलांना नव्हता. ऑनलाईन जगाच्या फायद्यांची चर्चा करताना तोट्यांकडे बघायला कुणाला तेव्हा वेळच नव्हता. किंवा असं म्हणू या, तो वेळ दिला पाहिजे ही जाणीवही नव्हती.

या मुलांना 'लॉकडाउन टीन्स' म्हणायला हवं. या काळात ही मुलं वयात आली. कोरोना आला तेव्हा ही मुलं सहावी-सातवीत होती आणि कोरोनाची भीती पूर्णपणे जाऊन आयुष्य सुरळीत झालं तेव्हा नववी-दहावीत गेलेली होती.

आता, ही परिस्थिती बाकी मुलांची नव्हती का? होतीच! मग याच मुलांबद्दल आपण का बोलतो आहोत? याचं सगळ्यांत महत्त्वाचं कारण म्हणजे, पौगंडावस्थेत

पाऊल ठेवल्यानंतर खऱ्या अर्थानं ज्या वेळी जगाची दारं खुली व्हायला सुरुवात होते, मुलं स्वतःला शोधायला लागतात – आपण कोण आहोत, लहान आहोत की मोठे झालो आहोत, आपला लैंगिक अग्रक्रम काय आहे, कोण आवडतंय - कोण नाही, आपल्या सभोवतालचं आणि जगाचं 'निराळं' भान यायच्या वयात ही मुलं घरात अडकून पडली. त्यांच्या आधीच्या पिढीला निदान एखादं 'ऑफलाइन' वर्ष स्वतःला शोधायला मिळालं होतं, मागून येणाऱ्या पिढीलाही ते मिळालं; पण सातवीतून डायरेक्ट दहावीत गेलेल्या मुलांना ते मिळालं नाही.

ऐन टीनएजमध्ये शिरलेली मुलं... पूर्ण वेळ घरात बसून... शरीरात-मनात होणारे निरनिराळे बदल... त्यातून निर्माण होणारे प्रश्न-समस्या-शंका... आणि या सगळ्यांबरोबर हातात पूर्ण वेळ मोबाईल, त्यात इंटरनेट हे किती डेंजरस कॉकटेल आहे! मोबाईलचा कुठल्याही मार्गदर्शनाशिवायचा अमर्याद वापर... माध्यम शिक्षण नाही... डिजिटल वेलनेसचा विचार नाही... अशा परिस्थितीत दोन वर्षं काढलेल्या; आणि परत शाळेत जाताना मूल म्हणून नाही, तर टीनएजर्स म्हणून गेलेल्या मुलांचे आणि मुलींचे प्रश्न जटिल आहेत! हीच ती प्रामुख्याने जेन झी पिढीतली मुलं. या मुलांचं मनोरंजन, प्रेम, डेटिंग, भांडणं, ... सगळं ऑनलाइन आहे.

या मुलांना समजून घेण्याची, त्यांचे प्रश्न नीट हाताळण्याची गरज आहे. सायबर बुलिंग का करायचं नाही... या जगातले शिकारी कसे ओळखायचे... आभासी जगातले धोके काय आणि कोणते आहेत... डिजिटल वेलनेसचा विचार का करायला हवा आहे... इथपासून त्यांच्या वर्तणुकीत झालेले बदल यांची जाणीव त्यांना करून द्यावी लागणार आहे. हायब्रीड आयुष्य जगणं म्हणजे नेमकं काय, हे नीट समजावून सांगावं लागणार आहे.

मुलांशी बोलताना वेळोवेळी हे जाणवतं की, मोबाईल, त्यावरचे गेम्स, सोशल मीडिया हे काहीही त्यांनी मागितलेलं नाही.

एकदा एका टीनएजर वर्कशॉपमध्ये एक मुलगी म्हणाली होती – 'आमच्या मोबाईलची, सोशल मीडियाची, गेमिंग आणि 'आम्ही पोर्न बघतो का?' याची काळजी करताना, या सगळ्यांची निर्मिती करा, असं आम्ही कधीही कुणालाही सांगितलेलं नाही. सोशल मीडिया ही जीवनावश्यक बाब नाही, ती तयार करताना आमचा विचार केला गेलेला नाही. तीच बाब संपूर्ण सायबर जगाबद्दल सत्य आहे.

मागच्या पिढ्यांनी ज्या चुका केल्या आहेत, त्याचे परिणाम आम्ही भोगतो आहोत, हे कधीतरी कुणाच्या लक्षात तरी येतं का?'

इनोव्हेशन आपण रोखू शकत नाही, ते रोखताही कामा नये. सायबरच्या जगाचे अनेक फायदे आहेत. पण ते अनुभवण्यासाठी माध्यम शिक्षित असण्याची, विवेकी असण्याची गरज असते. पण, 'मोठ्यांचं जग' म्हणून आपण या सगळ्यांचा कधी गांभीर्याने विचारच केला नव्हता. अजूनही वेळ गेलेली नाही. माध्यम शिक्षित होण्याच्या प्रवासाला उशिरा का होईना; पण सुरुवात करायलाच हवी!

थोडक्यात महत्त्वाचे

- **'ऑनलाइन' जगाचं वास्तव मान्य करायला हवं! :** या मुलांनी मैत्री, पहिला संघर्ष, डेटिंग, ब्रेकअप, स्व-ओळख, पहिला विरोध, ट्रोलिंग...असं आणि बरंच काही लहान वयात स्क्रीनवर अनुभवलं आहे. त्यांच्या डिजिटल जगाला 'फालतू वेळ' म्हणून चालणार नाही; आपण नाकारलं तरी तिथेच त्यांची ओळख, अभिव्यक्ती आणि आत्मसन्मान तयार होतोय. त्यांचं जग आणि त्यातही डिजिटल जग 'पाहण्याऐवजी' समजून घेण्याचा प्रयत्न करू.
- **'स्वातंत्र्य' आणि 'जबाबदारी' यांचा बॅलन्स :** लॉकडाउनमध्ये स्क्रीन त्यांच्या आयुष्याचा केंद्रबिंदू बनला. त्यामुळे त्यांचं डिजिटल स्वातंत्र्य पूर्णपणे हिसकावून घेणं म्हणजे विरोध निर्माण करणं आहे. त्याऐवजी स्क्रीन वापरण्याच्या स्वातंत्र्याबरोबर तिथे वावरण्याची जबाबदारीही सोबतच येते. त्याविषयी बोललं पाहिजे. ही जबाबदारी स्वतःच्या शारीरिक, मानसिक, भावनिक स्वास्थ्याशी निगडित आहे हे सांगितलं पाहिजे. अशा संवादातून परस्पर आदर आणि विश्वास वाढीला लागू शकतो.
- **बदलणारी भाषा समजून घेऊ :** या मुलांची भावनिक अभिव्यक्ती इमोजी आणि व्हॉइस नोटमध्ये आहे. मोठ्यांच्या जगासाठी हा मोठा बदल आहे. त्यांच्या व्यक्त होण्याच्या भाषेला समजून घेतलं पाहिजे. प्रत्येक पिढीची भाषा वेगळी असते. त्यातून या पिढीची भाषा तंत्रज्ञानाच्या वापरातून तयार झालेली आहे. त्यामुळे कितीही कठीण गेलं तरी मुलांना 'म्हणजे काय?' हा प्रश्न कुठल्याही संकोचाशिवाय विचारा. (Genz भाषेविषयी पुढे पुस्तकात वाचायला मिळेलच.)

▲▲▲

डिजिटल वेलबीइंग

तंत्रज्ञानाबरोबरचं सजग, सुदृढ आणि आनंदी सहजीवन!

'वेलबीइंग' हा शब्द हल्ली आपण वरचेवर ऐकत असतो. मनस्वास्थ्य, आनंद आणि समाधानाच्या शोधात माणूस आदिम काळापासून असला तरी आनंदाच्या या शोधाला आधुनिक काळात ग्लॅमर आलं आहे.

त्यातलं ग्लॅमर जरा बाजूला ठेवू या. पण मुळातच माईंडफुलनेस आणि वेलबीइंग या दोन्ही गोष्टी आधुनिक काळात जगत असताना अतिशय आवश्यक आहेत. झपाट्याने वाढणारे ताण, नैराश्याचं वाढतं प्रमाण, आत्महत्यांची वाढती टक्केवारी, समाजातली प्रचंड अस्वस्थता – जी अगदी रस्त्यावरही आपल्याला बघायला मिळते... जाणवते; त्यावर एक महत्त्वाचा उपाय म्हणजे, माईंडफुलनेस आणि वेलबीइंग... स्वतःबरोबरचं सजग, सुदृढ आणि आनंदी सहजीवन! आणि आता त्यात इंटरनेटमुळे डिजिटल वेलबीइंगची भर पडलेली आहे.

आज आबालवृद्ध दिवसरात्र मोबाईलवर काही ना काही बघण्यात वेळ घालवताना आपल्याला दिसतात. सोशल मीडिया, गेमिंग, रील्स यातून भल्याभल्यांची सुटका होत नाही, ही वस्तुस्थिती आहे. हायब्रीड जगण्याचा बॅलन्स कसा साधला पाहिजे, याबाबत अनेकांच्या मनात गोंधळ आहे. ऑनलाइन जगातल्या फेरफटक्याची सीमारेषा ठरवताना माणसांची दमछाक होते आहे. एखादा दिवस इंटरनेटपासून लांब राहू या, व्हॉट्सॲप आणि सोशल मीडियावर न जाता दिवस घालवू या

असा विचारही अनेकांना अस्वस्थ करून जातोय. डिजिटल उपवासाचे मेसेजेस व्हॉट्सॲप ग्रुप्सवर फॉरवर्ड करणं त्यामानाने सोपं आहे; प्रत्यक्षात त्या गोष्टी करण्यासाठी लागणारा निग्रह कमी पडतो, हे अनेकांचे वास्तव आहे.

आपण कुठल्या प्लॅटफॉर्मसाठी किती वेळ देतोय, किती वेळ सोशल मीडियावर असतो, किती वेळ गेमिंग करतो, तितका वेळ घालवण्याची खरंच आपल्याला गरज आहे का, हा वेळ दिल्याने आपल्याला काय मिळते आहे, कुठल्या गोष्टींची अगर कौशल्यांची भर आपल्यात होते आहे, या सगळ्यांचा आपल्यावर काय परिणाम होतो, आपल्याला व्यसन लागू शकते का, या कशाचाही विचार आज माणसं करताना दिसत नाहीत. पालक हा विचार करत नाहीत त्यामुळे मुलांपर्यंत अनेकदा हे मुद्दे पोहोचतच नाहीत.

डिजिटल जगात अधिक जबाबदारीने वागण्यासाठी या जगाचा आपल्याला स्वतंत्रपणे विचार करावा लागेल. ऑनलाइन जग आपल्या भावनांवर चालतं. अशा वेळी आपण आपल्या भावनांच्या आहारी जाऊन काय करायचं नाही, हे माहीत असणं गरजेचं आहे. सायबर गुन्हेगार आपल्यापर्यंत कसे पोहोचतात, ते पोहोचू नयेत म्हणून आपण काय केलं पाहिजे याची जागरूकता गरजेची आहे. या सगळ्यालाच मिळून डिजिटल वेलबीइंग म्हणता येईल.

जे माध्यम आपल्या हातात दिवसरात्र आहे ते आपल्याला नीट वापरता येतंय का? हा प्रश्न प्रत्येकाने स्वतःला विचारायला हवा आहे. कारण व्यसनांपासून मानसिक स्वास्थ्यापर्यंत जे अनेक बदल होत आहेत; त्यात सगळ्यांत मोठा धक्का बसतो आहे तो आपल्या झोपेला!

गॅझेट्स आणि त्यामुळे झोपेवर होणारा परिणाम

जागतिक झोप दिनाच्या निमित्ताने झालेल्या एका सर्वेक्षणात ग्रेट इंडियन स्लिप स्कोरबोर्ड (GISS) २०२४नुसार लोकसंख्येतील निम्मे भारतीय शांतपणे झोपत नाहीत. सकाळी उठल्यावरही त्यांना थकवा जाणवत राहतो. अपुरी झोप हा भारतीयांचा मोठा प्रश्न होऊ बघतो आहे. चारमधील एका व्यक्तीला निद्रानाशाचा त्रास आहे. ५४ टक्के भारतीय सर्वसाधारण झोपेच्या वेळेनंतरही बराच काळ जागे असतात. जवळपास ८० टक्के लोकांनी झोपेपर्यंत आपण मोबाईल बघत असतो, हे नमूद केलं आहे; तर भविष्याच्या चिंतेमुळे शांत झोप लागत नाही किंवा झोपच येत

नाही, असं ३० टक्के लोक सांगतात. ३८ टक्के लोकांना वाटतं, डिजिटल गॅझेट्स बाजूला ठेवली तर कदाचित झोपेचा दर्जा सुधारेल, झोप येईल.

या सगळ्यांत सोशल मीडिया आणि ओटीटी प्लॅटफॉर्म्स बघण्यासाठी माणसं झोपेचा सौदा करत आहेत, हे अगदी उघड दिसून आलं. जे ५४ टक्के लोक सर्वसाधारण झोपेच्या वेळेपेक्षा उशिरा झोपतात, ते बहुतेक वेळा सोशल मीडियावर, नाहीतर ओटीटी प्लॅटफॉर्मवर असतात, असंही सांगतात. ही सगळीच आकडेवारी काळजी करावी अशी आहे!

आपण फोन, निरनिराळी डिजिटल गॅझेट्स वेळोवेळी रिचार्ज करायला विसरत नाही. परंतु ज्या शरीराच्या बळावर हे सगळं सुरू आहे त्या शरीराला मात्र विश्रांती द्यायला, रिचार्ज व्हायला आपण वेळच देत नाही. त्यातून अनेक प्रकारचे शारीरिक आणि मानसिक परिणाम दिसायला लागले आहेत. निद्रानाश आहेच; शिवाय नैराश्य, उदासीनता, थकवा, अस्वस्थता, चिडचिडेपणा अशा अनेक भावना आता माणसांमध्ये ठळकपणे दिसू लागल्या आहेत.

डिजिटल वेलबीइंगचा विचार म्हणूनच आवश्यक आहे. नेटफ्लिक्सचे सीईओ रीड हॅस्टिंग यांनी त्यांच्या एका मुलाखतीत 'नेटफ्लिक्सची स्पर्धा माणसांच्या झोपेशी आहे', असं उघड म्हटलं होतं. पाच-सहा वर्षांपूर्वी केलेलं हे वक्तव्य आता खरं होताना दिसतं आहे. माणसांच्या झोपेशी असलेली डिजिटल जगाची स्पर्धा डिजिटल जग जिंकेल की काय; अशी भीती वाटावी अशी परिस्थिती आज घराघरांतून आहे. मुलांची जागरणं प्रचंड वाढलेली आहेत, रात्री उशिरापर्यंत गेमिंग नाहीतर चॅटिंग करण्यात मुलं अडकलेली आहेत. या गोष्टी अनेकदा पालकांना माहीतही नसतात. कारण त्यासाठी आवश्यक तो संवाद मुलांबरोबर असतोच असं नाही. डिजिटल जगाचा आपल्या सोयीसाठी वापर करून घेण्याचं शहाणपण आपल्याला विकसित

करावं लागणार आहे. ऑनलाइन आणि ऑफलाइन जगण्याचा समतोल साधायचा कसा, हे शिकावं लागणार आहे...मुलांना शिकवावं लागणार आहे.

आपला आनंद, समाधान, शांतता... असं सगळंच डिजिटल जग हिरावून घेत असेल तर वेळीच सावध होऊन सीमारेषा आखाव्या लागतील, सांभाळाव्या लागतील. डिजिटल वेलबीइंगचा विचार म्हणजे, या समतोलाचा विचार... कुटुंबाच्या स्क्रीन टाइमचा विचार... आभासी जगातल्या वावराचा दिवसरात्र विचार करण्याआधी प्रत्यक्ष जगण्याचा रसरशीत, भलाबुरा अनुभव!

थोडक्यात महत्त्वाचे

फॅमिली डिजिटल प्लॅन (Place–Time–Purpose)

- **Place:** बेडरूम, बाथरूम व जेवणाची जागा /टेबल डिव्हाइस-फ्री झोन ठेवता येतील.
- **Time:** रात्री झोपायच्या एक तास आधी आणि सकाळी पहिला एक तास कुठलाही स्क्रीन बघू नये.
- **Purpose:** 'कशासाठी स्क्रीन?' (शिकणे/काम/मनोरंजन) ठरवा; कारणाशिवाय स्क्रोलिंग नको.
- **घरात एक 'चार्जिंग स्टेशन':** रात्री घरातले सगळे डिव्हाइसेस एकाच ठिकाणी चार्ज करा. म्हणजे रात्रीबेरात्री फोन बघणं टाळता येईल.

हे नियम पालक, मुलं, आजीआजोबा किंवा घरातील सर्व सदस्यांनी पाळले पाहिजेत.

▲▲▲

स्वओळखीच्या प्रवासातील सोबती : इंटरनेट

सोशल मीडियाशिवाय आयुष्य अपूर्ण का वाटू लागले आहे?

१३ ते १९ ही वर्षं अतिशय नाट्यपूर्ण असतात! प्रत्येकाच्या आयुष्यात, मनात, शरीरात, विचारांमध्ये उलथापालथ करणारी वर्षं... घरातल्या सुरक्षित वातावरणामधून बाहेर पडून जगाचा अनुभव घेण्याचा काळ... त्या बऱ्या-वाईट अनुभवांच्या आधारे मतं बनवण्याचा काळ! याच काळात आजच्या जेन झी आणि जेन अल्फा पिढीच्या हातात मोबाईल आहे आणि इंटरनेटचा अमर्याद ॲक्सेस!

जेन झी म्हणजे १९९७ ते २०१२मध्ये जन्माला आलेली पिढी आणि जेन अल्फा म्हणजे २०१३ ते २०२५ दरम्यान जन्माला आलेली पिढी. २०२५पासून २०३९पर्यंत जन्माला येणाऱ्या पिढीला जेन बीटा म्हटलं जाईल. या पिढ्या खऱ्या आणि आभासी अशा हायब्रीड जगात जगत आहेत. ऑनलाइन आणि ऑफलाइन जगात खूप नव्या गोष्टी त्यांना समजत असतात. ऑनलाइन जगातले अनुभव मुलं, पालक आणि शिक्षक सगळ्यांसाठीच नवीन असतात.

जेन झी पिढीच्या पालकांनी त्यांच्या किशोरवयात ऑनलाइन जगाचा कसलाच अनुभव घेतलेला नसल्याने त्यांचा या बाबतीतला अभ्यास कच्चा असतो. त्यामुळे अनेकदा मुलांना जे अनुभव येत आहेत, त्याचा अर्थ काय लावायचा, हा प्रश्न मोठ्यांच्या जगात असतो. उदाहरणार्थ, मोठ्यांच्या जगात संपर्कासाठी मोबाईल क्रमांक मागणं ही 'नॉर्मल' गोष्ट आहे, पण जेन झी आणि जेन अल्फा मंडळी

एकमेकांची इन्स्टाग्राम हॅन्डल्स मागतात; कुणीही कुणाचेही मोबाईल नंबर मागत नाही! संवादाच्या पद्धती झपाट्याने बदलत आहेत आणि अनेकदा मोठ्यांच्या जगाला त्याचा पत्ताच नसल्याने संवादात अडथळे निर्माण होतात.

या वयात शरीराबरोबर मन बदलत असतं; अनेक अनपेक्षित विचार मनात येत असतात; प्रचंड कुतूहल असतं; मतं आलेली असतात; आपण नक्की लहान आहोत की मोठे, हे आजूबाजूच्या मोठ्यांच्या वागण्यातून समजत नसतं; जाम 'कन्फ्युजन' असतं; अशा परिस्थितीत काही वेळा 'मी कुणालाच आवडत नाही', 'माझ्यावर कुणीच प्रेम करत नाही', 'मला कुणीच समजून घेत नाही', 'मी कुणालाच नकोय', असले विचार मनात यायला लागतात.

खरंतर असे विचार मनात यावेत असं काही घडलेलं असेलच असं नाही. पण तरीही, असे विचार मनात येतात... आणि त्याच वेळी ऑनलाइन जगात एखाद्या अनोळखी व्यक्तीची ओळख होते... चॅटिंग सुरू होतं... आणि आपल्याला फक्त 'तीच' व्यक्ती समजून घेऊ शकते, असं काहीतरी वाटायला लागतं आणि गडबड होते! हे असं आणि बरंच काही जेन झी आणि जेन अल्फा पिढीच्या बाबतीत होतं असतं.

वयात येताना जे अगणित प्रश्न पडतात त्यांची उत्तरं देण्याइतपत मोकळेपणा घरात नसेल, शाळेतून उत्तरं मिळतील अशी काही सोय नसेल, तर वयात येणारी मुलं अनेकदा ऑनलाइन जगात उत्तरं शोधायला सुरुवात करतात. ही उत्तरं ते चॅट रूम्समध्ये शोधतात, पोर्न साइट्सवर शोधतात, गुगल करून समज-गैरसमजांच्या चक्रात अडकतात. ही शोधाशोध करत असताना ते योग्य साइटवर पोहोचले तर बऱ्यापैकी योग्य माहिती त्यांना मिळू शकते. परंतु अर्धवट माहिती देणाऱ्या, चुकीची किंवा फिरवलेली माहिती देणाऱ्या साइटवर पोहोचले, तर मात्र प्रश्नांची उत्तरं मिळण्याऐवजी गोंधळात भर पडण्याची, गैरसमजुती रुजण्याची दाट शक्यता आहे.

या सगळ्यांत दोन अडचणी आहेत : एक, गुगल आणि आता एआयकडे असलेली सगळी उत्तरं बरोबर असतात असं नाही; आणि दुसरं म्हणजे, शोधाचा प्रवास तुम्हांला ऑनलाइन जगात कुठे घेऊन जाईल सांगता येत नाही! एखादी साइट चुकीची, अर्धवट माहिती देत आहे हेही अनेकदा त्यांच्या लक्षात येत नाही. मिळालेली माहिती योग्यच आहे असं गृहीत धरून त्यावर मत बनवणं, वर्तन ठरवणं

सुरू होतं. जी माहिती आपण योग्य मानतो आहोत, ती खरी आहे का, हे अनेकदा तपासले जात नाही.

अनेकदा डिजिटल स्पेसमध्ये खोटी माहिती अनेकांनी पुन:पुन्हा शेअर केली, पोस्ट केली की ती खरी वाटण्याची शक्यता असते, खरी वाटू लागते. यालाच सर्क्युलर रिपोर्टिंग म्हणतात. बहुतेक टीनएजर्स, तरुणाई, आणि खरंतर मोठेही; आज अशा सर्क्युलर रिपोर्टिंगच्या कचाट्यात अडकलेले आहेत. आपल्याला कुठला आजार झाला आहे का, कुठला मानसिक आजार आहे का, याचा शोध घेण्यासाठी स्वत:च स्वत:वर व्यक्तिमत्त्व चाचण्या घेण्यापासून सेल्फ मेडिकेशनपर्यंत अनेक गोष्टी टीनएजर्स आणि मोठेही करू लागले आहेत.

पिअर प्रेशर आणि मुलं

एक प्रकारे त्यांचं बालपण आणि तारुण्य भलत्याच विषयात अडकून पडतं. हे सगळे प्रयोग करत असताना त्याविषयीचं कुतूहल हा जरी मुद्दा असला, तरी आपण जे करतोय त्याविषयी योग्य माहिती त्यांच्याकडे असतेच असं नाही. त्यातून गुंतागुंत वाढत जाते. वाढीच्या वयाच्या मुलांमध्ये स्वत:चे नग्न फोटो पर्सनल चॅटमधून शेअर करण्याचं प्रमाण प्रचंड आहे. स्वत:च्या शरीराबद्दलचं कुतूहल, सतत इंटरनेटवर निरनिराळ्या पद्धतीने हार्ड आणि सॉफ्ट पोर्न बघून एक प्रकारची तयार झालेली असंवेदनशीलता, आणि पिअर प्रेशर असे अनेक मुद्दे आहेत. हे सगळे अडनिड्या वयाचे प्रश्न आहेत. ते पूर्वीच्या सगळ्याच पिढ्यांना कमी-अधिक प्रमाणात होतेच; पण या पिढीत स्मार्ट फोन आणि इंटरनेटने त्यात मोठी भर घातली आहे.

जसजशी मुलं तारुण्यात पदार्पण करतात, तसतशा अभिव्यक्ती आणि स्व-ओळखीचा हा प्रवास रंजकही बनतो किंवा त्रासदायकही! सोशल मीडियामुळे व्यक्त होण्यावर बंधन राहत नाही. कुणी व्यक्त व्हावं आणि कुणी नाही, या पारंपरिक भूमिका सोशल मीडियाने पूर्णपणे बदलून टाकल्या आहेत. कालपर्यंत व्यक्त होण्यासाठी असणाऱ्या व्यासपीठांपेक्षा वेगळ्या व्यवस्था निर्माण झाल्यामुळे व्यक्त

होण्यावरची बंधनं सैल झाली आहेत. इंटरनेटमुळे व्यक्त होण्यावर प्रत्यक्ष-अप्रत्यक्ष असलेल्या बंधनातून माणसांची चटकन सुटका झाली आहे, हे खरंच!

एखादा तरुण कवी सोशल मीडियावर त्याच्या कविता पोस्ट करून त्याच्या वाचकांपर्यंत सहज पोहोचू शकतो. कालपर्यंत प्रकाशकाने कवितासंग्रह छापायला घेतला, तरच तो वाचकांपर्यंत पोहोचण्याच्या शक्यता या नवमाध्यमांमुळे मोडीत निघाल्या आहेत. आपल्याला जे काही म्हणायचंय, ते थेट म्हणण्याचं व्यासपीठ तरुण-तरुणींना आणि टीनएजर्सना उपलब्ध झालं आहे. पोस्ट्सना मिळणारे आणि रीलसना मिळणारे लाईक्स/लव्ह्स, व्ह्यूज हुरूप वाढवणारे असतात. वाचकांना आवडलं तर ते लाईक आणि फॉलो करतात, नाही आवडलं तर नाहीत करत.

युजर्सना काय आवडेल आणि काय नाही, याचे निर्णय थेट युजर्सच्या हातात आले आहेत, त्यात इतर कुणाचाही सहभाग नसल्याने वयात येणाऱ्या आणि आलेल्या मुलांना ही माध्यमं अधिकच जवळची वाटत. त्यातून स्वप्रतिमा बळकट होतानाही दिसते. आपण जे काही लिहितोय, व्यक्त करतोय, त्याची जबाबदारी घेण्याची वृत्तीही आपोआप तयार होताना दिसते. म्हणूनच, सोशल मीडियाला 'आधुनिक काळातली क्रांती' म्हटलं जातं. सारी तरुणाई या क्रांतीची शिलेदार आहे. जगभर मुलांचे ब्लॉग्ज, सोशल मीडिया हॅण्डल आणि यूट्यूब चॅनल्स प्रसिद्ध आहेत.

इंटरनेटचं जग वाईटच आहे असं मुळीच नाही; त्याचा योग्य वापर समजला नाही, केला नाही तर मात्र इथे अगणित धोके आहेत. अनेक तरुण मुलं-मुली या माध्यमांचा उपयोग व्यवसाय उभा करण्यासाठी, समाजकाम उभं करण्यासाठी,

महत्त्वाचे संदेश एकमेकांपर्यंत आणि एकमेकांच्या माध्यमातून जगापर्यंत पोहोचवण्यासाठी करताना दिसतात.

आपण गुगल कशासाठी वापरतो, AI CHAT BOTशी का बोलतोय, सोशल मीडियावर पोस्ट का करतो, गेमिंग का करतो, या प्रश्नाची योग्य उत्तरं आपल्याकडे असणं आवश्यक आहे. सगळे करतात म्हणून एखादी गोष्टी करणं, आणि जाणीवपूर्वक विचार करून एखादी गोष्ट करणं यातला फरक लक्षात घेण्याची वेळ आता आलेली आहे. महितीपूर्ण निर्णय आणि प्रभावातून घेतलेला निर्णय यातला फरक समजून घेणं आता आवश्यक आहे. ही माध्यमं आता काही नवीन नाहीत, आपणही काही नवे ग्राहक नाही. अशा वेळी सुजाण होण्याची आणि सजग होऊन मुलांनाही जाणतं करण्याची गरज आहे.

थोडक्यात महत्त्वाचे

- सतत इंटरनेटवर असल्यानंतर, सततच्या लाईक्स/रील्समुळे, सतत ॲडल्ट कंटेंट बघायची सवय लागल्यावर 'डोपामिन-लूप' तयार होतो. त्यातून इंटरनेटचे व्यसन लागण्याची शक्यता असते. फोमो, चिंता, चिडचिड, मूड-स्विंग्स वाढतात; फोन वापरू नकोस असं म्हटलं की मुलं रागावतात, चिडतात.
- एकाग्रता, झोप आणि अभ्यास यांवर परिणाम होऊ शकतो. नोटिफिकेशन्स व मल्टीटास्किंगमुळे, सतत ऑनलाईन जगात राहिल्यानंतर एकाग्रतेमध्ये अडथळे येतात. लक्ष्य केंद्रित करता येत नाही. जागरणाने, उशिरापर्यंत स्क्रोल केल्याने झोप उडते. त्याचा परिणाम एकूण मानसिक स्वास्थ्यावर, स्मरणशक्ती, शिकण्याची इच्छा आणि क्षमता यांवर होऊ शकतो.
- फिल्टर्स/एडिटेड कंटेंटमुळे अवास्तव सौंदर्य-कल्पना, मापदंड; सततची तुलना करण्याची सवय लागल्यास आत्मसन्मान कमी होऊ शकतो, खाण्याच्या सवयी, देह प्रतिमा, स्व-प्रतिमा विस्कळीत होऊ शकते.

▲▲▲

नियम करा, तोडू द्या आणि बोला...

मुलांना मोबाईल वापरासाठी काही नियम असावेत की नाही?

मुलांसाठी मोबाईल, सोशल मीडिया, गेमिंग यासाठी नियम असावेत की नसावेत? आणि पालकांना कसलेही नियम नसतील तर मुलांना ते का असावेत? अशी चर्चा नेहमीच रंगते. शिवाय, ते नियम पालकांनी बनवावेत, की मुलं आणि पालक यांनी एकत्रितपणे बनवावेत? या सगळ्याच प्रश्नांशी डिजिटल माध्यम शिक्षण जवळून संबंधित आहे. मुलांच्या मोबाईलला आपण नियम कशासाठी लावतो आहोत, त्याचे फायदे-तोटे काय, मुलांचं त्याविषयी काय म्हणणं असू शकतं; या कशाचाही विचार न करता नियम लावणं म्हणजे, एक प्रकारे पालक झाल्यामुळे मिळालेल्या सत्तेचा गैरवापर आहे. आपल्याला 'मुलांची काळजी असणं' आणि आपण 'हुकूम गाजवणं' या दोन गोष्टी अतिशय वेगळ्या असतात.

आज घराघरांतून मोबाईलमुळे पालक आणि मुलं यांच्यात भांडणं होताना दिसतात. कारण, हातातल्या मोबाईलविषयी आणि इंटरनेटच्या प्रचंड मोठ्या विश्वाविषयी संवाद नाही. पुढच्या पिढ्या म्हणजे जेन झी आणि जेन अल्फा जन्माला आल्यापासून मोबाईल वापरात आहेत. त्यांनी मागणी करण्याआधीपासून त्यांच्या भवतालात मोबाईल असतोच. आपल्या सोयीसाठी, त्यांनी हट्ट केला म्हणून, शाळेसाठी मोबाईल दिला जातोच! अगदी रांगणारी असतात, तेव्हा खेळण्यातले, निरनिराळे आवाज करणारे मोबाईल; मग तीन-चार वर्षांची झाली की आपल्या

स्मार्ट फोनसारखं दिसणारं फोनमॉडेल देतो. मुलाच्या हातात कधी एकदा त्याचा स्वतःचा टॅब / मोबाईल / लॅपटॉप देतोय, असं अनेक पालकांना झालेलं असतं. शिवाय, ते जन्माला आल्यापासून बॅकग्राउंड म्युझिकप्रमाणे घरातला टीव्ही आणि आई-बाबांच्या नाहीतर आजी-आजोबांच्या हातातला मोबाईल ऐकत असतात... बघत असतात. आपलं मूल टेक्नोसॅव्ही आहे हे दाखवण्याची धडपड एकीकडे असते; तर दुसरीकडे मुलांना लहान वयापासून ही गॅझेट्स दिली नाहीत, तर ती मागे पडतील ही पालकांच्या समूहातून निर्माण झालेली अवास्तव भीती असते.

इंटरनेटवरचा मुलांचा संचार आपल्याला वाटतो त्यापेक्षा कित्येक पटींनी जास्त आणि वेगवान आहे. आई-बाबांसाठी दाखवायला आणि त्यांच्या पाठीमागे एक असं मुलांचं स्वतःचं इंटरनेटचं विश्व असतं. या गोष्टी १० ते १३ वयोगटातली मुलंमुलीही करतात; कारण मुळात इंटरनेट हे प्रचंड स्वातंत्र्य देणारं माध्यम आहे. मुलांच्या हातात या गोष्टी देणं ही एक मोठी जबाबदारी आहे. या जबाबदारीची जाणीव पालकांना असणं आवश्यक आहे, त्यांनी ती मुलांपर्यंत पोहोचवणं अतिशय गरजेचं आणि तितकंच जबाबदारीचं काम आहे. ही जबाबदारी स्वीकारली गेली पाहिजे.

'मुलांना मोबाईल कधी द्यावा?' याविषयी बरीच मतमतांतरं आहेत. तसंही मुलं जन्माला आल्यापासून आई-बाबांचा फोन वापरतच असतात; पण त्यांना स्वतःचा फोन कधी द्यावा, याबाबत पालकांमध्ये मतभिन्नता दिसून येते. सर्वसाधारणपणे आपल्याकडे तरी मुलांना पाचवी-सहावीनंतर मोबाईल फोन मिळतो. तो देताना किती पालक त्याच्या वापराबद्दल मुलांशी बोलतात? बऱ्याचदा नाही. कुठल्याही गोष्टीला दोन बाजू असतात. त्या दोन्ही बाजू मुलांना सांगितल्या गेल्या पाहिजेत; जेणेकरून मोबाईलसारख्या अत्यंत नादावून टाकणाऱ्या वस्तूच्या आहारी न जाता, मुलं त्याचा 'स्मार्ट' वापर करायला शिकतील. मुलांच्या हातात मोबाईल देताना आपण मुलांबरोबर चर्चा करून, संवाद साधून एकत्रितपणे काही नियम ठरवू शकतो. उदाहरणार्थ, काही नियम मी तुम्हांला सांगते, त्यावरून तुम्हांला अंदाज येईल आणि तुम्ही तुमची नियमावली मुलांशी बोलून बनवू शकाल.

- फोनचा पासवर्ड पालकांना माहीत असायला हवा.
- रोज रात्री नऊ वाजता फोन 'स्विच ऑफ' झाला पाहिजे. वीकएंडला फोन रात्री दहापर्यंत मिळेल, त्यानंतर बंद करायचा.

- 'फोन घेऊन शाळेत जायचं नाही. मित्रमैत्रिणींना टेक्स्ट मेसेजेस करण्यापेक्षा त्यांच्याशी प्रत्यक्ष जाऊन बोल... गप्पा मार... त्यात वेगळी गंमत आहे आणि माणसांशी प्रत्यक्ष संवाद साधणं ही एक कला आहे; जी तू शिकली पाहिजेस असं आम्हांला वाटतं.' असं तुम्ही मुलांना सांगू शकता.
- 'या फोनचा वापर करून तू कुणाशीही काहीही खोटं बोलणार नाहीस, कुणाचाही अपमान होईल, कुणीही दुखावलं जाईल असं काहीही तू करणार नाहीस. कुणालाही सायबर बुली किंवा ट्रोल करणार नाहीस.'
- 'या फोनमुळे इंटरनेट तुझ्या हातात येणार आहे...लैंगिकतेबद्दल तुला काही प्रश्न असतील, तर ते तू थेट आम्हांला विचार. आम्ही तुझ्या सगळ्या प्रश्नांची उत्तरं देऊ...' असंही मोकळेपणाने मुलांना सांगू शकता.
- 'रोज फोन किती वापरणार हे ठरव आणि ती वेळ सांभाळण्याचा प्रयत्न कर!' असंही सांगून तुम्ही मुलांवर जबाबदारी टाकू शकता.

यात एक गोष्ट लक्षात घ्या... नियम फक्त मुलांना असतील तर उपयोग होत नाही. काही नियम संपूर्ण कुटुंबासाठी हवेत, तरच कुटुंबाचाही स्क्रीन टाइम कमी व्हायला मदत मिळू शकते. तसंच, अशी नियमावली बनवल्यानंतरही मुलं नियम तोडणार आहेत, त्यांच्या मनाला येईल तसं वागणार आहेत; त्या प्रत्येक वेळी त्यांच्या अंगावर न ओरडता नियमावली समोर ठेवून त्यांच्याशी संवाद साधला पाहिजे. नियम का तोडले, का तोडावेसे वाटले, त्यामुळे काय झालं, याच्या चर्चेतूनच त्यांच्यात माध्यम वापरायचं भान विकसित होईल. आणि आई-बाबा जाच करतात असं न वाटता मुलं अधिक मोकळेपणाने संवादाला तयार होतील. कदाचित आपला आपण स्क्रीन टाइम मॅनेजमेंटचे प्रयत्नही करायला लागतील. हा दीर्घ प्रवास आहे, त्यामुळे पालक म्हणून आपण 'पेशन्स' सोडून चालणार नाही!

समाजमाध्यमं म्हणजे, व्यक्तिगत गरजा लक्षात घेऊन बनवलेल्या, जागतिक पातळीवर निर्मित केलेल्या, आणि स्थानिक पातळीवर वाटलेल्या लहान झोपड्या बनल्या आहेत; ज्यामध्ये आपण आपल्या गरजेनुसार राहतो! प्रत्येकाची वॉल म्हणजेच प्रत्येकाची झोपडी निराळी आहे... तिचा रंग निराळा आहे... पोत वेगळा आहे! आपण वावरतो ते समाजमाध्यम आणि त्यातून दिसणारं जग एक जागतिक खेडं नाही, तर 'कस्टमाईज' बनवलेल्या करोडो बेटांचा एक प्रचंड मोठा पसारा

आहे; जिथे शेजारच्या बेटावरच्या झोपडीत नक्की काय चाललंय याचा थांगपत्ता लागत नाही! जे दिसतं आणि दाखवलं जातं त्यापेक्षा या बेटांचं वास्तव बरंच निराळं आहे. हे समजून घेणं, नव्या पिढ्यांना समजावून सांगणं, आणि मग त्याच्या वापराकडे जाणं, याला म्हणतात डिजिटल विवेक... डिजिटल विस्डम! डिजिटल विवेक विकसित करणं म्हणजेच माध्यम शिक्षित होणं!

थोडक्यात महत्त्वाचे

- Pause–Check–Proceed (थांबा–तपासा–पुढे जा): कुठलीही लिंक/व्हिडिओ शेअर करण्याआधी १० सेकंद थांबा, स्रोत तपासा (about, date, who benefits), मगच काय करायचं ते ठरवा.
- कंटेंट भावनांना हात घालणारा वाटला तर फेक नाही ना, हे तपासून मगच पुढे पाठवले किंवा शेअर केले पाहिजे.
- परवानगीशिवाय फोटो/चॅट/लोकेशन शेअर करू नका. इतर कुणीही तुमचे फोटो किंवा व्हिडीओ शेअर करणार असेल तर तिथे परवानगी आवश्यक आहे याची जाणीव मुलांना करून द्या.

▲▲▲

विभाग २

GenZचं हायब्रीड आयुष्य!

तरुणाईच्या स्क्रोल्समध्ये डोकावून बघताना..

लाडका, हटवादी सोशल मीडिया

अभिव्यक्ती नंतर, आधी व्यवसाय!

ऑस्ट्रेलियाने १६ वर्षांखालील मुलांसाठी सोशल मीडिया बंदी आणली आहे, अमेरिकेतल्या फ्लोरिडा राज्यातही १६ वर्षांखालच्या मुलांना सोशल मीडिया वापरण्यावर बंदी घालणारं विधेयक मंजूर करण्यात आलं आहे. असा कुठलाही मीडिया जो १६ वर्षांखालील मुलांना फोटो-व्हिडिओ अपलोड करण्याची, परस्पर संवाद साधण्याची आणि सोशल मीडियाचं व्यसन निर्माण करणारी फीचर्स वापरण्याची संधी देतो, तो मीडिया मुलं वापरू शकत नाहीत. ऑस्ट्रेलियानेही या संदर्भातले नियम डावलणाऱ्या कंपन्यांना मोठा भुर्दंड भरावा लागणार असल्याचे नमूद केले आहे.

'फ्लोरिडा बिल'नुसार असं कुठलंही प्रोफाइल जे 'मायनर' आहे, म्हणजे वयाची सोळा वर्षं पूर्ण झालेले नाही, ते सोशल मीडिया कंपन्यांनी डिलीट केलं पाहिजे. हे विधेयक मांडणारे टायलर सिरॉईस यांनी त्यांच्या निवेदनात म्हटलं आहे की, वाढीच्या वयाच्या मुलांचा ही माध्यमे गैरफायदा घेत आहेत. वापरणाऱ्याने खिळून राहावं असंच या माध्यमाचं बिझनेस मॉडेल आहे. अर्थातच, यावरून उलटसुलट चर्चा सुरू झाल्या आहेत.

या सगळ्यांत मेटाचं उत्तर म्हणजे, ॲप्स डाउनलोड करण्याआधी किंवा वापरतानाही पालकांची परवानगी आणि निगराणी. त्याचबरोबर मेटाचं असंही म्हणणं आहे की, मुलांना सोशल मीडिया वापरण्यापासून वंचित ठेवलं गेलं

तर कदाचित योग्य माहिती, नोकऱ्या, समवयीन आणि सामाजिक कार्यक्रम त्यांच्यापर्यंत पोहोचू शकणार नाहीत आणि हा त्यांच्यासाठी मोठा तोटा असेल.

अमेरिकेच्या COPPA म्हणजे चिल्ड्रेन्स ऑनलाइन प्राव्हसी प्रोटेक्शन अ‍ॅक्टनुसार, सोशल मीडियावर वयाची १३ वर्ष पूर्ण झाल्यानंतरच येता येतं. त्याखालील मुलांची प्रोफाइल्स तयार होणार असतील तर ती मोठ्यांनी 'हॅन्डल' करणं अपेक्षित आहे. १३ वर्षांच्या नंतर त्याची सूत्र मुलांकडे येतात आणि त्यांना त्यांची प्रोफाइल्स 'पब्लिक' किंवा 'प्रायव्हेट' जशी हवी तशी ठेवता येतात. भारतातही सध्या हेच नियम लागू आहेत.

चीनने मात्र या संदर्भात वेगळ्या पद्धती आणि नियम राबवले आहेत. अर्थात, याचं एक कारण हेही आहे की, त्यांच्याकडे त्यांचे स्वतःचे प्लॅटफॉर्म्स आहेत. त्यांचे स्वतःचे सोशल मीडिया प्लॅटफॉर्म्स, सर्च इंजीन्सपासून सर्व काही आहेत. त्यामुळे एज व्हेरिफिकेशन करायचं झालं तर डेटा देशांतर्गत कंपनीतच राहतो. त्यातून त्यांच्याकडे मुळातच इंटरनेट वापरायचं असेल तर खऱ्या नावाने आणि व्हेरिफिकेशन झाल्यावरच वापरता येतं.

१८ वर्षांखालच्या मुलांसाठी तिकडे अतिशय कडक कायदे आहेत. त्यांना गेमिंग आणि सोशल मीडियासाठी आठवड्यातील फक्त तीन तास दिले जातात. वीकएंड आणि सुट्टीच्या दिवशी एक तास मिळतो. खऱ्या नावाने नोंदणी करणं बंधनकारक आहे. ८ ते १६ वर्षांची मुलं दर महिन्याला जास्तीत जास्त २०० युआन गेमिंगवर किंवा सोशल मीडियावर खर्च करू शकतात; तर १६ ते १८ वर्षांसाठी प्रति महिना ४०० युआनची मर्यादा आहे.

डौयीन (चायनीज टिकटॉक)सारखे प्लॅटफॉर्म्स वापरावरही निर्बंध आहेत. यावर १४ वर्षांखालच्या मुलांना रोज फक्त ४० मिनिटं वापरता येतात. या प्लॅटफॉर्म्सवर टीन किंवा यूथ मोड असा पर्याय असतो.

ऑस्ट्रेलियाच्या ऑनलाइन सेफ्टी अमेंडमेंट बिलामध्ये अजून बऱ्याच गोष्टी स्पष्ट होणे बाकी आहे. मुळात 'एज व्हेरिफिकेशन कसं केलं जाणार?' हा सगळ्यांत कळीचा मुद्दा आहे. त्याबाबत ऑस्ट्रेलियन

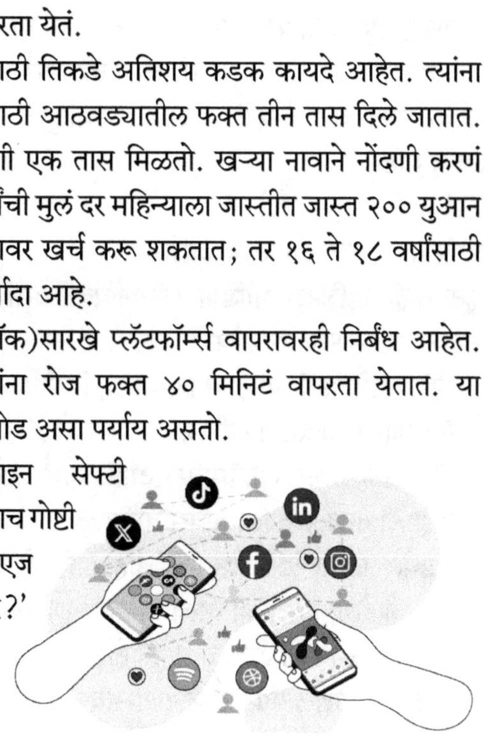

सरकारने अजून काही भाष्य केलेलं नाही. पण इ-व्हेरिफिकेशनशिवाय दुसरा पर्याय नाही, असं आता तरी मानलं जात आहे.

सोशल मीडियाचे वापरकर्ते म्हणून आपण काही गोष्टी समजून घेतल्या पाहिजेत. सगळ्यांत पहिला मुद्दा आहे – सोशल मीडियाच्या बिझनेस मॉडेलचा!

काय आहे सोशल मीडिया बिझनेस मॉडेल?

सगळ्यांत पहिली आणि महत्त्वाची गोष्ट म्हणजे, सोशल मीडिया किंवा कुठला ऑनलाइन प्लॅटफॉर्म आपण फुकट वापरत नाही. हे सोशल मीडिया प्लॅटफॉर्म्स वापरण्यासाठी आपल्याकडून पैसे घेतले जात नसले, तरीही आपण त्याची किंमत मोजतोच! आपला डेटा, वेळ, भावनिक गुंतवणूक, त्यावरील अवलंबित्व ही सगळीच 'करन्सी' आहे, हे लक्षात घेऊ या! म्हणजेच, आपण किती वेळा हे प्लॅटफॉर्म्स वापरतो यावर कंपन्यांचा फायदा-तोटा अवलंबून आहे. थोडक्यात, आपण पुनःपुन्हा या प्लॅटफॉर्म्सवर आलो तरच या कंपन्या चालतील आणि त्यांना नफा होईल. 'एंगेजमेंट'; मग ती कशी का असेना, त्याला महत्त्व आहे. कारण, त्यावर नफा-तोटा अवलंबून आहे... त्यातूनच तयार होतं व्यसनांचं डिझाईन आणि मॉडेल!

व्यसनांची साखळी काय आहे?

कुठल्याही डिजिटल मीडिया प्लॅटफॉर्मवर असं काहीतरी पाहिजे, जेणेकरून ग्राहकाला म्हणजे आपल्याला परतपरत यावंसं वाटेल. त्यातूनच 'लाईक', 'लव्ह'सारखी बटणं, गेमिंगच्या पायऱ्या, डिस्काउंट आणि त्याची डिझाइन्स यांची निर्मिती झाली आहेत. 'किती लाईक्स मिळाले?' हा ट्रॅप नसेल तर आपण पुनःपुन्हा कशाला येऊ सोशल मीडियावर! आणि कमेंट्स हाही त्याचाच एक भाग आहे. चर्चा झाली तरच परतपरत यावंसं वाटेल.

इथलं गणित प्रसिद्धीसारखं आहे. प्रसिद्धी चांगली की वाईट हे महत्त्वाचं नाही... ती होणं महत्त्वाचं! तसंच ते महत्त्वपूर्ण विषयांवर आणि दर्जेदार चर्चा करत आहेत की एकमेकांना अर्वाच्च भाषेत ट्रोल करत आहेत, भांडत आहेत हे महत्त्वाचं नाही. त्यांनी सोशल मीडिया प्लॅटफॉर्म्सवर 'एंगेज' राहणं आवश्यक आहे!

आता हे सगळं प्रौढ व्यक्तींच्या बाबतीत कुणालाही आक्षेपार्ह वाटण्याचं कारण नाही. कारण प्रौढ व्यक्ती जे काही करतात ते विचार करून आणि स्वेच्छेने करतात, असं आपण गृहीत धरलेलं आहे. पण हेच सगळं मुलांच्या हातात जातं तेव्हा त्यांचे विपरीत परिणाम दिसायला सुरुवात होते. सायबर बुलिंगपासून बॉडी शेमिंगपर्यंत आणि सायबर गुन्ह्यांपासून डिजिटल व्यसनापर्यंत!

सगळं युद्ध डेटाचं!

एक गोष्ट इथे लक्षात घेणं आवश्यक आहे; ती म्हणजे, जगभर सगळ्या कंपन्यांची सगळी धडपड जास्तीत जास्त डेटा गोळा करण्याची आहे. आणि हाही डेटा कुणाचा? तर, प्रामुख्याने मुलांचा. जेन झी, जेन अल्फा आणि त्यामागून येणारे जेन बीटा या पिढ्यांच्या डेटाकडे सगळ्यांचं लक्ष लागून आहे. कारण या तिन्ही पिढ्या वर्तमान आणि भविष्याच्या इंटरनेटच्या प्रमुख ग्राहक आहेत. या मुलांच्या डेटामुळे जगभरात बऱ्याच गोष्टी बदलत आहेत... बदलणार आहेत!

ही मुलं काय विचार करतात, काय विचार करू शकतात, कशाच्या प्रभावाखाली येतात, कशाच्या येऊ शकत नाहीत, काय केलं म्हणजे या मुलांना एखादी गोष्ट पटवून देणं शक्य होऊ शकतं, इथपासून ते या तिन्ही पिढ्यांना ग्राहक म्हणून 'तयार' करणं हे या डेटाच्या भरवशावरच तमाम कंपन्यांना शक्य आहे. त्याला कृत्रिम बुद्धिमत्तेची जोड आहे.

मेटा आणि गुगल यांसारख्या अवाढव्य कंपन्यांना ऑस्ट्रेलियामध्ये आणि त्यांच्या कायद्यांमुळे प्रचंड धोका आहे, अशातला भाग नाही. कारण इथे त्यांचा 'युजर बेस' बेताचा आहे. पण, ऑस्ट्रेलियामधलं हे वारं जगभर पसरलं, आणि विशेषतः प्रचंड लोकसंख्या असलेल्या देशांमध्ये पसरलं, तर हा या कंपन्यांच्या मुळावर घाव आहे. भारतासारख्या देशात मेटा, मायक्रोसॉफ्ट, एक्स आणि गुगल यांचा सर्वाधिक ग्राहकवर्ग आहे. अशा वेळी तिथे असे निर्बंध आले तर ग्राहक वर्ग कमी होईलच; शिवाय भविष्यातल्या ग्राहकाचा डेटा गोळा करणं आणि त्याचे विश्लेषण करून व्यावसायिक धोरणं आखणं (जरी भारतासह जगभरातले तरुण मोठ्या प्रमाणावर पायरेटेड आणि विकत घेऊनही VPN वापरायला लागले असले तरीही!) या सगळ्यांमध्ये विविध अडथळे तयार होऊ शकतात.

शिवाय, गोम अशी आहे की, जगातल्या या बलाढ्य कंपन्यांकडे चिनी माणसांचा म्हणजे जगाच्या लोकसंख्येतल्या १.४४ बिलियन लोकांचा डेटा नाही. पण जगभरातल्या अनेक मोठ्या गेमिंग आणि सोशल मीडिया प्लॅटफॉर्म्समध्ये चिनी गुंतवणूक आहे. उदाहरण द्यायचं झालं तर roblox ही कंपनी, ज्यांचे अनेक गेम्स मुलांमध्ये अतिशय प्रसिद्ध आहेत, त्यात मोठी चिनी गुंतवणूक आहे. त्यामुळे लहान मुलांची काळजी हा मुद्दा वरकरणी दिसत असला, तो महत्त्वाचा असला, तरीही मुलांच्या आणि तरुणांच्या डेटाचं जे युद्ध सुरू आहे त्याकडे दुर्लक्ष करता येणार नाही!

जबाबदारी कुणाची?

सोशल मीडिया आणि गेमिंग प्लॅटफॉर्म्स यांचे अनेक दुष्परिणाम गेल्या काही वर्षांत ठळकपणे पुढे आले आहेत. इंटरनेटचं व्यसन हा गंभीर प्रश्न आहे. 'ब्रेन रॉट' हा शब्द आताच ऑक्सफर्ड डिक्शनरीने अधिकृत शब्द म्हणून स्वीकारला आहे. अति स्क्रीन टाइममुळे जगभर ऑटिझम वाढतोय का, यावर संशोधनं सुरू आहेत. मुलांच्या संदर्भात घडणारे सायबर गुन्हे वाढत आहेत. या सगळ्या गदारोळात मुलांवर होणाऱ्या दुष्परिणामांबाबत काहीतरी ठोस पावलं उचलली जाणं आवश्यक आहे.

जसं रस्त्यावर गाडी चालवण्याचं, दारू पिण्याचं, लग्न करण्याचं एक वय कायद्याच्या चौकटीत मान्य केलेलं असतं; त्यामागे काही कारणं असतात, त्याचप्रमाणे इंटरनेटचा वापर मुलांनी कधीपासून सुरू करावा, त्या इंटरनेटवरच्या वेगवेगळ्या प्रॉडक्ट्सचा वापर करण्याचं वय कुठलं, याबाबतही ठळक नियम आणि मार्गदर्शन असणं आवश्यक आहे.

इंटरनेट मुलांना उपलब्ध असणं हा त्यांचा मूलभूत अधिकार आहे, पण त्यावरची कुठली प्रॉडक्ट्स त्यांनी वापरावीत हे वयानुरूपच असलं पाहिजे. या सगळ्या बाबतीतले नियम तोडले जातात, म्हणून नियमच न लावणं शहाणपणाचं ठरू शकत नाही. त्या दृष्टीनेही ऑस्ट्रेलिया किंवा चीनचे प्रयत्न ही महत्त्वाची सुरुवात मानली पाहिजे. 'हा निर्णय राबवायचा कसा?' हा मोठा प्रश्न असला तरीही मुलांच्या सुरक्षेची आणि मनोसामाजिक स्वास्थ्याची जबाबदारी प्लॅटफॉर्म्स, सरकारं आणि पालक यांना उचलावीच लागणार आहे. नव्हे, त्यांनी ती उचललीच पाहिजे!

थोडक्यात महत्त्वाचे

- मूल जर १८ वर्षांपेक्षा लहान असेल तर त्यांची अकाउंट्स प्रायव्हेट आहेत ना हे बघितले पाहिजे.
- **फॉलोवर्स ऑडिट :** ओळखीचे नसलेले/संशयास्पद अकाउंट्स नियमित काढले पाहिजेत. ही गोष्ट मुलांना सांगा.
- पालकांशी संवाद असेल तर 'ऑनलाइन गोष्टी' मुलं मोठ्यांशी शेअर करतात. तिथे काही चुकीचे घडत असेल तर सांगतात. मुलांमध्ये हा विश्वास निर्माण करा.
- In-App Purchases बंद ठेवा किंवा त्यासाठी पालकांची परवानगी आवश्यक.
- डिजिटल फूटप्रिंट जागरूकता निर्माण करा. आपले फोटो/व्हिडिओ अपलोडपूर्वी 'कुणीतरी ते पाहणार? कुणी डाउनलोड करणार, कुणी स्क्रीन शॉट्स काढणार' हे चालेल का? हा प्रश्न विचारायला शिकवा.
- अज्ञात ग्रुप्सच्या रिक्वेस्ट का स्वीकारणं धोकादायक आहे मुलांना सांगा. विशेषतः १६ वर्षांच्या खालील मुलांसाठी.
- मदतीसाठी 1930/1945 (सायबर हेल्पलाइन)/ cybercrime.gov.in. मुलांना माहीत असायला हवा.

▲▲▲

सोशल मीडियावर आले आणि बदलले!

असं अनेक वयात येणाऱ्या मुलांच्या बाबतीत का घडतंय?

''तो आधी असा नव्हता. फोन आणि सोशल मीडिया वापरायला लागल्यापासून खूप बदलला आहे. सारखी चिडचिड... उलट उत्तरं... उद्धटपणा वाढला आहे. काही सांगत नाही... स्वतःच्या खोलीत असतो नेहमी... कळत नाही काय करावं!''

–एक आई

''तिचं काय सुरू आहे समजत नाही. अभ्यास करते, मार्कही मिळवते... पण सतत फोनमध्ये असते. कुणाशी बोलणं नाही. नातेवाइकांकडे येत नाही. सारखी ऑनलाइन भांडणं होत असतात. मग सतत चिडचिड... धुसफुस! विचारलं तर सांगत नाही.''

–एक बाबा

लॉकडाउनमध्ये टीनएजर झालेल्या किंवा प्री-टीन्समध्ये शिरलेल्या मुलामुलींच्या आई-बाबांकडून या आणि अशा स्वरूपाच्या तक्रारी वरचेवर ऐकायला मिळत आहेत. यातली बहुतेक मुलं लहानपणापासून टीव्ही किंवा मोबाईल यांच्याबरोबर वाढलेली असतात. त्यांना स्वतःचे स्वतंत्र फोन लॉकडाउनमध्ये मिळाले असले तरी यातले बहुतेक जण अगदी तान्हे असल्यापासून टीव्हीवर किंवा मोबाईलवर कार्टून्स,

बडबडगीतं किंवा लहान मुलांची गाणी/सिनेमे/गोष्टी बघत जेवणारी असतात. आई-बाबांच्या कामाच्या वेळात आपल्याला टीव्ही आणि मोबाईल हमखास मिळतो हे माहीत झालेली; आणि प्रसंगी मोबाईल/टीव्ही बघायला मिळावा म्हणून आई-बाबांना कसं गुंडाळायचं या कलेत प्रावीण्य मिळवलेली असतात!

आता इथे आपण एक लक्षात घेऊ या... ज्या मुलांना वयाच्या तीन-चार महिन्यांपासून कुठल्या ना कुठल्या स्क्रीनवर, काही ना काही बघायची सवय लागलेली आहे, अशी मुलं टीनएजर होतात तेव्हा त्यांचं वर्तन अचानक बदलू शकेल का? नाही. पण, पालक म्हणून आपण आपल्याच मुलांकडे वेगवेगळ्या नजरेने बघायला अचानक सुरुवात करतो आणि संघर्ष वाढायला लागतो. कालपर्यंत आपल्याला भरपूर टीव्ही बघू देणारे, कधीही मोबाईल मागितला तरी देणारे आई-बाबा अचानक या सगळ्याला धरून इतके का बोलायला लागले आहेत... हे त्या मुलांना समजत नाही. कालपर्यंत हे सगळं चालत होतं; पण आज अचानक यावर बंधन आणण्याची गोष्ट आई-बाबा का करतात, हेही त्यांना समजत नाही. मग 'फोन ठेवून दे' असं म्हटलं की ती चिडतात... रागावतात... रुसतात. प्रसंगी त्यांच्याही अपेक्षेपेक्षा जास्त हिंसक बनतात.

आई-बाबा आपल्या अपेक्षा आता का बदलत आहेत, हे नीट पद्धतीने मुलांपर्यंत पोहोचवत नाहीत. बहुतेक घरातून मोबाईलच्या सवयी या अभ्यासाशी जोडलेल्या असतात. एकूणच, डिजिटल वर्तनातून मनोसामाजिक परिणाम होऊ नयेत, हा काही विचार नसतो. अभ्यास होत नाहीये, परीक्षा आलेली आहे, दहावी आहे, कमी मार्क मिळाले तर काय..., चांगलं कॉलेज मिळालं नाही तर काय... हे सगळे मुद्दे अचानक महत्त्वाचे व्हायला लागले की आई-बाबा मोबाईलचं रेशनिंग सुरू करतात, त्यांचा पेशन्स संपतो, आणि त्याची सवय नसलेली मुलं वैतागतात! कुठलीही सवय तडकाफडकी बदलता येत नाही, तसं करण्याचा प्रयत्न केला तर त्याचा त्रास होऊ शकतो, हे मात्र या सगळ्यांत कुठेही विचारात घेतलं जात नाही.

कालपर्यंत नियम नव्हते, आजच का मग? हा त्यांचा सरळसरळ प्रश्न असतो—जो मोडीत काढता येत नाही! काही मुलं मार्क पाडून आई-बाबांना गप्प करण्याचा प्रयत्न करतात, तर काही आरडाओरडा करून! पण या कशाचाच उपयोग मुलांचं

बदलणारं वर्तन सावरू शकत नाही. त्यामुळे मुलांशी 'सायबर संवाद' मोबाईलची ओळख झाल्या दिवसापासून गरजेचा असतो... जो घराघरांतून अजिबात होत नाही! टीनएजर्सच्या वर्कशॉप्समध्ये अनेकदा मुलं एक नोंद आवर्जून करतात. ती म्हणजे, 'आम्ही जसे नाही तसे दाखवण्याचा प्रयत्न सोशल मीडियावर करतो आणि त्याचा ताण येतो.' हा ताण मोठ्यांवरही येत असतो. आपण जे नाही, किंवा आपण जसं असायला हवं असं आपल्याला वाटतं तसं दाखवण्याचा प्रचंड ताण सोशल मीडिया तयार करत असतो. कारण इथे प्रत्येक जण त्यांचं 'बेस्ट' दाखवण्याच्या प्रयत्नात असतो... आणि ते स्वाभाविकही आहे. पण, हे सगळं करत असताना आपण हे का करतोय, आणि तिथे जरी आपलं सगळं 'बेस्ट' दिसत असलं तरी आपल्यात या या गोष्टींची कमतरता आहे, हे दुर्गुण आहेत, याचा स्वीकार आवश्यक असतो.

पण, होतं काय? सतत 'बेस्ट' दाखवण्याच्या, दिसण्याच्या धावपळीत आपण खरे कसे आहोत याकडे दुर्लक्ष होतं आणि 'आभासी जगातले आपण विरुद्ध प्रत्यक्ष आपण' असा एक झगडा आपल्याही नकळत आपल्या आत सुरू होतो. टीनएजर्सच्या बाबतीत तर हा झगडा काही वेळा इतका तीव्र होतो, की आपण नक्की कसे आहोत... ऑनलाइन जगातले खरे, की ऑफलाइन जगातले खरे हेच कळेनासं होतं! त्यातूनच मुलांवर प्रचंड ताण येतो. त्यातून चिडचिड वाढते; स्वप्रतिमेचे प्रश्न तयार होतात; स्वतःच्या प्रत्येक कृतीवर, विचारावर शंका घ्यायला सुरुवात होते. एका विचित्र चक्रात ही मुलं अडकत जातात. प्रत्यक्ष जगातून पुरेसं कौतुक, प्रोत्साहन मिळत नसेल, काहीतरी मिळवल्याची भावना (अचिव्हमेंट) पूर्ण होत नसेल, रंग-रूपाविषयी नाराजी असेल, तर मग हळूहळू सोशल मीडियावरचं अवलंबित्व वाढायला लागतं. 'प्रत्यक्षाहून प्रतिमा सुंदर' करण्याकडे ही मुलं त्यांच्याही नकळत खेचली जातात! पुन्हा या सगळ्यांत जे घडतंय त्याविषयी संवाद असेलच असं नाही. तो करण्याची इच्छा असली तरी कुणाशी करायचा, हे समजत नाही आणि गुंते वाढत जातात.

त्यातून मग आयसोलेशन येतं... म्हणजे स्वतःच्या खोलीत किंवा मोबाईलमध्ये स्वतःला कोंडून घेणं, अचानक स्वतःच्या 'स्पेस'बद्दल बोलायला लागणं, ऑफलाइन कुठलीही गोष्ट अत्यंत कंटाळवाणी वाटणं आणि ऑनलाइन गेल्यावर भारी वाटणं सुरू होतं... आणि कालपर्यंत आपल्या गळ्यात पडणारं पोर अचानक असं का वागू लागलं आहे, या विचाराने आई-बाबा भांबावून जातात!

टीनएजर मुलांच्या आयुष्यातला हा गुंता सोडवायचा असेल तर त्यांच्याशी स्क्रीनबद्दल खूप लवकर बोलायला सुरुवात केली पाहिजे. ज्या क्षणी आपण त्यांना फोन देतो, (मग तो त्यांचा स्वतःचा किंवा पालकांचा) तेव्हाच त्यांना समजेल अशा पद्धतीने या स्क्रीनचे फायदे-तोटे सांगितले पाहिजेत; त्या संदर्भात काही नियम केले पाहिजेत; ते काटेकोरपणे पाळले जात आहेत ना, हे बघितलं पाहिजे. अचानक केलेला कुठलाही बदल आपण मोठेही अनेकदा स्वीकरत नाही, मग मुलांकडून कशी अपेक्षा करणार!

थोडक्यात महत्त्वाचे

- मुलांच्या वर्तनात बदल जाणवले तर आठवडाभर मूड-डायरी लिहायला सांगा. झोप, अभ्यास, चिडचिड, गुप्तता असे अनेक विषय अचानक समोर आले असतील तर ते कशामुळे वाटतंय ते मुलांना विचारा. त्यांना विचार करायला प्रवृत्त करा.
- **ट्रिगर्स ओळखा :** मुलांना ओळखायला शिकवा. उदा. तुलना, बॉडी-शेमिंग, ग्रुमिंग, FOMO यामुळे काय घडत आहे. भावना कशा बदलता आहेत.
- मुलांबरोबर सोशल मीडिया डिटॉक्स करा. म्हणजे त्यांना सोशल मीडियावरुन बाहेर यायला सांगताना, पालक म्हणून आपणही काही काळासाठी तो बंद करायचा. याचा सगळ्यांनाच फायदा होतो.

▲▲▲

मुलं एकलकोंडी होऊ शकतात का?

मोबाईलचा स्क्रीन ही खासगी 'स्पेस' असते - हे विसरू नका!

गेमिंग, सोशल मीडिया, ओटीटी प्लॅटफॉर्म्स आणि पोर्नोग्राफी या सगळ्यांचा एक महत्त्वाचा दुष्परिणाम म्हणजे, एकलकोंडेपणा... आयसोलेशन. या सर्व माध्यमांचा वापर करणारे कुठे ना कुठे एकलकोंडे होत जातात. म्हणजे, समाजमाध्यमं एकमेकांशी कनेक्ट होण्यासाठी असली, तरी माणसं याच्या अतिवापरामुळे एकलकोंडी होण्याची खूप दाट शक्यता असते – विशेषतः मुलांचं मनोसामाजिक आणि भावनिक स्तरांवर प्रचंड नुकसान होऊ शकतं.

मुलं निरनिराळ्या माध्यमांवर जे काही बघतात ते काही ती सगळ्यांबरोबर बसून बघत नाहीत... अगदी यूट्यूब चॅनल किंवा इन्स्टाग्राम किंवा इतर प्लॅटफॉर्म्सवरचे व्हिडिओज बघत असतील तरीही! म्हणजेच, ती स्वतःला आयसोलेट करून या माध्यमांवर जातात. अशात काही काळ पोर्न बघण्यासाठी दिला जात असेल तर तोही एकटेपणामध्येच दिला जातो. या सगळ्यांतून दोन गोष्टी घडतात : एक तर वेळेचं भान सुटतं, आणि टीनएजर्स एकटी-एकाकी-एकलकोंडी होऊ शकतात.

आपल्याकडे मुलांवर असणारं प्रेम व्यक्त करण्याच्या ज्या अनेक पद्धती आहेत, त्यात मुलांना अगदी लहान वयापासून स्वतःचे फोन घेऊन देणं हा प्रकार सर्रास दिसून येतो. आपल्या जे मिळालं नाही ते मुलांना मिळालं पाहिजे, ही भावना अनेक पालकांमध्ये असते. मुलांनी टेक्नोसॅव्ही असायलाच हवं, ही गरज मुलांच्या आधी पालकांची असते. तर, काही पालक इतर पालकांच्या दबावाखाली येत फोन घेऊन देतात. काही जणांसाठी स्वतःचं स्टेटस दाखवण्याची ती एक पद्धत असते.

विचार करा... वयाच्या दहाव्या आणि बाराव्या वर्षी पोर्न कंटेंट बघण्याचं, गेमिंगचं व्यसन मुलांना लागणार असेल तर त्यांचं भवितव्य कसं असेल?

नातेसंबंधांबद्दल ते काय विचार करतील? लैंगिकतेबद्दल निर्माण होणाऱ्या प्रश्नांची उत्तरं आणि समस्यांचं समाधान ते कसं करतील?

हल्ली अनेक घरांतून एक चित्र सहज दिसतं... घरातले सगळे सदस्य हॉलमध्ये बसलेले असतात आणि जो तो आपल्या मोबाईलमध्ये डोकं घालून बसलेला असतो. अगदी नवरा-बायकोही एकच सीरिअल बघत असले तरी त्या वेब सीरिअलचे सिझन संपवण्याचा त्यांचा स्पीड वेगवेगळा असतो... आणि जो तो आपापल्या फोनमध्ये हे सिझन संपवत असतो... इतका टोकाचा एकलकोंडेपणा कुटुंबांमधून दिसू लागला आहे!

हे चूक की बरोबर? खरंतर यातलं काहीच नाही. एरवी कुटुंब म्हणून पुरेसा वेळ मोबाईल न वापरता सगळे एकमेकांसाठी देत असतील तर वेब सीरियल्स एकत्र न बघितल्याने तसा काहीच फरक पडत नाही. परंतु, एरवीही काही संवाद नाही आणि एकत्र मनोरंजनही नाही, अशी परिस्थिती असेल तर मात्र ते अख्खं कुटुंबच विचित्र आयसोलेशनमध्ये जाऊ शकतं. ज्याचा थेट परिणाम म्हणजे, माणसांचा संवाद कमी होत जाणं!

डिजिटल समतोल हवा तो एवढ्याचसाठी! तो नसेल तर कुठे थांबायचं हे समजणं कठीण जाईल आणि फोनमध्ये वेळ घालवण्याच्या नादात माणसं एकेकटी होतील!

थोडक्यात महत्त्वाचे

App Timer / Daily Limit सेट करा :

- ज्या ॲप्सवर (उदा. YouTube, Instagram, Gaming) तुम्ही जास्त वेळ घालवता, त्यासाठी App Timer सेट करा.
- मर्यादा पूर्ण झाल्यावर ॲप आपोआप बंद होतं. त्यामुळे स्व-नियंत्रण शिकायला मदत मिळते.

Focus Mode / Bedtime Mode वापरा :

- Focus Mode मध्ये एकावेळी फक्त आवश्यक ॲप्सच सुरू राहतात; अभ्यास किंवा काम करताना उपयुक्त.
- Bedtime Mode सुरू केल्यास रात्री स्क्रीन ग्रे किंवा ब्लॅक होतो, नोटिफिकेशन्स बंद होतात, झोप सुधारते.

▲▲▲

डिजिटल जग खिळवून का ठेवतं?

असं अनेक वयात येणाऱ्या मुलांच्या बाबतीत का घडतंय?

किशोरवयीन आणि त्याही नंतरची (प्री-टिन म्हणजे जेन अल्फा) पिढी फेसबुकवर नाही. ही पिढी इन्स्टाग्राम, स्नॅपचॅट, ट्विटर, whatsapp, डिस्कॉर्ड, व्हॉटपॅड अशा त्यांच्या पिढीच्या समाजमाध्यमांवर आहे. युट्यूब हा त्यांच्या डिजिटल जगाचा विभाज्य भाग आहे. पिढीनुसार समाजमाध्यमे वापरण्यात बदल झालेले दिसतात. कारण, मुळात प्रत्येक पिढीच्या व्यक्त होण्याच्या गरजा, त्यामागचा विचार, समाजमाध्यम ॲप्समधले निरनिराळे फीचर्स वापरण्याची उत्सुकता वेगवेगळी असते. मी जसजसा समाजमाध्यमे आणि मुलं यांचा अभ्यास सुरू केला तसतसं माझ्या लक्षात येत गेलं, की समाजमाध्यमे हादेखील एक प्रकारचा गेमिंग प्लॅटफॉर्मच आहे. मुलांना त्यांच्या जगाची समाजमाध्यमे आवडतात कारण एखादा गेम खेळावा तशी ती वापरता येतात. खरंतर हे मोठ्यांच्या जगाच्या बाबतीतही तितकंच खरं आहे.

समाजमाध्यमांवर वावरताना आपल्यापैकी अनेक जण एखादा 'अवतार' घेतात! म्हणजे ॲनिमेशन अवतार तर घेतातच; पण आपण जसे आहोत तसे न दाखवता एक वेगळं रूप (इमेज) घेऊन या माध्यमांवर वावरत असतात. जाणीवपूर्णक समाजमाध्यमांसाठी एक असं व्यक्तिमत्त्व तयार करतात, जे त्यांचं नाहीये; पण समाजमाध्यमांवर वावरण्यासाठी आणि जास्तीत जास्त लाईक्स

आणि फॉलोअर्स मिळवण्यासाठी उपयोगाचं आहे. म्हणजे हे गेम्ससारखंच झालं ना... जिंकण्यासाठी मग अनेकवेळा करत राहणं. हे चांगलं की वाईट, चूक की बरोबर या दृष्टिकोनातून किंवा 'जजमेंटल' होत याकडे थोडा वेळ बघायला नको.

सोशल मीडियावरचे ट्रिगर्स

एखादा गेम जसा आपण ऑनलाइन जगात खेळत असतो, तसंच आपण समाजमाध्यम आपल्याही नकळत वापरायला सुरुवात केली आहे. म्हणजे बघा हं... एखादी पोस्ट प्रचंड व्हायरल होते आणि आपल्याला प्रश्न पडतो, की यात असं, इतकं भारी काय आहे म्हणून ही पोस्ट इतकी व्हायरल झाली! कधी क्लिकबेटच्या नावाखाली काहीतरी 'मिसलिडिंग' हेडिंग बनवलेलं असतं. कधी फोटो असा असतो, की बघणाऱ्याला त्यावर 'क्लिक' करण्याची इच्छा झालीच पाहिजे; तर काही भावनांना हात घालणारा मजकूर किंवा फोटो/व्हिडिओ असतो. गेमिंगमध्ये खेळणारा सतत पुढे जावा यासाठी गेम डिझाईन होताना विविध प्रकारचे ट्रिगर्स पेरलेले असतात, तसेच ते समाजमाध्यमांवरही असतात.

शेवटी गेमिंग काय किंवा समाजमाध्यमे काय; ते बनवणाऱ्या कंपन्यांसाठी हा व्यवसाय आहे. कुठलाही व्यवसाय नफ्यात व्हायचा असेल तर ग्राहकाने परतपरत येणं आवश्यक असतं. ग्राहक परत तेव्हाच येतो जेव्हा त्याला त्याने घेतलेला अनुभव आवडतो. गेमिंग आणि समाजमाध्यमे यावर तो अनुभव ग्राहकांना आवडावा, त्यांच्या पसंतीस पडावा यासाठीचे ट्रिगर असतात. जसं Like, Love हे ट्रिगर्सचं आहेत. फॉलोअर्स, व्ह्यूज हा ट्रिगर आहे.

स्नॅपचॅटवर टीनएजर्स असतात. कारण, तिथे असणारे विविध फोटो फिल्टर्स! तेवढ्या कारणानेच टीन्समध्ये स्नॅपचॅट प्रचंड प्रसिद्ध आहे. या पिढ्यांना फोटोला फिल्टर्स लावायला आवडतं. यात फोटो अधिक देखणा बनवणं हा उद्देश असतोच; शिवाय अनेक विनोदी, स्टिकर्सवाले फिल्टर्स या पिढ्यांमध्ये भरपूर वापरले जातात —जे स्नॅपचॅटसारख्या माध्यमावर मुबलक प्रमाणात उपलब्ध आहेत. म्हणजे फिल्टर हाही या गेममधला एक ट्रिगरच झाला!

या गेमिफिकेशनचे फायदे-तोटे आहेतच. त्याचा परिणाम मुलांवर होतोच आहे. आपण समाजमाध्यमांमध्ये आहोत, म्हणजे नेमकं काय; हे समजून घेण्याची आणि मुलांना समजावून सांगण्याची आवश्यकता आहे. 'मला माझ्या मनातलं

काय वाट्टेल ते शेअर करता येतं' हासुद्धा या मोठ्या गेममधला एक महत्त्वाचा ट्रिगर आहे, हे विसरता कामा नये. तिथपर्यंत पोहोचता आलं पाहिजे, मुलांना तिथपर्यंत पोहोचवण्यासाठी मार्ग दाखवला पाहिजे!

थोडक्यात महत्त्वाचे

- मुलाला निर्णयप्रक्रियेत सहभागी करा.
- गेम्सची वयोमर्यादा (PEGI, ESRB रेटिंग) समजावून घ्या आणि समजावून सांगा.
- मुलाला पर्याय सुचवा – वयानुरूप, शैक्षणिक किंवा क्रिएटिव्ह गेम्स
- ठरावीक वेळ आणि ठरलेली जागा ठेवा गेमसाठी (टायमरसह).
- कधीकधी त्याच्यासोबत एकत्र खेळून त्याची आवड समजून घ्या.
- फक्त 'हे वाईट आहे' असं म्हणणं योग्य नाही.
- **भीती दाखवणं :** 'हे खेळलास तर डोळे खराब होतील' वगैरे करू नका.
- लगेच परवानगी न देणं किंवा लगेच नकार देणं हे दोन्ही टाळलं पाहिजे.

▲▲▲

साऱ्या गप्पा AI शी!

प्रत्यक्ष संवादाच्या शक्यता कमी झाल्याने काय होऊ शकते?

एक तेरा वर्षांची मुलगी सांगत होती तिचा कॅरेक्टर AI शी गप्पा मारण्याचा अनुभव. ती त्या चॅट बॉटबरोबर गप्पांमधून गोष्टी तयार करत असते, फॅन फिक्शन तयार करत असते, त्या कल्पनेच्या दुनियेत तासन् तास रमलेली असते. या सगळ्याचा तिच्या एकूण अभ्यासावर, परस्पर संवादावर परिणाम झालेला होता का, तर हो आणि नाही. म्हणजे ती एकलकोंडी बनलेली नव्हती पण प्रत्यक्ष माणसांशी संवाद करण्यापेक्षा AI शी गप्पा मारणं तिला अधिक सोयीचं आणि सोपं वाटत होतं. ही स्थिती फक्त त्या एकट्या मुलीची आहे असं कुणीही समजू नये, आजच्या घडीला अनेक टिनएजर्स, तरुणतरुणी प्रत्यक्ष हाडामासाच्या माणसांपेक्षा AI शी बोलणं पसंत करू लागले आहेत. अगदी रोजच्या घडामोडींपासून ते सल्ले घेण्यापर्यंत माणसं AI वर अवलंबून राहण्याचे अनेक परिणाम होऊ शकतात. त्यात किशोरावस्था ही भावनांची स्फोटक प्रयोगशाळाच असते. शरीरात बदल, मनात प्रश्न, नात्यांत अनिश्चितता आणि बाहेर सोशल मीडियाचा सततचा गोंगाट, या पार्श्वभूमीवर आजची तरुणाई ऑनलाईन जगात भावनिक आधार शोधते आहे आणि त्यांना तिथे AI ची सोबत मिळते आहे. Character AI, Replika, Pi, Kuki, Woebot, Wysa, Youper असे कितीतरी AI प्लॅटफॉर्म्स आहेत. शिवाय chatgpt आहेच. इथे तरुणाई त्यांच्या मनातले प्रश्न उपस्थित करतात, सल्ले मागतात, रडतात, चिडतात, चर्चा करतात आणि हे सगळं करताना AI प्लॅटफॉर्म तू हा प्रश्न

का विचारतो आहेस, सल्ला का मागतो आहेस, या वयात या चौकशा कशाला असं म्हणत जजमेंटल होत नाही. हे AI चॅटबॉट मित्र कधीही थकत, रागावत नाहीत, ते केव्हाही उपलब्ध असतात. ते तरुणाईच्या भाषेत बोलतात. ते सूचना देण्याआधी ऐकून घेतात. ते 'ऐकणारा मित्र', 'प्रेमळ सल्लागार', 'गेमर दोस्त', 'स्टडी-बडी' किंवा 'रोमँटिक कॅरेक्टर' यापैकी किंवा कुणीही असू शकतात. त्यामुळे या AI शी गप्पा मारणं सहज, सोपं वाटतं. पण यात काही महत्त्वाचे धोकेही आहेत. जे मुलांना, तरुणाईला आणि सगळ्यांनाच माहीत असायला हवेत.

पहिला मोठा धोका म्हणजे AI ची उत्तरं अचूक, प्रेमळ, समजून घेणारी-देणारी आणि तर्कशुद्ध वाटतात; प्रत्यक्षात ती शक्यतांवर चालणारी, अंदाजे केलेली वाक्यरचना असते. 'मी तुझ्यासाठीच आहे' म्हणणाऱ्या बॉटला त्या मुलाचं किंवा मुलीचं बालपण, घरातलं वातावरण, आर्थिक स्थिती, मुलाचं आरोग्य, ट्रॉमा यापैकी काहीच माहिती नसतं. त्याला देहबोली माहीत नसते. पण तरीही तो अतिसूक्ष्म सल्ले देतो. कधी हे सल्ले उपयोगी पडतातही, पण कधी अतिशय चुकीचा सल्लाही दिला जाऊ शकतो. AI बॉट हा काही प्रशिक्षित समुपदेशक नसतो, शिवाय ते यंत्र असल्याने जबाबदारी घेण्याचा प्रश्नच येत नाही.

दुसरा धोका गोपनीयतेचा. किशोरवयीन मुलं, तरुणतरुणी अनेकदा अतिशय वैयक्तिक, कधी कधी ओळख सांगणारी, स्वतःविषयीचे अति खासगी तपशील सांगणारी, संवेदनशील भावनिक माहिती सहज बॉटला सांगतात. ही माहिती कुठे साठवली जाते, कोणत्या उद्देशाने प्रोसेस होते, भविष्यात जाहिरातींना, प्रोफाइलिंगला वापरली जाईल का याची स्पष्टता कुणालाही नसते. 'गुप्त' वाटणाऱ्या गप्पा प्रत्यक्षात कंपनीच्या सर्व्हरवर असतात आणि कंपनीचं धोरण बदललं की त्या माहितीचं काय करायचं याचे मुद्देही बदलू शकतात.

तिसरी अडचण भावनिक अवलंबित्वाची आहे. मानवी नात्यांमध्ये राग, लोभ, प्रेम, माया, मतभेद, असूया सगळं सगळं असतं. आणि त्याला सामोरं जात, अनुभवतच माणूस म्हणून मुलांनी वाढलं पाहिजे. तरच जगात आणि माणसांमध्ये वावरण्यासाठी लागणारं मानसिक बळ हळूहळू विकसित होत जातं. पण सतत आपल्याला आवडेल, पटेल, रुचेल असंच समोरच्याचं वर्तन असेल तर मानसिक कणखरपणा तयार होण्याच्या प्रक्रियेत अगणित अडथळे उद्‌भवू शकतात. AI बॉट भांडण करत नाही, मतभेद नसतात. ते सतत आपल्याला सुखावेल असाच संवाद

करत असतो. त्यामुळे भावनिक पातळीवर सतत सुखावयाची भावना तयार होते आणि दुखावणाऱ्या घटना, शब्द, संवादांना सामोरं जाण्याची क्षमता कमी कमी होऊ शकते. परिणामी भावनिक अवलंबत्व निर्माण होण्याचा प्रचंड धोका असतो. AI च्या कृत्रिम सहवेदनेत मानवी स्पर्शाची कसर भरून निघत नाही. स्क्रीनवरचे I'm proud of you उबदार वाटले, तरी कुशीत घेत डोक्यावरून फिरवलेला हात, पाठीवर दिलेली शाबासकी, नजरेतून दिलासा, हातावर ठेवलेला हात यांना पर्याय नसतो. डिजिटल सहवासाने एकटेपणा कमी होऊ शकतो पण एकाकीपणा वाढण्याची शक्यता नाकारता येत नाही.

चौथं सावट सीमा धूसर होण्याचं आहे. काही प्लॅटफॉर्म्स प्रेम, फ्लर्टिंग, 'रोल-प्ले' अशा वर्तुळात नेतात. किशोर वयात लैंगिकतेबद्दल कुतूहल असणं स्वाभाविक; पण दिशाहीन, विनाआधार संवादांनी कल्पना व वास्तव यांची गडबड वाढू शकते. ट्रेंड्सच्या दृष्टीने बघितलं तर २४x७ सतत कुणीतरी तुमच्या सोबत असणं ही कल्पना हळूहळू पक्की होते आहे. नव्या पिढ्यांना असा सोबती हवाहवासा वाटतो आहे. पण यामुळे 'कन्फर्मेशन बायस' वाढतो. म्हणजेच आपण जे ऐकू इच्छितो तेच परत ऐकायला मिळतं. आपल्याला आधीच जे खरं वाटतंय, त्यालाच समर्थन देणारी माहिती शोधणं आणि विरोधी माहिती दुर्लक्षित करणं. म्हणजेच, आपण वस्तुस्थितीपेक्षा आपल्या मतांना बरोबर ठरवणाऱ्या गोष्टींवर जास्त विश्वास ठेवतो. त्यामुळे विचारांमध्ये वस्तुनिष्ठता कमी होते. त्यामुळे कन्फर्मेशन बायस वाढत जाणं हे कधीही धोकादायकच असतं. त्यात हे प्लॅटफॉर्म्स अनेकदा १६ आणि १८ वर्षांच्या पुढच्या व्यक्तींसाठी असतात; पण काम करताना आम्ही अनेकदा बघतो की दहाव्या वर्षांपासून मुलं या प्लॅटफॉर्म्सवर असतात. AI बॉटच्या सोबतीने वाढणारी ही पिढी भविष्यात स्वतःच्या मानसिक आणि भावनिक प्रवासाकडे, प्रश्नांकडे आणि प्रत्यक्ष जगातल्या वास्तवाकडे कसं बघणार आहेत, त्याच्याशी दोन हात कसे करणार आहेत हे बघणं आवश्यक आहे. त्याही आधी, येणाऱ्या काळातील मनोसामाजिक समस्या लक्षात घेऊन मुलांना हे प्लॅटफॉर्म्स वापरताना जागरूक करणं, त्याच्या दुष्परिणामांची माहिती देणं आणि हे प्लॅटफॉर्म्स सहाय्यकाप्रमाणेच फक्त का वापरले पाहिजे हे स्पष्ट करणं आवश्यक आहे. नाहीतर, वर दिलेल्या धोक्याच्या साखळीत आपली मुलं अडकून पडण्याची शक्यता नाकारता येत नाही.

▲▲▲

इन्स्टाग्राम का बदलते आहे?

महितीपूर्ण निवड की प्रभावपूर्ण निवड? संघर्ष यात आहे!

किशोरवयीन मुलांमधलं सगळ्यांत प्रसिद्ध समाजमाध्यम म्हणजे, इन्स्टाग्राम... त्यापाठोपाठ शेअरचॅट. मुलं अगदी स्वतःचं खोटं वय टाकूनही या प्लॅटफॉर्म्सवर येतात. जे असा उद्योग करत नाहीत ते १३ वर्ष पूर्ण होण्याची आतुरतेने वाट बघत असतात. हे प्लॅटफॉर्म्स कितीही लोकप्रिय असले तरी पालकांसह मोठ्यांच्या जगाला या समाजमाध्यमांनी काळजीत टाकलेलं आहे. स्वतःची ओळख तयार करण्यासाठी धडपडणारी मुलं अनेकदा अनेक गंभीर दुष्परिणामांनाही सामोरी जातात. यामध्ये सायबर धोके, गुन्हे, पेडोफिलियाग्रस्त व्यक्तींच्या संपर्कात येणं, बॉडी शेमिंग, इन्फ्लुएन्सर्स मार्केटिंगमध्ये सतत वस्तू दिसत राहणं त्यातून शॉपिंगचं व्यसन निर्माण होणं, फोमो (FOMO), सॉफ्ट पोर्न, जागरण आणि झोपेचे प्रश्न, स्किन केअर रूटीनच्या निमित्ताने सतत सुंदर दिसण्यावर असलेला सगळा फोकस, त्यातून स्वतःच्या दिसण्याविषयी, व्यक्तिमत्त्वाविषयी न्यूनगंड तयार होणं : अशा अनेक दुष्परिणामांचा समावेश आहे. किशोरवयीन मुलांचं भावविश्व, मानसिक आणि वैचारिक विकास या सगळ्यांवर याचा गंभीर परिणाम होऊ शकतो. मुलं अधिकाधिक एकलकोंडी होत चालली आहेत.

इन्फ्लुएन्सर आणि यूट्यूबर जे सांगतील तेच खरं आहे, असं मानण्याकडे कल वाढतो आहे. शहानिशा करणं अनेकदा या सगळ्यांत गरजेचं वाटेनासं झालेलं आहे. जसे इन्स्टाग्रामचे फायदे आहे, तसेच तोटेही आहेत. तोटे जरा जास्तच

आहेत. यातला सगळ्यांत महत्त्वाचा मुद्दा म्हणजे, प्लॅटफॉर्म तयार करणाऱ्या कंपन्या कधीच या सगळ्याची जबाबदारी घेत नाहीत किंवा घेत नव्हत्या. मेटाने ही जबाबदारी कधीही घेतली नव्हती. मध्यंतरी अमेरिकेतल्या काही पालकांनी एकत्र येऊन मेटावर त्यांची प्रॉडक्ट्स, म्हणजे इन्स्टा आणि फेसबुक यांचे व्यसन लागू शकते असे डिस्क्लेमर दिले पाहिजे, असा आग्रह धरला होता. मेटावर चोहो बाजूंनी मुलांच्या सुरक्षिततेच्या दृष्टीने दबाव वाढतो आहे. आणि त्याचा परिणाम म्हणजे, काही महत्त्वाची पावलं इन्स्टाग्रामने उचलली आहेत.

पहिलं पाऊल म्हणजे, १८ वर्षांखालील मुलांची अकाउंट्स डिफॉल्ट प्रायव्हेट केली जाणार आहेत. अकाउंट्स प्रायव्हेट झाली की तिथे कुणाला प्रवेश द्यायचा आणि कुणाला नाही, हे ते मूल ठरवू शकेल. कुणालाही मुलांच्या अकाउंट्सपर्यंत सहज पोहोचता येणार नाही. अर्थात, याला १६ ते १८ वयोगटातल्या मुलामुलींचा प्रचंड विरोध आहे. कारण, या वयातली मुलं जवळपास प्रौढ झालेलीच असतात. त्यामुळे स्वतःची अकाउंट्स 'प्रायव्हेट ठेवायची की पब्लिक' हा निर्णय त्यांच्या हातात असला पाहिजे, असं त्यांना वाटतं.

दुसरं पाऊल म्हणजे, मुलांच्या झोपेचा प्रश्न सोडवण्यासाठी म्हणून, रात्री १० ते सकाळी ७ या वेळेत कुठल्याही 'मायनर' अकाउंटला नोटिफिकेशन्स येणार नाहीत. नोटिफिकेशन्स आली नाहीत, की आपोआपच ॲप उघडणं आणि बघणं, यावर काही प्रमाणात का होईना आळा बसेल, असं मेटाचं म्हणणं आहे. याखेरीज, पालकांसाठी काही अधिकची फीचर्स आणली जाणार आहेत, ज्यात मुलांना नजीकच्या काळात कुणी मेसेज केले होते हे पालकांना बघता येणार आहे. अर्थात, टीनएजर्सचा याला काहीअंशी विरोध आहे. कारण पालकांच्या हातात सूत्र गेल्यावर 'मुलांच्या 'प्रायव्हसी'चे काय?' असा प्रश्न ते विचारत आहेत. हे बदल ज्या-ज्या देशांत इन्स्टाग्राम वापरले जाते, त्या प्रत्येक देशात लागू होतील, असे चित्र आहे.

मुलांची ऑनलाइन जगातली सुरक्षितता आणि त्यासाठी मेटाने इन्स्टाग्रामच्या संदर्भात उचललेलं हे पाऊल नक्कीच महत्त्वाचं आहे. माध्यम जागरूकतेच्या संदर्भात जगभर जे लोक काम करतात, त्यांचे हे सामुदायिक यशच मानले पाहिजे.

इन्स्टाग्राम जरी एक प्रभावी साधन असलं तरी त्याचा योग्य वापर न केल्यास किशोरवयीन मुलांच्या मानसिक आणि भावनिक आरोग्यावर गंभीर परिणाम होऊ

शकतात. इन्स्टाची ही नवी फीचर्स आल्यावर किशोरवयीन मुलांमध्ये ताणतणाव निर्माण होऊ शकतो. 'आमच्यावर ही बंधनं का?' म्हणून वाद होऊ शकतात. अशा वेळी पालकांची आणि शिक्षकांची भूमिका फार महत्त्वाची आहे. मुलांशी त्यांचा या संदर्भातील योग्य संवाद मुलांना या निर्णयांमागचे महत्त्व पटवून देऊ शकतो.

संवाद साधा आणि विश्वास निर्माण करा : मुलांशी नियमित संवाद हवा. इन्स्टावरचे त्यांचे अनुभव समजून घ्या. स्वतःचे अनुभव मुलांना सांगा. पालक म्हणून आपण मुलांच्या जगात प्रवेश मिळवायचा असेल तर त्यांना आपल्या जगात प्रवेश द्यावा लागेल. सायबर बुलिंग किंवा इतर कुठल्याही ऑनलाइन धोक्याबद्दल किंवा वाईट अनुभवाबद्दल मुलं तेव्हाच सांगतील जेव्हा मुलं आणि पालकांमध्ये विश्वासाचं नातं असेल!

सोशल मीडियाचा योग्य वापर कसा करावा, हे शिकवा : मुलांना सोशल मीडियाचा वापर समतोल आणि जबाबदारीने कसा करावा याचं शिक्षण द्या. त्यांना माध्यम शिक्षित करत असताना आपणही माध्यम शिक्षित होण्याची तयारी दाखवा. त्यांना इन्स्टाग्रामवर शेअर केलेल्या गोष्टींची गंभीरता समजावून सांगा. गोपनीयता, वैयक्तिक माहिती शेअर करण्याचे धोके, आणि अनोळखी लोकांशी मैत्री करताना काळजी कशी घ्यावी, हे सांगा. पालक म्हणून आपला समाजमाध्यमांवरचा आणि मोबाईलचा जबाबदार वापर आणि वावर मुलांना जाणीवपूर्वक दिसू द्या, त्यातून ते अनेक गोष्टी शिकतील.

गोपनीयता सेटिंग्ज तपासा : इन्स्टाग्रामवरील मुलांचं अकाउंट सुरक्षित ठेवणं आवश्यक आहे. त्यांच्या गोपनीयता सेटिंग्ज तपासून घ्या आणि योग्य ते बदल करण्यासाठी त्यांना मदत करा. प्रोफाइल सार्वजनिक न ठेवता खासगी ठेवा, ज्यामुळे फक्त त्यांचे मित्रच त्यांच्या पोस्ट्स पाहू शकतील. अनोळखी लोकांना मेसेज पाठवणं किंवा फोटो शेअर करणं हे किती धोकादायक असू शकतं याची माहिती द्या.

स्क्रीन टाइम मर्यादित करा : मुलांचा इन्स्टाग्रामसह इतर डिजिटल माध्यमांचा वापर किती वेळाचा असावा, याविषयी नियम ठरवा. या नियमांचं पालन होईल

याची खात्री करा. स्क्रीन टाइम कमी करण्यासाठी मुलं इतर ऑफलाइन गोष्टींकडे आकर्षित होतील असं पाहा; जसं की खेळ, वाचन, कला किंवा इतर छंद.

सकारात्मक प्रतिमांचा प्रभाव वाढवा : मुलांना समाजमाध्यमांवर नेहमीच उत्तम जीवनशैली पाहायला मिळते, ज्यातून न्यूनगंड निर्माण होऊ शकतात. फिल्टर लावून काढलेले फोटो किती गांभीर्याने घ्यायचे, याविषयी मुलांशी बोललं पाहिजे. सोशल मीडियावर प्रत्येक जण त्यांचं आयुष्य कसं परफेक्ट आहे हे दाखवण्यासाठी धडपडत असतो, हे तिथे वावरताना माहीत असलं पाहिजे. आणि हेही ठाऊक हवंच, की कुणाचं आयुष्य ऑनलाइन जगात कितीही परफेक्ट दिसत असलं तरीही कुणाचंच आयुष्य परफेक्ट नसतं!

सायबर बुलिंगविरुद्ध जागरूकता निर्माण करा : मुलांना सायबर बुलिंगबद्दल माहिती द्या आणि त्यांना त्याचा सामना करण्यासाठी योग्य मार्गदर्शन करा... मदत करा. इन्स्टावर मुलांना ट्रोल करणारे मोठेही मोठ्या प्रमाणावर आहेत, त्याविषयी माहिती द्या. जर कुणी बुली किंवा ट्रोल केलं तर ते का सहन करायचं नाही, हेही सांगा. तक्रार कुठे नोंदवता येते याची माहिती द्या; तसंच आपणही कुणाशी अर्वाच्च भाषेत का बोलायचं नाही, हे मुलांना समजावून द्या.

थोडक्यात महत्त्वाचे

- आपलं मूल १३ वर्षं पूर्ण होण्याआधी इन्स्टावर जाणार नाही, यासाठी सोशल मीडिया का नको याविषयावर त्याआधीच त्याच्याशी बोला.
- अकाउंट्स का पब्लिक न ठेवता किमान वयाची १६ वर्षं पूर्ण होईतो प्रायव्हेट ठेवायला हवीत हे सांगा.
- सोशल मीडियावर अनेक गुन्हेगारी प्रवृत्तीची माणसं फिरत असतात, त्यांच्यापासून सावध राहायला मुलांना शिकवा. अनोळखी व्यक्तींशी बोलायचं नाही किंवा काही चुकीचे मेसेजेस आले तर ताबडतोप पालक-शिक्षक यांच्या कानावर घालायचं याबाबत मुलांना विश्वासात घेऊन माहिती द्या.

▲▲▲

समाजमाध्यमं, शरीर आणि प्रतिमा

अन्न, वजन आणि त्वचा हेच का आहेत हॉट टॉपिक?

इन्स्टाग्रामसकट सगळ्या समाजमाध्यमांचे अनेक फायदे आहेत. पण प्री-टिन आणि टीनएजर मुलामुलींचा विचार करायचा झाला तर इन्स्टाग्रामचा सगळ्यांत मोठा तोटा म्हणजे, स्व-प्रतिमेविषयी आणि स्व-देहाविषयी तयार होणाऱ्या समस्या! इन्स्टाग्रामचाच उल्लेख इथे एवढ्यासाठी करते आहे; कारण आताची पिढी, म्हणजे जेन झी आणि जेन अल्फा फक्त इन्स्टाग्राम, स्नॅपचॅट याच प्लॅटफॉर्म्सवर आहेत. त्यामुळे तयार होणारे प्रश्नही याच माध्यमांशी निगडित आहेत.

इन्स्टाग्राम हे व्हिज्युअल शेअरिंग ॲप असल्याने स्व-देहाचे प्रश्न इथे अधिकच टोकदार होतात. त्यावर माध्यम शिक्षण आणि डिजिटल विस्डमव्यतिरिक्त उपाय शोधणं आजच्या घडीला तरी अवघड आहे. बहुतेक सगळ्यांच्या इन्स्टाच्या वॉल्स देखण्या असतात. फोटो-व्हिडिओ सुंदर असतात. ते सुंदर करण्यासाठी अनेक प्रकारचे फिल्टर्स, फोटो-व्हिडिओ एडिटिंग ॲप्स यांचा वापर झालेला असतो.

इन्स्टा व्हिज्युअल शेअरिंग ॲप असल्याने जे फोटो शेअर होतील ते परफेक्ट असले पाहिजेत, असं प्रत्येकाला वाटतं. पण या चढाओढीचा वाढीच्या वयातल्या मुलामुलींच्या मानसिकतेवर विपरीत परिणाम होत असतो, हे अनेकदा लक्षात येत नाही. वयात येण्याच्या किंवा आलेल्या टप्प्यातल्या मुलामुलींना चेहऱ्यावरच्या एका पिंपलमुळे आणि शरीराच्या वळणांमुळे अनेक प्रकारच्या टीकेला, टोमण्यांना, हेट कमेंट्सना, बुलिंगला सामोरं जावं लागतं, हे अनेकदा मोठ्यांच्या जगाला ठाऊक नसतं.

'तू किती जाड आहेस', 'तू किती बारीक आहेस', 'तुला बूब्ज नाहीये', 'तुझ्या चेहऱ्यावर पिंपल्स आहेत', 'तुला सिक्स पॅक्स नाहीयेत', 'तुझी बॉडी अशीच आहे नि तशीच आहे', 'तू सेक्सी नाहीयेस' हे सतत मुलं एकमेकांशी आणि अनोळखी माणसं टीनएजर्सशी या स्पेसमध्ये बोलत असतात.

फॅशन, मेकअप, स्टायलिंग, डाएट, आणि फिटनेस या गोष्टी इन्स्टावर सगळ्यांत जास्त सर्च केल्या जातात. इन्फ्लुएन्सर्स सुंदर दिसण्याचा सतत आटोकाट प्रयत्न करत असतात. अन्न, वजन आणि त्वचा हे इथले 'हॉट' विषय आहेत. कारण या तिन्ही गोष्टींची बाजारपेठ मोठी आहे. वजन, डाएट आणि सौंदर्याची बाजारपेठ न्यूनगंडावर आधारित असते. कायमच. माणसांमधील उपजत तसेच, कुटुंबाने, समाजाने निर्माण केलेले न्यूनगंड हा समाज माध्यमांच्या 'इंफ्ल्युएनसर' बाजाराचा पाया आहे. त्यामुळे अन्न, डाएट, वजन आणि त्वचा या विषयांचे सर्वाधिक इन्फ्ल्युएंसर्स इथे दिसतात. या सगळ्या कलकलाटात आपली मुलं सैरभैर होत, त्यांना हे जग जसं समजून घेता येईल तसं समजून घेत भटकत बसतात.

कोण कसं दिसतंय, याला मुलांच्या इन्स्टाच्या जगात प्रचंड महत्त्व आहे आणि त्यामुळे त्याचे मानसिक परिणामही मुलांवर आता दिसू लागले आहेत. आपण सुंदर आहोत का? आकर्षक आहोत का? एखादा पिंपल चेहऱ्यावर आला तर काय? डेटिंग करणाऱ्या मुलामुलींना पिंपल आला तर जोडीदार आपल्याशी ब्रेकअप करेल का? असले प्रश्न पडतात. त्याने त्यांचा 'स्ट्रेस' वाढतो. यावर कुत्सितपणे हसता येऊ शकेल; पण ही माध्यमं आणि त्यावरचे युजर्स मुलांवर किती प्रभाव टाकता आहेत हे हसण्यापेक्षा समजून घेणं, मुलांना समजावून देणं अधिक महत्त्वाचं आहे.

वजन वाढू नये यासाठी इन्स्टावरून मिळणारे डाएट सल्ले ऐकून ते वापरात आणण्याकडे मुलामुलींचा कल वाढतो आहे. सतत सुंदर, आकर्षक दिसत राहण्याचं प्रेशर भयंकर असतं. या सगळ्या 'बॉडी शेमिंग'मधून मी नक्की कशी दिसायला हवी, याच्या भयावह कल्पना हळूहळू तयार व्हायला सुरुवात होऊ शकते.

आधीच टीनएजमध्ये स्वतःविषयीचे अनेक प्रश्न मुलांच्या मनात उपस्थित होत असतात. त्यात पुन्हा सुंदर दिसण्याच्या ताणाची भर पडते. स्वतःच्या दिसण्याविषयी सतत नाराज किंवा त्याविषयीच्या अवाजवी कल्पनांमध्ये रमलेली पिढी या सगळ्यांतून तयार होते आहे.

कालपर्यंत फक्त टीव्ही आणि इतर माध्यमांतील जाहिराती सौंदर्याच्या अवाजवी कल्पना मुलांपर्यंत पोहोचवत होत्या; त्या बहुतांशी वेळा कुठलीतरी वस्तू विकण्याशी संबंधित होत्या. पण समाजमाध्यमांमधून आपल्याच वयाची देखणी, आकर्षक, सेक्सी मुलंमुली दिसायला लागली (मग त्यांनी फिल्टर्स वापरले असले, मेकअपची कमाल असली तरीही!) की ताण येतोच... वाढतोच! 'ते दिसू शकतात... मी का नाही!' हा 'ट्रॅप' भयानक असतो. त्यातच अडचण अशी आहे की, सोशल मीडिया सतत बरोबर आहे... २४ तास, बारा महिने!

दुसरं, सोशल मीडियावर कुठलीच घटना चटकन संपत नाही. एखाद्या मुलीला तिच्या वजनावरून बुली करणं सुरू झालं तर तेही पुढचे अनेक दिवस सुरू राहतं. DM मधले मेसेजेस परतपरत डोळ्यांसमोर नाचत राहतात. ते मागे जाऊन वाचण्याची सोय असल्याने त्या घटना संपतच नाहीत. बुली करणारे थांबत नाहीत. या सगळ्याचा परिणाम स्व-प्रतिमा भंजनाने होतो. त्यातून आत्मविश्वास कमी होणं, निराश वाटू लागणं, अस्वस्थता तयार होणं, अशा अनेक समस्या तयार होतात. इतकंच नव्हे, तर बॉडी डिसमॉर्फिक डिसऑर्डर – बीडीडीसारख्या समस्याही विकसित होऊ शकतात.

बॉडी डिसमॉर्फिक डिसऑर्डर म्हणजे, शरीराच्या विशिष्ट भागाविषयी तीव्र आणि अवास्तव नकारात्मक धारणा. यामध्ये व्यक्तीला वाटते की, त्याच्या चेहऱ्याचा, त्वचेचा, केसांचा किंवा शरीराच्या इतर कोणत्याही भागामध्ये काहीतरी मोठा दोष आहे असं वाटत राहतं – जो दोष प्रत्यक्षात फारसा दिसतही नसतो किंवा अस्तित्वातही नसतो. अशा व्यक्ती स्वतःच्या शरीराच्या 'दोषांवर' सतत विचार करत राहतात, असुरक्षित होतात. त्यामुळे वारंवार आरशात पाहणं किंवा स्वतःला सतत टाळणं, स्वतःच्या शरीराबद्दल नकारात्मक विचार करत राहणं, आपण दिसायला चांगले आहोत याची खातरजमा सतत दुसऱ्यांकडून करत राहणं, जे दोष या व्यक्तींना वाटत असतात ते लपवण्यासाठी मेकअप, कपडे, कॅमेरा अँगल्स इत्यादींमध्ये बदल करत राहणं, त्यासाठी वेळ देणं असे प्रकार होतात.

शरीरविषयी सतत शंका असल्याने नैराश्य, चिंता वाटत राहते आणि त्याचा सामाजिक जीवनावर आणि आत्मविश्वासावर परिणाम होऊ शकतो. समाजातील सौंदर्याच्या रूढ कल्पनांमुळे हा आजार अधिक तीव्र होतो. तर, इटिंग डिसऑर्डर म्हणजे, अन्न व शरीराच्या वजनाबाबत असलेल्या चुकीच्या, विकृत कल्पना

आणि त्यामुळे उद्‌भवणारे मानसिक आरोग्याचे प्रश्न. यामध्ये अन्नाचे अति सेवन (Binge Eating), अन्न टाळणे किंवा अन्न सेवनच न करणे (Anorexia Nervosa), आणि अन्न सेवन केल्यावर जबरदस्तीने उलटी करणे (Bulimia Nervosa) यांसारख्या समस्या दिसतात.

गेल्या काही वर्षांत झपाट्याने या सगळ्याचे प्रमाण वाढल्यावर इन्स्टाग्रामवर 'बॉडी पॉझिटिव्ह' चळवळही सुरू झाली आहे. अनेक इन्फ्लुएन्सर्स आहेत, जे कुठलेही फिल्टर्स न वापरता फोटो शेअरिंग करतात. काही टीनएजर मुली त्यांच्या चेहऱ्यावरच्या पिंपल्सपासून अगदी बारीक अंगकाठीपर्यंत सगळ्यांबद्दल खुलेआम बोलायला लागल्या आहेत. नव्याने येणाऱ्या, म्हणजे जेन अल्फा जनरेशनने तरी बॉडी शेमिंगमध्ये अडकू नये आणि बॉडी पॉझिटिव्हचा विचार करावा, असं आता इन्स्टावर असलेल्या अनेकांना वाटू लागलं आहे. पण अर्थातच, याचं प्रमाण कमी आहे.

म्हणूनच आपलं मूल वयाच्या कितव्या वर्षी इन्स्टाग्रामवर येतं, त्याचं अकाउंट प्रायव्हेट आहे की पब्लिक, तिथे ते कुणाशी काय विषयांवर बोलते आहे, तिथल्या वातावरणाचा मुलांच्या वर्तनावर परिणाम होतो आहे का, होत असेल तर वेळीच समुपदेशकांची मदत घेणं, या सगळ्याकडे पालकांचं लक्ष असणं आवश्यक आहे. आपलं मूल सोशल मीडिया वापरते आहे, या आनंदात आपण मुलांना एका अंधाऱ्या गुहेत तर ढकलून देत नाही ना, याकडे लक्ष ठेवायला हवं!

थोडक्यात महत्त्वाचे

- घरात body-positive बोलणं असायला हवं. वजन/आकारावर टिंगल, डाएटबद्दल सतत चर्चा टाळा. शरीराबद्दल आदर निर्माण करणारा संवाद हवा.
- काहीवेळा शाळा, कॉलेजात, सोशल मीडियावर दिसण्यावरून चिडवाचिडवी होते, पालकांशी या गोष्टी शेअर केल्या जातातच असं नाही. याचा मानसिक ताण आलेला असेल तर मुलांच्या वर्तनात बदल व्हायला लागतात. अशावेळी संवादी असणं, शांतपणे मुलांशी बोलणं आवश्यक आहे.
- गरज भासल्यास समुपदेशकांची मदत घेतली पाहिजे.

▲▲▲

रिल्सचा मोहमयी ट्रॅप

वर्ल्ड इज नॉट फ्लॅट, इट्स व्हर्टिकल!

टिकटॉक सुरू होतं तेव्हा तिथल्या व्हिडिओजना घेऊन अगदी सरकारपासून पालकांपर्यंत सर्वत्र आरडाओरडा ऐकू यायचा. टिकटॉकमुळे पिढी कशी बरबाद होतेय, याच्या व्हॉट्सअॅप पोस्टने ऊत आणला होता! मग टिकटॉक बंद झालं आणि ही चर्चा मागे पाडली. पण, टिकटॉक बंद झालं तेव्हाच किंवा त्याच्याही काहीसं आधी इन्स्टा आणि फेसबुक यावर रील्स आणि यूट्यूबवर शॉर्ट्स सुरू झाले! प्रत्येक प्लॅटफॉर्मवर नाव वेगळं वापरलं गेलं तरी स्वरूप साधारण टिकटॉक व्हिडिओचंच आहे. ज्याला आता short form content म्हटलं जातं. फेसबुक, इन्स्टाग्राम, यूट्यूब या सगळ्या सोशल मीडियावर रील्स किंवा शॉर्ट स्टोरीज हा प्रकार उपलब्ध आहे; पण हल्ली कुणी पिढी बरबाद झाल्याची चर्चा करत नाही.

टिकटॉक सुरू होतं तेव्हा सुरुवातीच्या काळात तिथे एक प्रकार फारच ट्रेंडमध्ये होता; तो म्हणजे, लहान मुलींचे व्हिडिओज. हे व्हिडिओ कसे असायचे? तर, मोठ्यांच्या गाण्यांवर... त्यातही आयटेम साँग्जवर केलेले हावभाव बघताना कसंतरी वाटायचं. पण पालक हे व्हिडिओज शूट करून सर्रास टिकटॉकवर टाकायचे. त्यांना प्रचंड प्रमाणात लाईक्सही मिळायचे. टिकटॉक बंद झाल्यावर हाच प्रकार फेसबुक आणि इन्स्टा रील्सवर सुरू झाला, यूट्यूब शॉट्समध्ये आला किंवा जोमाने वाढला. हिंदी सिनेमातल्या लव्ह आणि सेन्शुअल गाण्यांवर

चिमुरड्या मुली किंवा टीनएजर (वय वर्ष १५च्या आतल्या प्रामुख्याने) मुलींचे व्हिडिओ प्रचंड प्रमाणात अपलोड होतात... व्हायरल होतात... बघितले जातात. म्हणजे, नऊ-दहा वर्षांच्या मुली 'धकधक करने लगा, मोरा जियरा डरने लगा' अशा किंवा तत्सम गाण्यांवर प्रणयोत्सुक हावभाव करताना, ओठ चावताना, डोळे मारताना बघणं नुसतं त्रासदायक नाहीये; तर पालकवर्गांच्या मानसिकतेचं दर्शन घडवणारं आहे! इथे मी संस्कृतिरक्षणाबद्दल बोलत नाहीये; तर मुलांच्या सुरक्षिततेबद्दल, लहान मुलांमधलं मूलपण हिरावून जाण्याबद्दल आणि त्यांना मोठ्यांच्या मनोरंजनाचं साधन बनवण्याबद्दल बोलतेय!

तसंही, आपल्याकडे मुलांसाठी विशेष अशी साहित्यनिर्मिती फारच कमी प्रमाणात होते. मोठ्यांचे सिनेमे, सीरियल्स बघत मुलांनी त्यांचं मनोरंजन करून घ्यावं, असं मानणारा आपला समाज आहे. म्हणजे, उघड कुणी हे बोलणार नाही, मान्यही करणार नाही; पण बारकाईने बघितलं तर लहान मुलांसाठी, टीनएजर्ससाठी निर्माण होणारं साहित्य, सिनेमे, सीरियल्स यांचं प्रमाण किती, यावरून काय तो अंदाज येतोच! शिवाय, मुलं ही मोठ्यांच्या मनोरंजनाची साधनं आहेतच! अगदी घराघरांतून 'हा नाच करून दाखव', 'ते गाणं म्हणून दाखव'... हे जे पूर्वी चालायचं त्याचंच पुढचं व्हर्जन म्हणजे सोशल मीडियावरचे रील्स किंवा शॉर्ट स्टोरीज!

कालपर्यंत येणाऱ्या पाहुण्यांना दाखवण्यापुरती मर्यादित असलेली पालकांची हौस सोशल मीडियामुळे जागतिक झालेली आहे! या सगळ्यांत मुलांना/टीनएजर्सना ते हवं आहे का? त्यांना ते आवडतं का? पुढे जाऊन, ते मोठे होतील तेव्हा हे पालकांचे उद्योग त्यांना आवडणार आहेत का? त्यांना त्यांचे असे डिजिटल फूटप्रिंट्स हवे आहेत का? या सगळ्यांचा मुलांच्या मानसिकतेवर परिणाम होऊ शकतो का? या सगळ्यांचा विचार या गडबडीत होतो आहे का?

शेरेंटिंग

पेरेंट आणि शेअरिंग या दोन शब्दांना मिळून हा शब्द बनतो. हा शब्द अशा पालकांसाठी वापरला जातो, जे सतत त्यांच्या मुलांबद्दल काही ना काही सोशल मीडियावर पोस्ट करत असतात. शेरेंटिंगच्या आपल्या मोहापायी आपण मुलांचं नुकसान करतो आहोत, हेही पालकांच्या मनाला शिवत नाही, हे सगळ्यांत त्रासदायक आहे! मुळात इथे मुद्दा मुलांच्या कन्सेंटचा म्हणजेच परवानगीचा आणि त्यांच्या सायबर सुरक्षेचा

असतो; अनेकदा पालकांच्या गावीही नसतं! सोशल मीडियावर दर दहा पालकांपैकी चार पालक दररोज त्यांच्या मुलांचे फोटो किंवा व्हिडिओ शेअर करत असतात.

McAfee या सायबर सिक्युरिटी संदर्भात काम करणाऱ्या कंपनीने एक सर्वेक्षण केलं होतं. या सर्वेक्षणानुसार ४०.५ टक्क्यांहून अधिक पालक दिवसातून कमीत कमी एकदा तरी त्यांच्या मुलांचे फोटो किंवा व्हिडिओ कुठल्या ना कुठल्या सोशल मीडियावर शेअर करतात; तर ३६ टक्के पालक आठवड्यातून एकदा सोशल मीडियावर मुलांचे फोटो/व्हिडिओ शेअर करतात. ६२ टक्के पालकांच्या हे गावीही नाहीये, की मुलांचे फोटो किंवा व्हिडिओ शेअर करण्याआधी मुलांची परवानगी घेतली पाहिजे! तशी गरज पालकांना वाटत नाही. सगळ्यांत धक्कादायक म्हणजे, ७६ टक्के पालकांना त्यांच्या मुलांचे फोटो आणि व्हिडिओ डाउनलोड होणार किंवा त्यांचा गैरवापर होणार हे माहीत असतं, तरीही फोटो शेअर करण्याची त्यांची तयारी असते! दहावी-बारावीचे रिझल्ट लागले की मुलांचे कौतुक करण्याच्या नादात मुलांच्या मार्कशीट फेसबुकवर टाकण्याचे प्रमाण गेल्या काही वर्षांत झपाट्याने वाढले आहे. मुलांची वैयक्तिक माहिती किती सहजपणे जगाला पालकांमार्फतच उपलब्ध करून दिली जाते, याचा अनेकदा विचारही होत नाही.

मुलांची प्रायव्हसी आपण लक्षात घेतली पाहिजे. त्यांच्याबाबतची एखादी घटना जगाला सांगायची की नाही, हा त्यांचा निर्णय असला पाहिजे. त्यांच्या अंघोळीची, खेळाची, खाण्यापिण्याची, कपडे घालण्याच्या पद्धतींची, त्यांच्या खोलीची, दप्तराची, किंवा इतर कुठलीही माहिती द्यायची की नाही, हा निर्णय मुलांचा असतो. ही निवड त्यांनी करायची आहे. कारण, ते त्यांचं आयुष्य आहे. पालकांनी फक्त निवडीला मदत करायची असते. पण... शेरेंटिंगमध्ये अडकलेले पालक हा सगळा विचार करत नाहीत. ते त्यांना आवडतील ते फोटो आणि व्हिडिओ धडाधड एका मागोमाग एक सोशल मीडियावर टाकत सुटतात. खास सोशल मीडियासाठी फोटो काढून घेतात, व्हिडिओ तयार करतात. आपण मुलांचं खासगी आयुष्य जगासाठी खुलं करतोय, हा विचार त्यांच्या मनालाही शिवत नाही.

नववीत शिकणारा एक मुलगा एकदा म्हणाला होता, 'माझी आई सतत माझे फोटो व्हॉट्सअॅप स्टेटसला ठेवते. त्यासाठी ती मला सारखे फोटो काढायला

लावते. मी कितीही नाही म्हटलं तरी आई मला फोटो काढायला भाग पाडते. मला ते आवडत नाही, पण मी काही करूही शकत नाही!'

आपल्या नकळत आपले फोटो कुणी काढले तर आपल्याला राग येतो. अगदी जोडीदाराने, आईवडिलांनी आपले फोटो न सांगता शेअर केले तर आपली चिडचिड होते. एखाद्या फोटोत आपण स्वतःच्या दृष्टीने परफेक्ट दिसत नसलो आणि नेमका तोच फोटो आपल्या पालकांनी शेअर केला तर आपल्याला आवडत नाही. मुलांचे फोटो आणि व्हिडिओ मात्र आपण सढळ हाताने सोशल मीडियावर टाकत असतो... मुलांचं चिमुकलं, सुंदर जग पब्लिकसाठी खुलं करून टाकतो... त्यांच्या जगातल्या छोट्याछोट्या गमतीजमती ज्या, ते आणि आई-बाबा एवढ्याच मर्यादित असतात, त्या तशा न ठेवता साऱ्या जगाच्या करून टाकतो... त्यांची फक्त आई-बाबांसाठी असलेली गुपितं जगाला सांगून मोकळे होतो!

हा रिॲलिटी शो नक्की कुणाला हवा असतो... मुलांना की पालकांना?

थोडक्यात महत्त्वाचे

शेरेंटिंग का करायचे नाही?

- फोटो/व्हिडिओतून शाळा-कॉलेज, युनिफॉर्म, लोकेशन, यातून दिनचर्या उघड होते. स्टॉकिंग/स्कॅम/इम्परसनेशनचा धोका वाढतो. जेव्हा फोटो व्हिडीओ शेअर कराल तेव्हा लोकेशन ऑफ, चेहरा/नेमटॅग नको, चेहरा ब्लर करा किंवा त्यावर एखादे स्टिकर वापरा.
- मुलाची संमती व डिजिटल फूटप्रिंटः मुलांचे (मग ते कुठल्याही वयोगटातील असतील) फोटो आणि व्हिडीओ हे त्या मुलांचे डिजिटल फूटप्रिंट्स आहेत. म्हणजे त्यांची डिजिटल ओळख. जी कधीही ऑनलाईन जगातून पुसली जात नाही. त्यामुळे त्यांच्या संमतीशिवाय त्यांचे डिजिटल फूटप्रिंट्स तयार करणं मुळातच चूक आहे.
- ओव्हर-शेअरिंगमुळे लेबलिंग, लाजिरवाणेपणा, बुलिंग याच्या शक्यता वाढू शकतात. तसेच 'लाईक्स मिळवण्यासाठी परफॉर्म' असा दबाव निर्माण होतो. AI-डीपफेक्सचा ही धोका त्यामुळे निर्माण होतो.

▲▲▲

ट्रोलिंगची जीवघेणी दुनिया

मुलं ट्रोल होतात तेव्हा...

उज्जैनला राहणारा दहावीतला १६ वर्षांचा प्रियांशु यादव. उत्तम मेकअप आर्टिस्ट – विशेषतः 'महिलांचा मेकअप' ही त्याची खासियत होती! तरुणींसाठीचा मेकअप लूक तो स्वतःवर करून त्याचे व्हिडिओज इन्स्टाग्रामवर अपलोड करत असे. तुम्ही त्याचे रील्स बघितले तर अचंबित व्हाल... इतका मेकअपचा सफाईदार हात त्याचा होता. पण, मुलगा असून मुलींचे मेकअप लुक्स करतो म्हणून इन्स्टावर त्याला प्रचंड ट्रोल करण्यात आलं. त्या नैराश्यातून त्याने आत्महत्या केली.

स्त्रीवेष आणि मेकअप केल्याबद्दल एका मुलाला नैराश्य येईपर्यंत ट्रोल केलं जावं, हेही सोशल मीडियाचं वास्तव आहे; आणि आपल्या वयात येणाऱ्या मुलांना हे माहीत असलं पाहिजे. माणसांच्या मनाचे, व्यक्तिमत्त्वाचे लचके तोडणारी माणसं इथे भरपूर प्रमाणात आहेत; आणि आपण एका लहान मुलाला ट्रोल करतो आहोत, याचं भान न राखता अमानुष पद्धतीने लिहिणारेही अनेक जण आहेत.

प्रियांशुच्या घटनेसारख्या घटना घडल्यावर पोलीस तपास होतो, हेट कमेंट्स लिहिणाऱ्यांना अटक होत असली, तरीही मुद्दा आहे – तो सायबर स्पेस आपल्या मुलांसाठी सुरक्षित असण्याचा... त्यांना अगदी कोवळ्या वयातही प्रचंड ट्रोल केलं

जाऊ शकतं हे माहीत असण्याचा... आणि अशा वेळी काय आणि कुठे मदत मिळू शकते हे माहीत असण्याचा!

ट्रोलिंग म्हणजे काय?

टीका आणि ट्रोलिंग यात पुसटशी रेष असते. टीका कधी ट्रोलिंगमध्ये बदलेल सांगता येत नाही. एखाद्या व्यक्तीचे विचार पटले नाहीत, त्याचा लूक, फोटो आवडला नाही, पोस्ट आवडली नाही; अशा कुठल्याही कारणाने समोरच्या व्यक्तीला वाट्टेल ते असभ्य भाषेत बोलणं, धमकावणं, शारीरिक इजा पोहोचवण्याबद्दल लिहिणं, आत्महत्येसाठी प्रवृत्त करणं असे सगळे प्रकार ट्रोलिंगमध्ये येतात.

ट्रोल्स सतत एखाद्याला जाणूनबुजून टार्गेट करतात. पुनःपुन्हा त्यांच्या प्रोफाइल्सवर जाऊन काहीबाही लिहितात. दुसऱ्याला त्रास देण्यात, दुसऱ्याचा अपमान करण्यात, कमी लेखण्यात, धमकावण्यात त्यांना मजा येत असते. लोकांना जाणीवपूर्वक त्रास देण्यासाठी प्रक्षोभक आणि द्वेषयुक्त टिप्पण्या केल्या जातात.

एखाद्या वादामध्ये शब्दांची आणि अभिव्यक्तीची, सभ्यतेची मर्यादा ओलांडलेली नसते, त्या चर्चेला, टीकेला ट्रोलिंग म्हणता येत नाही. पण जिथे समोरच्या व्यक्तीला जाणीवपूर्वक त्रास देण्याचा, नामोहरम करण्याचा, शारीरिक आणि मानसिक इजा पोहोचवण्याचा, लैंगिक छळ करण्याचा, बदनामीचा हेतू असतो, त्याला ट्रोलिंग म्हणता येईल.

माणसं ट्रोलिंग का करतात?

याची अनेक मनोसामाजिक कारणं आहेत. एका ठिकाणचा राग दुसऱ्या ठिकाणी काढण्यासाठी सोशल मीडिया हे अतिशय सोपं माध्यम आहे. पूर्वग्रहांना सोशल मीडियावर सहज खतपाणी मिळतं. आपल्यापेक्षा वेगळा विचार समजून घेण्याची, ऐकण्याची तयारी हळूहळू नष्ट होते; आणि आपण जो विचार करतो तोच फक्त बरोबर आहे, बाकी सगळे मूर्ख आहेत, असं वाटायला लागतं. शिवाय, ट्रोलिंग ही शाब्दिक मारामारी असल्याने ती करणं अनेकांना सोपं वाटतं.

पण, शब्द शस्त्राइतकेच धारदार वार करू शकतात, हे अनेकांच्या लक्षात येत नाही. स्वतः ट्रोल झाले की त्यांच्या ते लक्षात येतं; पण तोवर उशीर झालेला असतो.

ऑनलाइन जगात असताना माणसांना कशाचे काहीही वाटेनासे होते. एरवी वावरताना भावनांची एक अदृश्य भिंत आपण स्वतःभोवती उभी केलेली असते. ही भिंत आपले निरनिराळ्या संदर्भात रक्षण करत असते. हे कवच ऑनलाइन जगतात पाऊल ठेवल्याबरोबर ही माणसं काढून टाकतात आणि मनाला येईल तसं वागायला सुरुवात करतात.

नॉटिंगहॅम ट्रेंट विद्यापीठातील प्रो. मार्क ग्रिफिथ्स यांनी अशा ट्रोल्सच्या प्रकाराला नाव दिलंय – डिसइनहिबिशन इफेक्ट. ते म्हणतात, ''अशा माणसांचा समज असतो की, आपण कुणाशीही, कशाही भाषेत बोललो तरी चालतं. प्रत्यक्षात वागणार नाही, असं ही माणसं वागायला सुरुवात करतात. कारण आपल्या वर्तनाबद्दल त्यांच्या मनात कसलीही लाजलज्जा उरत नाही. एखादी गोष्ट करावी अगर नाही, याबद्दल आपलं मन आपल्याला जे काही सांगत असतं ते या लोकांना ऐकू येईनासं होतं. माणसं एकटी असतात तेव्हा वेगळी असतात आणि समूहात वेगळी होतात.''

मुलांना ट्रोलिंग होत असेल तर काय केलं पाहिजे?

- अनेकदा आपल्याला ऑनलाइन जगात कुणी त्रास देत आहे, हे मुलं सांगत नाहीत. ते चिडचिडे, एकलकोंडे होतात; काही वेळा स्वतःला इजा करून घेण्याचा प्रयत्न करतात; त्यांना नैराश्य आलेलं असू शकतं; त्यामुळे मुलांच्या वर्तनात अचानक बदल झाला असेल तर मुलांशी बोललं पाहिजे. समुपदेशकांची मदत घेतली पाहिजे.
- ट्रोल्सच्या विरोधात पोलिसात तक्रार नोंदवता येते, हे मुलांना माहीत हवं. हे माहीत असल्यानेही अनेकदा फरक पडतो.
- ऑनलाइन जगात विनाकारण माणसं एकमेकांना त्रास देतात, हेही मुलांना माहीत असलं पाहिजे. मग कुणाशी मैत्री करायची - टाळायची, कुठल्या पोस्ट पब्लिक करायच्या - कुठल्या नाही, याचे निर्णय मुलं घेऊ शकतात.
- वयाच्या चौदा-पंधरा वर्षांच्या आधी सोशल मीडिया नको. त्यांनी चोरीछुपे अकाउंट बनवलेलं नाहीये ना, हेही बघितलं पाहिजे; त्यासाठी पालकांचा मुलांशी सजग संवाद हवा.

▲▲▲

आजची पिढी खरंच वाचत नाही?

की वाचनाचे प्रकार आणि माध्यमे बदलली आहेत?

टीनएजर्स काय वाचतात, याचं कुतूहल बहुतेक सगळ्यांना आहे. 'मुलं वाचत नाहीत' असं तुणतुणं लावण्याची सवयही आहे. पण मुलांच्या ऑनलाइन जगातल्या भटकंतीमध्ये सहभागी झालं, की लक्षात येतं वयात येणारी, आलेली, तरुण झालेली पिढी बरच वाचते. मात्र त्यांचे वाचनाचे अग्रक्रम, कल, प्रकार, प्लॅटफॉर्म आणि आवडीनिवडी यात प्रचंड बदल झालेले आहेत. मागच्या पिढ्या जे वाचत होत्या ते सगळं या पिढ्या वाचतीलच असं नाही. ते वाचणं त्यांना 'तितकं' महत्त्वाचं वाटेल असंही नाही. आजची पिढी वाचते, अगदी भरपूर वाचते, पण त्यांचे आईबाबा किंवा आजी आजोबा जे वाचत होते ते नाही.. यांचं वाचन जग वेगळं आहे. किशोरवयीन आणि तरुण-तरुणींमध्ये wattpad, ao2 (archive of our own) (वॉटपॅड) हा प्लॅटफॉर्म महत्त्वपूर्ण बनलेला आहे. तिथे ही मुलं पुष्कळ वाचतात... लिहितात. अर्थात, हे सगळं प्रामुख्याने इंग्लिश भाषेत चालतं. मराठीतही असे काही प्लॅटफॉर्म्स आहेत, ज्यावर मुलं वाचन करत असतात.

वॉटपॅड हा वाचनासाठीचा एक प्लॅटफॉर्म आहे, ज्यावर विविध प्रकारच्या कथा आणि लहान-मोठ्या कादंबऱ्या वाचनासाठी उपलब्ध आहेत; आणि मुलांपासून तरुणाईपर्यंत सगळे जण इथे त्यांच्या आवडीचे प्रकार वाचत असतात. त्यातले अनेक जण लिहितेही झाले आहेत. वॉटपॅडला भारतात येऊन आता दहाहून अधिक वर्षं उलटून गेलेली आहेत. भारतात अंदाजे २६ लाखांच्या आसपास युजर्स असून चार लाखांहून अधिक गोष्टी या प्लॅटफॉर्मवर शेअर केलेल्या आहेत.

इथे तुम्ही लेखकही असता आणि वाचकही! यात तरुण आणि किशोरवयीनांची संख्या सर्वाधिक आहे. हिंदी, मल्याळम, तमिळ, उर्दू, बंगाली, गुजराती, पंजाबी, आसामी आणि मराठी भाषांमध्ये या कथा उपलब्ध आहेत. भारत वॉटपॅडची सगळ्यांत मोठी बाजारपेठ होऊ बघतंय! २०१९मध्ये पहिल्यांदा या प्लॅटफॉर्मने लेखनाचे पुरस्कारही भारतात देऊ केले होते. याचा अर्थ असा होतो की, तरुण पिढी आणि जेन झी पिढीमध्ये वाचनाचा अभाव नाहीये; फक्त त्यांचे वाचन प्रकार, माध्यमं बदललेली आहे.

वॉटपॅड प्रामुख्याने फिक्शन प्लॅटफॉर्म आहे. यात थ्रिलरपासून पोर्नपर्यंत सर्व प्रकारचं लेखन वाचायला मिळतं. या ॲपवर दोन रेटिंग्स आहे. एक १३+ आणि दुसरं 'मॅच्युअर' म्हणजे १७+. रोमान्स आणि फॅन फिक्शनला प्रचंड मागणी आहे; कारण वाचणारा सगळा तरुण वर्ग आहे. या दोन्ही प्रकारांत मोठ्या प्रमाणावर पोर्न कंटेंट लिहिला जातो आणि टीनएजर्स तो वाचतात. अगदी नोबिता आणि शिजूकाच्या रोमान्टिक किंवा काहीशा सेक्शुअल कथाही फॅनफिक्शन प्रकारात वाचायला उपलब्ध आहेत.

वॉटपॅडवरचा सगळ्यांत मोठा आक्षेप म्हणजे, इथे सहज उपलब्ध असलेलं इरॉटिक मटेरियल! लैंगिक संबंधांची वर्णने करणारा, लिखित पोर्न कंटेंट इथे मुबलक

प्रमाणात उपलब्ध आहे आणि तो कुणालाही सहज वाचता येऊ शकतो. लहान मुलं आणि तरुण वर्ग पोर्नसाठी फक्त पोर्न साइट्सवर जातोय, असं मानण्याचं कारण नाही. ते वॉटपॅडवरही अनेकदा याच कारणासाठी येत आहेत.

खरंतर १३ वर्षांखालील कुणालाही या प्लॅटफॉर्मवर येण्यास परवानगी नाही. पण जे इन्स्टा किंवा इतर अनेक सोशल नेटवर्किंग साइट्सचं आहे, तेच वॉटपॅडबाबत घडतं. मुलं त्यांच्या जन्मतारखा बदलून १३+ होऊन या प्लॅटफॉर्मवर येत आहेत. वय तपासण्याची कुठलीही व्यवस्था इथे नाही. अब्युसीव्ह आणि अगदी पीडोफाइल लोकांसाठी तयार झालेला कंटेंटही उपलब्ध आहे. इथे येणारा प्रत्येक जण लेखक आणि वाचक असू शकतो; म्हणूनच हा प्लॅटफॉर्म स्वतःला 'सोशल स्टोरीटेलिंग प्लॅटफॉर्म' म्हणवून घेतो.

टीनएजर्सचं जग झपाट्याने बदलत आहे. आपली मुलं काय बघतात - वाचतात, ऑनलाइन जगात काय करतात, याचे सतत २४ × ७ अपडेट्स मिळवणं शक्य नाही, तसं ते योग्यही नाही. पण, आभासी जग हे खऱ्या जगाइतकंच सत्य जग आहे. त्याचे बरे-वाईट परिणाम आपल्यावर होणार आहेत, याची जाणीव जरी आपण आपल्या मुलांना करून देऊ शकलो तरी पुरेसं आहे. आपल्या मुलांसाठी आपण इतपत करणं लागतोच!

थोडक्यात महत्त्वाचे

- टीनएजर आणि तरुणाईचे वाचनाचे अग्रक्रम बदलेले आहेत. ते वाचत नाहीत असे नाही.
- पालकांनी त्यांच्या लहानपणी किंवा तरुण वयात जी पुस्तके वाचली तीच मुलांनी वाचली पाहिजेत हे आग्रह उपयोगाचे नाहीत. मुलांना त्यांचे वाचनविश्व शोधण्याची आणि त्यांच्या वाचनाचे अग्रक्रम ठरवण्याची मुभा असली पाहिजे.

▲▲▲

अभ्यास नको; यूट्यूबच आवडतं!

मुलं असं का म्हणतात?

यूट्यूब हा आज लहान मुलांपासून मोठ्यांपर्यंत सगळ्यांच्या आवडीचा प्लॅटफॉर्म बनलेला आहे. ज्येष्ठ नागरिकांशी गप्पा मारताना लक्षात येतं, त्यांच्या आयुष्यात टीव्हीइतकीच जागा यूट्यूबची आहे. वेगवेगळ्या प्रकारच्या शॉर्ट फिल्म्सपासून ते फूड आणि योगपासून ते प्रेरणादायी कथांपर्यंत अनेक गोष्टी बघण्यासाठी, ऐकण्यासाठी ते यूट्यूबचा वापर करतात. मुलांच्या बाबतीत बोलायचं तर, ते चाला-बोलायला लागण्याआधी यूट्यूब त्यांच्या आयुष्यात येतं. आधी बडबडगीतं, बालगीतांसाठी, आणि मुलं जसजशी मोठी व्हायला लागतात तसतसं इतर निरनिराळ्या कारणांसाठी त्यांचा यूट्यूब वावर प्रचंड वाढायला लागतो.

आपण नेहमी हे गृहीत धरलेलं असतं की, लिखित स्वरूपात जे साहित्य उपलब्ध असतं, त्यातूनच फक्त शिक्षण योग्य आणि चांगल्या प्रकारे होऊ शकतं. पण, ही संकल्पना डिजिटलायझेशननंतर झपाट्याने बदलत गेली आहे. आता आपण असं म्हणू शकतो... पुस्तकं हा ज्ञानप्राप्तीच्या, माहिती मिळवण्याच्या अनेक माध्यमांपैकी एक माध्यम आहे... फक्त एक माध्यम! तेच एकमेव माध्यम आहे, असं मात्र आपल्याला आता म्हणता येणार नाही. आजवरच्या पिढ्या फक्त या एकाच माध्यमाबरोबर शिक्षित होत आल्या आहेत; तसंच माहिती आणि ज्ञान मिळवण्याचा तेवढा एकच मार्ग आजवरच्या मानवांना उपलब्ध होता.

टीव्ही, सिनेमे आणि रेडिओ आपल्याकडे येऊन अनेक दशकं उलटून गेली असली, तरी त्याचा वापर प्रामुख्याने फक्त मनोरंजनासाठी केला गेला आहे. मी शाळेत आणि कॉलेजमध्ये असताना या माध्यमांचा माझ्या शिक्षणात सहभाग नव्हता. तसा तो असायला हवा असा विचारही नव्हता. पण, इंटरनेट आणि यूट्यूब आल्यानंतर गोष्टी झपाट्याने बदलत गेल्या, विशेषतः त्या जेन झी जनरेशनसाठी बदलल्या. कारण ही जनरेशन खऱ्या अर्थाने या माध्यमांसकट वाढते आहे. जन्माला आल्या क्षणापासून हे तंत्रज्ञान आणि माध्यमे त्यांच्याबरोबर आहेत. त्यामुळे घटनांचे आकलन करण्याच्या आजवरच्या इतर पिढ्यांच्या पद्धती आणि आजच्या टीनएजर्सच्या पद्धती पूर्णपणे निराळ्या आहेत. बाकी पिढ्या या 'लिखित आणि वाचिक' माध्यमांच्या होत्या; तर आजची जेन झी पिढी 'दृक्‌श्राव्य' माध्यमाची आहे. हा मोठा फरक आपल्याला लक्षात घ्यावाच लागेल. त्याशिवाय ही पिढी या माध्यमांकडे कशा पद्धतीने बघते हे समजू शकणार नाही, समजून घेता येणार नाही.

कामाच्या निमित्ताने मुलांशी गप्पा होतात तेव्हा एक प्रश्न मी आवर्जून त्यांना विचारते, 'यूट्यूब का आवडतं?'

बहुतेकदा मुलं हे नाकारत नाहीत, की त्यांना यूट्यूब आवडतं. हेही नाकारत नाहीत, की त्यांना अभ्यासापेक्षा यूट्यूब जास्त आवडतं. मग अर्थातच प्रश्न येतो, 'असं का?' काही मुद्दे जे मुलं नेहमीच शेअर करतात इथे मांडते :

- वाचण्यापेक्षा ऐकणं आणि बघणं जास्त आवडतं, त्यातून विषय चटकन समजतात.
- शाळेत न समजलेला विषय यूट्यूबवर चटकन समजतो, शिक्षक परतपरत समजावून देत नाहीत, विचारलं तर हसू होतं, यूट्यूबवर व्हिडिओ पुनःपुन्हा लावण्याची सोय असते.
- जगभरातल्या तज्ज्ञांशी, शिक्षकांशी कनेक्ट होता येतं. फक्त शाळा आणि कॉलेजपुरतं मर्यादित राहण्याची गरज नसते.
- एकच एक शिक्षक सतत शिकवत राहतात ते कंटाळवाणं वाटतं, यूट्यूबवर वेगवेगळ्या लोकांकडून शिकता येतं.
- गणिताच्या निरनिराळ्या पद्धती समजतात, विज्ञानाचे प्रयोग अधिक नीट समजून घेता येतात. शाळेत जे प्रयोग नीट समजत नाहीत, ते यूट्यूबवर रिवाईंड करत परतपरत बघून समजून घेता येतात.

- एरवी अभ्यासासाठी वेळ, वातावरण तयार करावं लागतं; ऑनलाइन कधीही शिकता येतं.
- यूट्यूब ही उत्तम पर्यायी शिक्षण व्यवस्था आहे.
- रोजच्या जगण्यातल्या छोट्या प्रश्नांचीही उत्तरं मिळतात.
- कुणीही आमच्याकडे प्रश्न विचारला म्हणून जजमेंटली बघत नाही. इंटरनेट विचारलेल्या सगळ्या प्रश्नांची उत्तरं देतो. 'हा प्रश्न पडलाच कसा?' असं तिथे कुणीही विचारत नाही.

यापाठोपाठ अर्थातच मुद्दा येतो तो, मुलांना कॉपीची सवय लागते त्याचं काय? स्वतःचं डोकं न चालवता गुगलवरून किंवा यूट्यूब वापरून आहे तसं उतरवून काढण्याकडे कल वाढतोय... त्याचं काय? याने मुलांचं नुकसान होणार नाही का? मुलं स्वतःचा विचार करायला कधी सुरुवात करणार?

खरं सांगायचं तर, मुलं स्वतःचा विचार नेहमीच करत असतात. मुद्दा इतकाच असतो की, तो विचार पालकांनी आखून दिलेल्या चौकटीत आहे की नाही? असेल तर मुलं विचारी; मानलं जातं नसेल तर त्याच्या वर्तनावर प्रश्न उभारले जातात.

राहता राहिला प्रश्न कॉपी-पेस्ट करण्याचा! तर, तेही काही नवीन नाही. गाईड्स आपल्याकडे पूर्वापार आहेत. आणि त्यातून उत्तरं पाठ करून 'घोका आणि ओका' पद्धतीने पेपर लिहिण्याची पद्धतही जुनीच आहे. पूर्वी गाईड्स होती... आता इंटरनेट! फक्त माध्यम बदललं आहे. ज्यांना कॉपी करायची आहे, विषय समजून घेण्यापेक्षा रट्टे मारायचे आहेत ते पूर्वीही करत होते आणि आजही करतात. ज्यांना विषय समजून घ्यायचा आहे ते विषय समजून घेतात. मुद्दा आहे तो, आजची तरुण पिढी ऑडिओ-व्हिज्युअल आहे, माहिती घेण्याच्या, त्याचे विश्लेषण करण्याच्या त्यांच्या पद्धती डिजिटल स्पेसमुळे बदलल्या आहेत हे समजून घेण्याचा!

▲▲▲

यूट्यूब मतांच्या बाजारात...

एकलकोंडेपणाची ही सुरुवात तर नाहीये ना?

सोशल मीडियापाठोपाठ जेन झी सतत यूट्यूब बघत असते. यूट्यूबवरचे इन्फ्लुएन्सर्स आणि त्यांनी बनवलेले वेगवेगळे व्हिडिओ हा जेन झी, जेन अल्फाच्या रोजच्या स्क्रीन टाइममधला मोठा खुराक असतो. यात आवडत्या गायक-गायिका, अभिनेता-अभिनेत्रीविषयीचे व्हिडिओज आणि इन्फ्लुएन्सर्सचे व्हिडिओ, अपडेट्स तर असतातच; पण ही तरुण होणारी, झालेली पिढी मोठ्या प्रमाणावर मतमतांतरे मांडणारे 'क्रिटिक' व्हिडिओ बघते. म्हणजे असे व्हिडिओ; ज्यात एखादा मुद्दा घेऊन त्यावर कुणीतरी एक भाष्य करत असतो. हे व्हिडिओ-ऑडिओ काही वेळा पॉडकास्ट प्रकारातले असतात, तर काही वेळा निरनिराळ्या दृश्यांवर संगणकाच्या माध्यमातून कृत्रिम आवाजात केलेलं भाष्य असतं.

अनेक यूट्यूबर टीकाकारांना स्वतःची ओळख, परिचय, चेहरा, आवाज यांची ओळख करून द्यायची नसते, त्यामुळे ते कॉम्पुटराइज्ड आवाज वापरून टीका करणारे व्हिडिओ टाकत असतात. काही वेळा दोन यूट्यूबर्स एकत्र येऊन असे टीका करणारे व्हिडिओ तयार करतात. यातही काही प्रकार दिसतात. काही यूट्यूबर्स खरोखरच अभ्यासपूर्ण विश्लेषण करत असतात. विश्लेषण म्हणण्यापेक्षासुद्धा त्यात मतप्रदर्शन जास्त असतं; पण ते थिल्लर नसतं. त्यांची मतं, निरीक्षणं, नोंदी ते मांडत असतात. त्याला थोड्याफार प्रमाणात का होईना, अभ्यासाची/गृहपाठाची जोड असते; तर काही यूट्यूबर्स केवळ एखाद्या विषयाला

घेऊन टीका करत राहायची या पद्धतीने अत्यंत वाचाळ, काही वेळा थिल्लर पद्धतीचे व्हिडिओ तयार करतात. या दोन्हीला जबरदस्त फॉलोईंग आहे.

आता तुम्हांला वाटेल यात प्रॉब्लेम काय आहे?

तर, जे सोशल मीडियावर मोठ्यांच्या जगात दिसतं, तेच यूट्यूबवर टीनएजर्स आणि तरुण-तरुणींच्या जगात दिसत असतं. कसलाही विशेष अभ्यास नसताना, अचूक माहिती नसतानाही अनेकदा निव्वळ हेटाळणी केल्यासारखं, ज्याला जेन झी भाषेत 'रोस्ट' करणं म्हणतात, त्या पद्धतीने भाष्य करत राहण्याचा ट्रेंड या क्रिटिक व्हिडिओजमध्ये मोठ्या प्रमाणावर दिसू लागला आहे. एखादा विषय, व्यक्ती, मुद्दा घ्यायचा आणि त्यावर यथेच्छ तोंडसुख घ्यायचं! म्हणायचं टीका; पण ते एक प्रकारचं ट्रोलिंगचं असतं. याचा परिणाम म्हणजे, प्रत्यक्ष जगातही घटनेकडे एकांगी नजरेने बघायला सुरुवात होऊ शकते.

एखादी घटना घडते, एखादी व्यक्ती एखाद्या विशिष्ट पद्धतीने वागते तेव्हा त्यामागे अनेक कारणं असू शकतात, ती आपल्यासमोर येतातच असं नाही. तेव्हा घटनांकडे, व्यक्तींकडे तर्कशुद्ध पद्धतीने बघणं गरजेचं असतं, हा सगळा विचारच या यूट्यूबच्या व्हिडिओच्या पॅटर्नमुळे हळूहळू पुसत चालला आहे. कुठेतरी हळूहळू 'मी म्हणतोय तेच आणि तेवढंच बरोबर आहे, बाकी मतं, विचार आणि बाजू याला काही तसा विशेष अर्थ नाही' अशी मनोधारणा तयार व्हायला सुरुवात होते.

सोशल मीडियावर सतत मतप्रदर्शन करणाऱ्या अनेकांमध्ये हे दिसून येतं. त्यांना वेगळी मतं पटत नाहीत, चालत नाहीत. वेगळ्या बाजू लक्षात घ्या म्हटलं की त्यांना राग येतो. तसाच काहीसा प्रकार या क्रिटिक यूट्यूबर्समुळे आता टीनएजर आणि तरुण-तरुणींमध्ये बघायला मिळतो आहे. आवडता इन्फ्लुएन्सर जे सांगतो तेच फक्त बरोबर आहे, असंही वाटायला लागतं – जे अतिशय धोकादायक आहे. कारण या सगळ्यांत मोठे असूदेत नाहीतर लहान; सगळे एका फिल्टर बबलमध्ये अडकलेले असतात.

फिल्टर बबल ही संकल्पना एली पॅरीसर (Eli Pariser) या सोशल मीडिया कार्यकर्त्यांनी २०१०मध्ये पहिल्यांदा मांडली. फिल्टर बबल म्हणजे, बौद्धिक अलगवादाची अर्थात इंटलेक्च्युअल आयसोलेशनची अवस्था. बौद्धिक एकटेपणाची ही अवस्था माणसांना इतरांचे काहीही ऐकण्यापासून, समजून घेण्यापासून परावृत्त करते.

आपल्या डिजिटल फूटप्रिंट्समुळे युजरला जे दिसायला हवं आहे तेच सतत दिसतं. युजरला काय बघायला आवडेल याचा निर्णय युजरच्या हातात न राहता तो तंत्रज्ञानाच्या हातात जातो किंवा गेला आहे. या फिल्टर बबलमुळे माणसं त्याच त्या चौकोनात अडकतात आणि तेच ते बघत, ऐकत बसतात. सतत आपल्याला आपल्याच आवडीनिवडींची माहिती मिळत राहणं आणि आपल्या वर्तुळाच्या पलीकडचे काहीही आपल्यापर्यंत न पोहोचणं हे भयावह असू शकतं... विशेषतः वाढीच्या मुलांच्या संदर्भात!

इंटरनेटमुळे हे मोठ्यांचं होत नाही का?

तर, होतंच; पण मुलांच्या बाबतीत काळजी एवढ्यासाठी करायला हवी, की त्यांच्या व्यक्तिमत्त्व विकासासाठी हे घातक असू शकतं. एक जबाबदार नेटकरी म्हणून, तसंच पुढे जाऊन एक जबाबदार नागरिक म्हणूनही हे अत्यंत धोकादायक आहे. दुसरी बाजू समजून न घेता, एखाद्या विषयाचा सर्वांगीण विचार न करता समज करून घेणं, एखाद्यावर प्रचंड टीका करणं, निंदा-नालस्ती करणं, टिकेच्या नावाखाली ट्रोलिंग करणं, या सगळ्यांची सुरुवात अशाच फिल्टर बबल्समधून होते. त्यामुळे सजग राहायला हवं!

आपलं मूल यूट्यूबवर गाणी, गेम्स न बघता काहीतरी वैचारिक खुराक देणारं बघत आहे, अशा भ्रमात राहू नका! ती सकस आणि समतोल वैचारिक टीका टिप्पणी आहे की रोस्टिंग सुरू आहे, याकडे लक्ष देणं आणि मुलांशी बोलणं आवश्यक आहे.

आपल्याला आपले टीन्स जागरूक, सजग वापरकर्ते हवे आहेत, उद्याची ट्रोल सेना आपल्याला तयार होऊ द्यायची नाहीये, हे कायम लक्षात ठेवायला हवं!

थोडक्यात महत्त्वाचे

- एकांगी माहिती, चुकीची माहिती यांमुळे विषयाच्या विविध बाजू समजून न घेण्याची मानसिकता तयार होण्याची शक्यता नाकारता येत नाही. टोमणे, ट्रोलिंग, रोसिटिंग यात अत्यंत पुसट सीमारेषा असतात. अनेकदा त्या ओलांडून जाऊन वैचारिक आणि बौद्धिक सहिष्णुता विकसित होण्यात अडथळे निर्माण होण्याची शक्यता असते.

- अल्गोरिदम तिखट भाषा, ड्रामा, 'रिऍक्शन वॉर्स' यांना जास्त उचलून धरते. त्यामुळे तिथे जास्त क्लिक मिळवतात, दिसतात. जास्त क्लिक्स म्हणजे योग्य, खरी माहिती असं नसतं हे मुलांना/तरुणांना सांगितलं पाहिजे. अनेकदा व्हिडिओ जर एकांगी असेल तर संतुलित, सूक्ष्म समीक्षा मागे पडू शकते.
- अनेक टिनएजर्सना टीकात्मक कंटेंट बघायला आवडतो, फक्त अशावेळी ते सर्व बाजूंचा कंटेंट बघत आहेत ना याकडे पालकांचे लक्ष हवे. तसे होत नसेल तर विविधांगी मजकूर बघण्यासाठी त्यांना प्रवृत्त केलं पाहिजे. म्हणजे चुकीच्या गोष्टींना आपले टीन्स बळी पडणार नाहीत आणि ते अधिक समतोल विचार करू शकतील. हे विशेषतः सामाजिक आणि राजकीय विषयांच्याबाबत बघितले पाहिजे.

▲▲▲

मीही बनणार कंटेंट क्रिएटर!

डिजिटल क्रिएटर बनणं खरंच सोपं आहे का?

डिजिटल माध्यमांमध्ये कंटेंट क्रिएटर बनून प्रसिद्धी आणि विनाकष्ट सहज पैसा कमावणं अगदी सोपं आहे, असा अनेकांचा समज होतो – विशेषतः तरुणाईचा आणि टीनएजर्सचा! सगळ्यांनाच इन्फ्लुएन्सर्स, गेमर्स आणि युट्यूबर्स बनायचं आहे. पण, वस्तुस्थिती तशी आहे का? हो आणि नाही!

हो, याच्यासाठी, की सातत्याने कंटेंट क्रिएटर म्हणून काम करत राहिलं की प्रसिद्धी नक्कीच मिळते; पण पैसे विनाकष्ट मिळत नाहीत. याला अपवाद एकच आहे – लाईव्ह स्ट्रीमिंग ॲप्स आणि ओन्ली फॅन्स अकाउंटच्या माध्यमातून चालणारा सॉफ्ट पोर्नचा बाजार! पण त्या मार्गाने जायचं नसेल... आणि चांगला, दर्जेदार कंटेंट बनवून डिजिटल क्रिएटर म्हणून नाव आणि पैसा कमवायचा असेल तर डिजिटल माध्यमातही प्रचंड कष्टाला पर्याय नाही. होमवर्क करावाच लागतो... इथे शॉर्टकट्स नाहीत!

रील्स बनवणे हा अनेक इन्फ्लुएन्सर्सचा डिजिटल स्पेसमध्ये स्वतःला उभं करण्याचा महत्त्वाचा मार्ग असतो. पण, इन्स्टाग्राम किंवा फेसबुक फक्त रील्स बनवले म्हणून क्रिएटर्सना कुठलेही पैसे देत नाही. तुमच्या रील्सना हजार व्ह्यूज असोत, नाहीतर लाखोंमध्ये व्ह्यूजस असतो; त्याबद्दल एक रुपयाही इन्स्टाग्राम देत नाही. तीच गोष्ट फेसबुकची!

यूट्यूबचा हिशेब वेगळा आहे. तिथे आर्थिक हिशेब कुठल्याही एका प्रकारावर अवलंबून नाही. यूट्यूब एकत्रित विचार करतो... म्हणजे चॅनलला सबस्क्राइबर्स किती, किती व्हिडिओ अपलोड झालेले आहेत, पब्लिक वॉच टाइम किती आहे किंवा पब्लिक व्ह्यूज किती आहेत? या सगळ्यांचा एकत्रित विचार करून त्यानंतर मॉनिटायझेशन म्हणजे पैसे द्यायला ते सुरुवात करतात.

यातही दोन टप्पे आहेत : पहिल्या टप्प्यात ५०० सबस्क्राइबर्स, नव्वद दिवसांत किमान तीन व्हिडिओ, आणि ३००० पब्लिक वॉच अवर्स किंवा तीन मिलियन पब्लिक शॉर्ट्स व्ह्यूज यापैकी एक पूर्ण झाल्यावरच पैसे मिळवण्यासाठी पात्रता येते. त्याच्या पुढच्या टप्प्यात १००० सबस्क्राइबर्स आणि ४००० पब्लिक वॉच अवर्स किंवा १० मिलियन पब्लिक शॉर्ट्स व्ह्यूज यापैकी काहीतरी एक पूर्ण झाल्यावर आर्थिक पात्रता येते. त्यामुळे आज यूट्यूब चॅनल सुरू केलं आणि उद्या पैसे कमवायला सुरुवात झाली असं होत नाही.

कुठल्याही डिजिटल प्लॅटफॉर्मवर 'सब्र' फार महत्त्वाचा असतो. सातत्याने, चांगला, रंजक किंवा माहितीपूर्ण कंटेंट देत राहिलात की 'सब्र का फल मिठा' मिळतो, हे नक्की! पण, अनेकांची अडचण इथेच होते. धीर ठेवून, आपलं काम चोख करत राहण्यात अनेक जण कमी पडतात. उत्साहात यूट्यूब चॅनल सुरू होतात आणि पुढे त्याचं काहीच होत नाही. कारण, यूट्यूब चॅनल चालवणं हे सातत्याचं काम जसं आहे, त्याचप्रमाणे तिथे आर्थिक गुंतवणूकही आहे.

अगदी कंटेंट क्रिएटरने त्याच्या मोबाईलवर शूट केलं तरी तो कंटेंट एडिट करणं आवश्यक असतं, यूट्यूबसाठी तयार करणं गरजेचं असतं. अनेकदा अनेक कंटेंट क्रिएटर्स हे चांगले एडिटर्स असतीलच असं नाही; एडिटिंग ॲप्स आणि सॉफ्टवेअर्स उपलब्ध असली तरी प्रत्येकाला ती चालवता येतात असं नाही; त्यामुळे अनेकदा सुरुवात मोठ्या हौसेत होते, पण सातत्य राहत नाही आणि अकाउंट्स किंवा चॅनल्स इनॲक्टिव्ह होतात!

२०२३च्या गुगल-यूट्यूब इनॲक्टिव्ह पॉलिसीनुसार, जी अकाउंट्स गेली दोन वर्षं ॲक्टिव्ह नाहीत ती डिसेंबर २०२३नंतर यूट्यूबने डिलीट करून टाकली. हा उद्योग ते दर वर्षी करतात. मुद्दा हा आहे की, यूट्यूब चॅनल चालवणं हे पूर्ण वेळाचं आणि कष्टाचं काम आहे.

सातत्याने कंटेंट देत राहणं हे वाटतं तितकं सोपं काम नाहीये. ज्या विषयाचा किंवा पद्धतीचा कंटेंट बनवायचा आहे त्याचं नियोजन आवश्यक असतं. डिजिटल स्पेस कशी वर्क होते, याचा थोडाफार तरी अभ्यास लागतो. ट्रेंड्स काय आहेत, हे समजून घ्यावं लागतं. आपला कंटेंट अधिकाधिक इंटरेस्टिंग कसा होईल, याकडे लक्ष द्यावं लागतं.

डिजिटल स्पेसची गंमत अशी आहे की, इथे माणसाची स्मृती फार कमी काळ असते. सतत स्क्रोल करण्याच्या सवयीमुळे तासभर रील्स बघितल्यानंतरही त्यातले किती आठवेल याची काहीच खात्री देता येत नाही. इतकी शॉर्ट टर्म मेमरी या सगळ्या माध्यमांमध्ये असते. फेसबुकवर रोजच्या नव्या पोस्ट्समध्ये मागच्या पोस्ट्स कायमच मागे पडतात, विसरून जायला होतात, म्हणूनच तर फेसबुकला मेमरीज हे फिचर आणावं लागलं आहे! त्यामुळे आपण बनवत असलेला यूट्यूब कंटेंट, त्याचं हेडिंग, त्याचं क्रिएटिव्ह चटकन नजरेत भरेल असं असेल तर माणसं तिथे थांबतात - बघतात, नाहीतर झटकन पुढे निघून जातात. पण, कंटेंटचा दर्जा कायम राखता आला तर यूट्यूबवर नियमित प्रेक्षक मिळू शकतात आणि तेच कंटेंट क्रिएटरला पैसे मिळवून देतात.

पैसा फक्त यूट्यूबवरच मिळतो, तर टीनएजर्स इन्स्टा रील्स का बनवत असतात आणि मोठे फेसबुकवर का वावरतात?

रील्स बनवून इन्स्टाकडून पैसे मिळत नसले तरी त्यामुळे कंटेंट क्रिएटरचे फॉलोअर्स वाढतात... आणि फॉलोअर्स वाढले की कोलॅब्रेशन्स आणि ब्रँड प्रमोशन्स आणि डील्समधून इन्फ्लुएन्सर्सना / कंटेंट क्रिएटर्सना पैसे मिळवता येतात. शिवाय, स्वतःचा काही व्यवसाय असेल तर वस्तूंची विक्री करणंही सोपं जातं, ज्या माध्यमातूनही चांगले पैसे मिळू शकतात. अनेक होम बेकर्स, फॅशन डिझायनर्स, फिटनेस ट्रेनर्स, डाएटिशियन्स असा पैसा कमावताना दिसतात. त्यांच्या रील्समधून त्यांना पैसे मिळत नसले तरी ग्राहक मिळतात. थोडक्यात, इन्स्टा आणि फेसबुक यांसारख्या सोशल मीडियातून थेट कमाई नसली तरी इन्स्टा आणि फेसबुकवर स्वतःचा तगडा वावर तयार करून, इंटरेस्टिंग रील्स बनवून, फॉलोअर्स निर्माण करून पैसा कमावता येऊ शकतो. बहुतेक इन्फ्लुएन्सर्स अशाच पद्धतीने पैसा कमावतात.

यूट्यूब हे थेट पैसे कमावण्याचं आणि इन्स्टा/फेसबुक हे अप्रत्यक्ष (इनडायरेक्ट) पैसे कमावण्याचं माध्यम आहे, ज्याचा वापर अनेक लोक करताना दिसतात. या सगळ्याच माध्यमांमध्ये काय चालेल आणि काय नाही याची, एक अधिक एक बरोबर दोन इतकी सरळसोट गणितं नाहीत.

मला असेही यूट्यूबर्स माहीत आहेत, जे स्वतःच्या जेवणाचे व्हिडिओ बनवतात. त्यात ते बोलत नाहीत किंवा पदार्थांबद्दल कसलीही माहिती देत नाहीत. ते फक्त खातात, अनेकदा मोठमोठ्याने आवाज करत खाण्याचे व्हिडिओ शूट करतात आणि अपलोड करतात. त्यांना करोडोने व्ह्यूज असतात. किंवा असेही युटूबर्स आहेत, जे त्यांच्या हातांच्या विविध हालचालींचे व्हिडिओ बनवतात आणि ते बघायला येणाऱ्यांची संख्या लाखोंमध्ये असते. याखेरीज, मनोरंजन, पर्यटन, प्रेरणा, फिटनेस, डाएट यासारखे नेहमी चालणारे विषय घेऊन चॅनल्स चालवणारेही अगणित आहेत.

यूट्यूबवर कोण, कशासाठी, आणि काय बघायला जाईल याची ठोस चौकट नाहीये. त्यामुळे आपल्याला सबस्क्राइबर्स मिळतील का, त्यातून पैसे मिळतील का, याचा अंदाज सलग काही महिने व्हिडिओ करून बघितल्याशिवाय, काय चालतेय-काय नाही याचा अंदाज घेतल्याशिवाय येऊ शकत नाही.

म्हणूनच, वर म्हटल्याप्रमाणे यूट्यूबर बनणं हा सिरियस बिझनेस आहे; त्यात विचार आहे, कष्ट आहेत. अगदी स्वतःच्या खाण्याचे व्हिडिओ बनवायचे म्हटले तरीही तो कसा बनवला पाहिजे, कुठले पदार्थ खातानाचा बनवला तर लोकांना 'क्लिक' होईल याचा विचार करावाच लागतो. यूट्यूबवर माणसं निरनिराळ्या कारणांसाठी येतात, त्यामुळे आपला ग्राहक-सबस्क्राइबर्स-TG आपल्याला ओळखता आला पाहिजे, त्यापर्यंत पोहोचता आलं पाहिजे.

गेल्या काही वर्षांपासून 'पॉडकास्ट' हा डिजिटल प्लॅटफॉर्मही जोरात आहे. विविध विषयांवरचे पॉडकास्ट्स मोठ्या प्रमाणावर ऐकले जाऊ लागले आहेत. विशीतल्या तरुण-तरुणींना यात करिअर करावं वाटणं अगदीच स्वाभाविक आहे. जगभरातल्या बहुतेक सगळ्या भाषांमध्ये आता पॉडकास्टिंग होते. इंग्लिश, हिंदी आदी भाषांमध्ये पॉडकास्टिंग करणाऱ्या व्यक्तीला चांगले पैसेही मिळतात – यूट्यूबप्रमाणे विविध प्लॅटफॉर्म्सवरून! पण, मराठीत अजून पॉडकास्टिंगमध्ये पैसा नाही; मग प्लॅटफॉर्म

कुठलाही असो... अगदी स्पॉटिफायला तुमचा पॉडकास्ट असेल म्हणून तुम्हांला पैसे मिळतील असं मुळीचंच नाही. जसं, इन्स्टा आणि फेसबुक यावरून इनडायरेक्ट कमाई करता येते, तसंच आता पॉडकास्टचं आहे. मराठीत थेट पॉडकास्टिंगमधून पैसे मिळू शकत नाहीत. पण, त्याचा वापर करून ब्रँड कोलॅब्रेशन्सच्या माध्यमातून पैसे कमावता येऊ शकतात. अर्थात, याही बाबतीत मराठी पॉडकास्टचं जग अजून पुरेसं विकसित झालेलं नाही. हळूहळू ते विकसित होईल, हे मात्र नक्की!

यूट्यूब असो, सोशल मीडिया नाहीतर पॉडकास्टिंग; या डिजिटल प्लॅटफॉर्म्सवर कंटेंट क्रिएटर म्हणून करिअर करता येऊ शकतं. मात्र, त्यासाठी भरपूर पेशन्सची, आणि ही माध्यमं गांभीर्याने घेऊन, आपल्या कामासाठी जीवतोड मेहनत करण्याची आवश्यकता असते. टाइमपास म्हणून काहीतरी कंटेंट बनवू या, तो अपलोड करू या आणि लाखो कमवू या... असं होत नाही! क्वचित एखाद्याच्या बाबतीत हे होतही असेल; पण 'लंबी रेस का घोडा' व्हायचं असेल तर मेहनतीला पर्याय नाही! त्यासाठीही पुरेसा अभ्यास - गृहपाठ; या माध्यमांची तसेच आपल्या ग्राहकाची ओळख; डिजिटल महासागरात आपला कंटेंट बघितला जावा यासाठी सातत्य आणि ताजेपणा; मेहनत घेण्याची तयारी; सातत्यासाठी आवश्यक ती मानसिक, भावनिक आणि आर्थिक तयारी; डिजिटल मार्केटिंगच्या जगाचा थोडाफार अभ्यास हवाच! तसंच 'प्लॅन बी'सुद्धा तयार हवा. कंटेंट क्रिएटर म्हणून जम बसला तर ठीकच आहे... पण, जर ते जमलं नाही, अपेक्षित पैसा मिळाला नाही, तर आपल्याकडे प्लॅन बी हवाच! खरंतर आजच्या एआयच्या काळात कुठल्याही करिअरचा पर्याय निवडत असताना प्लॅन बी हवाच! मी आयुष्यभर एकच गोष्ट करेन, मला एवढंच जमतं किंवा करायला आवडतं, असं म्हणण्याचा काळ तंत्रज्ञानाने संपवून टाकला आहे. सतत स्वतःची कौशल्ये विकसित करत राहणं, नव्या गोष्टी शिकणं, शोधणं, पर्याय तयार ठेवणं याला आतातरी 'पर्याय' नाही!

आता याच डिजिटल स्पेसमधल्या मोबाईल गेमिंगमधून मिळणाऱ्या पैशांकडे वळू या. निरनिराळ्या गेम्समधून पैसे कमावणारे अनेक टीन्स मला कामाच्या निमित्ताने भेटतात. त्यांच्याशी बोलताना जाणवतं... त्यातल्या अनेकांनी जेवढे कमावलेले असतात, तितकेच किंवा काही वेळा त्यापेक्षा अधिक गमावलेले असतात. त्यामुळे

रमी खेळून किंवा इतर कुठलेतरी गेम्स खेळून मी बक्कळ पैसा कमावेन, असं होतं नाही. हे गेम्स तुम्हांला गेमची चटक लागावी यासाठी सुरुवातीला पैसा मिळवून देतात आणि नंतर कर्जबाजारी करतात.

एका दहावीतल्या मुलीने वडिलांना आर्थिक मदत करायची या कारणाने गेम खेळायला सुरुवात केली आणि तिच्याही नकळत वडिलांना कर्जात ढकलून दिलं! किंवा एका तरुणाने असंच झटपट पैसे कमावण्याच्या नादात, घरातच चोऱ्या केल्या! का? तर, या गेम्ससाठी त्याला पैसे हवे होते. अशा अनेक केसेस आपल्या आजूबाजूला घडत आहेत. त्यामुळे गेमिंग करून, ऑनलाइन रमी किंवा इतर कुठलातरी गेम खेळून त्यात करिअर करता येऊ शकतं का? तर, ते मुळातच खूप धोकादायक आहे.

गेमिंगमध्ये करिअरच्या संधी पुष्कळ असतात. अगदी गेम्ससाठीच्या ग्राफिक्सपासून गेम डेव्हलपमेंट, गेम टेस्टर्स आणि गेम सायकॉलॉजिस्टही... असे करिअरचे अनेक पर्याय त्यात आहेत. पण... पुन्हा मुद्दा तोच आहे, की यातही अभ्यास, त्या विषयाची पुरेशी माहिती, मेहनत या गोष्टी आल्याच! डिजिटल प्लॅटफॉर्म्स हे पैसे कमावण्याचा शॉर्टकट नाहीयेत, हे लक्षात घेणं आवश्यक आहे.

थोडक्यात महत्त्वाचे

- कंटेंट क्रिएटर हे नवं करिअर जरूर आहे पण ते झटपट आणि विनाकष्ट पैसे देणारं करिअर आहे अशी समजूत नको.
- कॉपी कॅट्स बनू नका, इतरांच्या आयडिया उचलण्यापेक्षा तुमच्याकडे जगाला सांगण्यासारखं काय आहे याचा विचार करा.
- डिजिटल स्पेसमध्ये सातत्य फार महत्त्वाचं आहे. सातत्य असेल तरच यशस्वी होण्याच्या शक्यता वाढतात. त्यामुळे सातत्याने काम करण्यासाठी घ्यावी लागणारी मेहनत, पैसा, ऊर्जा आणि त्या माध्यमाचं आवश्यक ज्ञान मिळवण्याची तयारी ठेवली पाहिजे.

▲▲▲

जेन झी आणि त्यांची भाषा

काळ बदलतो तशी भाषाही बदलते

भाषा ही केवळ अक्षरांचे आणि आवाजाचे समूह नाहीत... भाषा म्हणजे फक्त शब्दसंचय नाही... फक्त शब्दांची गोष्ट नाही... ती माणसाच्या मानसिकतेचं, समाजाच्या घडामोडीचं आणि काळाच्या स्पंदनांचं प्रतिबिंब असते. एका पिढीकडून दुसऱ्या पिढीकडे भाषा प्रवाहित होत असताना फक्त वाक्यरचना, व्याकरण आणि उच्चाराच्या स्वरूपात जात नाही; तर त्यात त्या काळाचं तंत्र, तत्त्वज्ञान, भवताल भान, संस्कृती, आणि माध्यमंही मिसळलेली असतात.

आज आपण ज्या जगात जगतो ते तंत्रज्ञानाने भारलेलं आहे... आणि ते केवळ उपकरणांपुरतं मर्यादित नाही; तर आपल्या विचारसरणी, संवादपद्धती, धारणा कल्पना, आणि भाषेच्या वापरापर्यंत पोहोचलेलं आहे. स्मार्ट फोन, इंटरनेट, सोशल मीडिया, आर्टिफिशियल इंटेलिजन्स या सगळ्यांनी आपल्या भाषेला एक नवा चेहरा दिला आहे. हा चेहरा कधी रंगीत, कधी विस्कळीत, कधी आकर्षक, आणि कधी गोंधळलेला वाटतो.

पूर्वी संवाद म्हणजे, एकत्र येणं, बोलणं, ऐकणं आणि समजून घेणं असायचं. आता संवाद म्हणजे, टाइप करणं, इमोजी टाकणं, फॉरवर्ड करणं, किंवा केवळ 'react' करणं झालं आहे. आपलं बोलणं शब्दांमधून कमी आणि इंटरफेसमधून अधिक व्यक्त होत आहे.

इंटरफेस म्हणजे काय? हे समजून घेऊ!

इंटरफेस म्हणजे दोन माणसांनी एकमेकांशी संवाद साधण्यासाठी तयार केलेलं साधन किंवा मधलं माध्यम.

सोप्या भाषेत सांगायचं झालं तर मोबाईलमधला स्क्रीन, त्यावरची बटणं, ॲपची रचना, मेन्यू, कीबोर्ड, इमोजी हे सगळं म्हणजे 'इंटरफेस'. हे आपण आणि मोबाईल/कॉम्प्युटर यांच्यातला संपर्क साधण्याचा मार्ग आहे. उदाहरणार्थ,

- आपण मोबाईलवर Call बटण दाबतो → ते बटण म्हणजे इंटरफेसचाच एक भाग आहे.
- आपण Google मध्ये काही टाइप करतो → तो सर्च बॉक्स हा इंटरफेस आहे.
- ATMवर Cash Withdrawal टच करतो → तेदेखील एक इंटरफेस आहे.

तांत्रिक भाषेत सांगायचं तर, Interface म्हणजे Human (माणूस) आणि Machine (तंत्रज्ञान) यांच्यातल्या संवादाचं दृश्य/स्पर्शात्मक रूप. तुमच्या आणि टीव्हीच्या मध्ये असलेला रिमोट कंट्रोल म्हणजे टीव्हीसाठी तुमचं इंटरफेस आहे.

आपल्या आयुष्यात तंत्रज्ञानाचा शिरकाव झाल्यापासून आपण इंटरफेस माध्यमातून अधिक संवादी झालेलो आहोत. आपण लिहितो तेवढंच महत्त्वाचं नाही; आपण कोणत्या प्लॅटफॉर्मवर लिहितो, कोणत्या फॉन्टमध्ये, कोणत्या इमोजीसह, आणि किती वेळात लिहितो, हेही भाषेचा भाग झालं आहे.

एक काळ होता, जेव्हा एखादी भाषा ही तिच्या शुद्धतेवर, परंपरेवर आणि व्याकरणावर आधारित होती... त्याविषयी अभिमानही होता. आजही हे सर्व आहेच; पण आता भाषा वेगावर, उपयोगावर आणि पसरलेपणावरही अवलंबून आहे. 'Typing' हे 'Writing'पेक्षा जास्त वेगात होतं. आणि त्यामुळेच 'UR', 'LOL', 'IDK', 'OMG' सारखे शब्द इतक्या सहजपणे स्वीकारले जातात, की ते आता भाषेचा भाग झाले आहेत – अपभ्रंश नव्हे, तर नव्या युगाची चिन्हं!

इमोजी आणि GIFs यांचं भाषेतील स्थान यावर चर्चा सुरू झाली की, अनेक जण विचारतात – ही भाषा आहे का? पण खरं सांगायचं तर, भावना व्यक्त करण्यासाठी शब्दांऐवजी चेहरा, चित्र, किंवा एका क्षणाचं ॲनिमेशन वापरलं जात असेल, तर ती संवादाचीच एक पद्धत आहे... ती भाषाच आहे. भाषेच्या व्याख्याच या नव्या माध्यमांनी बदलून टाकल्या आहेत. शब्दाऐवजी अर्थ, वाक्याऐवजी संदर्भ, आणि व्याकरणाऐवजी गती हे नवे निकष झाले आहेत का... याचा विचार गांभीर्याने आणि चेष्टा-टीका न करता करायला हवा.

यात एक धोक्याची बाबही आहे. भाषेत जितकी सहजता येते आहे तितकीच तिची खोली कमीकमी होत चालली आहे का? व्यक्त होण्याचं माध्यम अधिक गतिमान झालं आहे; पण विचारांची खोली, संकल्पनेचं गुंफणं, आणि भाषेचं सौंदर्य या बाबी हरवत चालल्या आहेत का? विशेषतः एआयच्या आगमनानंतर, भाषेला मानवी छटा उरते का, असा प्रश्न निर्माण होतोय. ChatGPT, Bard, Grammarly, Jasper, DeepL, Grok, Gemini यांसारखी टूल्स आता आपल्या लेखनाचा भार उचलू लागली आहेत. त्यामुळे आपलं 'स्वतःचं लिहिणं' कमी आणि AI लिहून दिलेलं 'संपादन' करणं अधिक होऊ लागलं आहे.

एकीकडे ही भाषा सर्वसमावेशक, विविधतेने भरलेली वाटते, कारण इंटरनेटमुळे भाषांची सीमा गळून पडली आहे; तर दुसरीकडे, तिच्यातून निघणारी ओळख धूसर होतेय. कारण, आता भाषा ही 'माझी' राहिलेली नाही – ती सगळ्यांसारखी 'जनरल' झालेली आहे. ती साचेबद्ध, सर्च-फ्रेंडली आणि अल्गोरिदमला समजणारी झाली आहे. उदा. चॅटजीपीटीने लिहून दिलेला अर्ज सगळ्यांचा सारखाच असतो. पण तेच जर प्रत्येक व्यक्तीने स्वत: लिहिले तर तोच अर्ज वेगळा असेल हे उघड आहे.

तंत्रज्ञानामुळे भाषा फक्त बदलली नाही; तर तिचं स्वरूप, तिची गरज, तिचं मूल्य आणि तिचा गाभाच काहीसा हललेला आहे. आता भाषा ही केवळ माणसांमधील संवाद नाही – ती माणूस आणि मशीन यांच्यातील संवादासह व्यवहार बनली आहे.

म्हणूनच, आपण भाषेवर प्रेम करत असू, तर आपल्याला ही नवी भाषाही समजून घ्यावी लागेल, तिच्या गतीचा स्वीकार करावा लागेल, आणि त्यात खोली यावी यासाठी संघर्ष करावा लागेल.

जेन झीची बदललेली भाषा : स्क्रीनवरून उमटलेली नवसंस्कृती

'भाषा म्हणजे संवादाचं साधन नसून आता एक ओळख झाली आहे', असं म्हणावं लागेल. विशेषतः जेन झी, म्हणजेच १९९७ ते २०१२ दरम्यान जन्मलेल्या पिढीसाठी!

१. तंत्रज्ञानाचा आपल्या दैनंदिन भाषेवर किती खोलवर परिणाम झालाय, हे जेन झीची भाषा पाहिल्यावर स्पष्ट होतं :
   - टायपिंगमुळे भाषा संक्षिप्त झाली आहे. LOL, BRB, IDK, FOMO, TMI हे शब्द आता भावनांची, विचारांची आणि मूडची पटकन व्याख्या करू शकतात.

- GIFs, Memes, Reels, Emojis : ही नव्या जगाची भाषाच आहे, जी तंत्रज्ञानाच्या प्रभावातून तयार झालेली आहे.
- '🔥 💀 💯 😭' : अशा इमोजींच्या ओळीदेखील संवाद होतात. संवाद हा फक्त अक्षरांचा राहिलेला नाही; तो Visual + Textual + Tonal असा हायब्रीड झाला आहे.
- Typing styleदेखील ओळख बनली आहे : मुद्दाम lower caseमध्ये बोलणं, punctuation न वापरणं, किंवा gud nyt, wlcm सारख्या रूपांतरणांमध्ये भाषा बदलली आहे.

२. जेन झीसाठी भाषा ही फक्त बोलण्याचं साधन नसून स्व-प्रतिमा निर्माण करण्याचं माध्यम आहे.

- Vibe, aesthetic, mood, energy हे शब्द केवळ विशेषण नाहीत, तर आत्मभानाच्या परिभाषा बनल्या आहेत.
- I feel seen, That's a slay, She's giving main character energy, It's not that deep : या वाक्यांचा अर्थ पुस्तकात शोधला, तर फारसं सापडणार नाही. कारण ही भाषा जीवनशैलीची छाया आहे.
- सोशल मीडियावर सतत दिसणं आणि in or out राहणं, यामुळे भाषेचं स्वरूप बदलत आहे : शब्द नव्हे, तर भावनेचं 'ट्रेंडिंग व्हर्जन' होतं आहे.

३. भाषा ग्लोबल आणि लोकलचं फ्यूजन होते आहे. भाषा ही 'ग्लोकल भाषा' झाली आहे.

जेन झीची भाषा ही केवळ इंग्लिश किंवा स्थानिक भाषा अशी सरळ न राहता, ग्लोकल हायब्रीड झाली आहे.

- Bro, toh toh legit savage aahe re
- I'm like, ekdam 'No', pan toh mhanta 'IDC'
- Bro, tula mahitay ka to legit gaslighting karat hota!
- Mi like ekdam zapp jhalo, but IDC.

ही वाक्य हिंग्लिश-मराठी हायब्रीड होऊन एक वेगळीच शैली तयार करतात. YouTube Shorts, TikTok (बंद असूनही), Instagram Reels आणि Discord, Reddit, Twitch यांसारख्या जागतिक प्लॅटफॉर्मवरून भाषा ही देशी असली तरी जागतिक लयीत बोलली जाते आहे.

४. अनेकांना वाटतं की, जेन झी जरा थंड, कट-शॉर्टमध्ये बोलतात. त्यांच्या संवादाला भावनांची खोली नाही. पण खरं म्हणजे, त्यांची भाषा ही शब्दांऐवजी टोन, संदर्भ आणि विडंबन यातून भावना व्यक्त करणारी आहे. हा प्रकार मागच्या पिढ्यांसाठी वेगळा आहे, म्हणून खोली नाही असं वाटण्याची शक्यता अधिक असते, हे लक्षात घेतलं पाहिजे.

- ते sarcasm वापरतात, dry humour, relatable pain, dark memes : हे सर्व त्यांची coping mechanism आहे.
- म्हणूनच, 'I'm dead 💀' हा शब्द हसताना वापरणं, किंवा 'It's giving...' म्हणत एखादं चित्रण करणं, ही त्यांच्या भाषेतील नाट्यमय शैली आहे.

५. जेन झीसाठी भाषा म्हणजे फक्त संवाद नाही, ती instant recognition आणि vibe check आहे.

यांचं बोलणं आणि टायपिंग हे कोडेड, गतिमान, आणि अनेक स्तरांवर अर्थ निर्माण करणारं आहे.

उदाहरणार्थ,

- "She ate and left no crumbs" = तिचं काम परफेक्ट होतं.
- "I can't. I'm literally crying." (कोणीही रडत नसतो) = हे फारच मजेशीर / भावनिक होतं.
- "Dead 💀" = प्रचंड हसलो.

ही भाषा 'literal' नसते, ती referential असते — पूर्वीचा अनुभव, मिम, किंवा सोशल ट्रेंड माहीत नसेल, तर याचा अर्थच कळणार नाही.

६. सोशल मीडियामुळे भाषेचा स्पीड आणि टिकाव दोन्ही बदलले आहेत.

उदाहरणार्थ,

- Twitter/X, TikTok, Reddit यांसारख्या प्लॅटफॉर्मवर एकाच शब्दाचा वापर वेगवेगळ्या अर्थानं होतो.
- भाषा 'ट्रेंड' होते आणि काही दिवसांतच कालबाह्यही! उदाहरणार्थ, "cheugy", "skrrt", "OK boomer" हे आता जुनं वाटतं.
- अनेक नवीन शब्द किंवा शॉर्टफॉर्म्स एआय, गेमिंग, LGBTQ+ चळवळ, आणि मानसिक आरोग्याशी संबंधित संज्ञांमधून आलेले आहेत.

उदाहरणार्थ,

- neurospicy = ADHD/Autistic व्यक्तींना त्यांच्या वेगळ्या विचारशैलीसाठी वापरलेला प्रेमळ शब्द
- it's giving ✨anxiety✨ : मानसिक स्थितीचे नाटकीकरण
- main character energy : स्वतःला सिनेमातल्या प्रमुख व्यक्तिरेखेसारखं दाखवत जगणं.

जेन झीची भाषा ही दृश्यात्मक आहे. इमोजी हे आता शब्द नाहीत, भावनेचे शॉर्टकट आहेत.

- 🧍 – socially awkward feeling
- 👁👄👁 – speechless / awkward silence
- ✨word✨ – आयर्नी किंवा विशेष जोर

मिम्स तर या नव्या भाषेचं संस्कृती-व्याकरणच आहे. ते संदर्भ, टोमणे, राजकारण, भावनात्मक स्थिती, आणि तात्कालिक भावना एका चित्रपंक्तीत मांडतात. या मिम्सचे संदर्भ ओळखणं म्हणजेच जेन झीमध्ये 'इन' असण्याचं लक्षण!

जेन झी भाषा ही 'संवेदनशीलता' आणि 'ह्यूमर' यांची मिसळ आहे. ही पिढी स्वतःच्या मानसिक आरोग्यावर, लैंगिक ओळखीवर, राजकीय भानावर जास्त बोलते, विनोद करते. Dark humour is a coping mechanism. या भाषेच्या मागे सामाजिक भान आणि जाणीव आहे. पण त्यांची मांडणी अनेकदा व्यंग्यात्मक शैलीत असते.

शिक्षक, पालक, आणि वरिष्ठ यांनी काय लक्षात घ्यावं?

शिक्षक, पालक किंवा मोठ्यांच्या जगाला, मागच्या पिढ्यांना ही भाषा अनेकदा अपारंपरिक, गोंधळलेली, असभ्य वाटू शकते. पण खरंतर ही भाषा सोशल मीडिया, गेमिंग, ट्रेंड, ट्रोलिंग, इन्फ्लुएन्सर्स आणि मोबाईल संस्कृती यांचा संगम आहे.

एक लक्षात घेतलं पाहिजे, भाषा कधीच स्थिर नसते. ती काळानुसार, माध्यमांनुसार, पिढीनुसार बदलतेच! ती प्रवाहीच असते... असली पाहिजे. जेन झीची भाषा ही त्या बदलांचा आरसा आहे. थोडी वेगळी, थोडी कोड्यात टाकणारी; पण निश्चितच बदलणाऱ्या काळाची आणि सांस्कृतिक संक्रमणाची साक्ष देणारी!

जेन झीची भाषा गोंधळलेली नाही, ती अतिशय जाणीवपूर्वक निवडलेली आहे!

ती 'वेगळी' वाटते कारण :

- ती वाचनातून नव्हे, तर पाहण्यातून तयार झालेली आणि त्यांनी शिकलेली भाषा आहे.
- ती फक्त संवादासाठी नाही, तर स्वतःचं व्यक्तिमत्त्व आणि attitude दाखवण्यासाठीही वापरली जाते.
- आणि ती contextual आहे, म्हणजे संदर्भासहित आहे. म्हणजे ती 'समजून घ्यावी' लागते, 'शिकवता' येत नाही. तुम्हांला त्याचे संदर्भ माहीत असावे लागतात.

जेन झी आणि जेन अल्फा यांची भाषा ही त्यांच्या काळाची ओळख आहे. ती ध्वनी, चित्र, meme, विडंबन, ट्रेंड आणि टायपिंग स्टाईल यांच्या संमिश्रतेतून आकारलेली आहे. ही पिढी भाषेला वेगळ्या दिशेने घेऊन चालली आहे. जिथे संवादाचा अर्थ हा केवळ शब्दांमध्ये नाही; तर भावना, दृश्य, आणि संदर्भांमध्ये विखुरलेला आहे. याचे एक कारण हेही आहे की, ही पिढी ऑडिओ-व्हिज्युअल आहे. त्यांचा भवताल ते दृक्श्राव्य माध्यमातून अधिक प्रभावीपणे समजून घेत आहेत. त्यामुळे त्यांच्या भाषेतही यांचा मोठा प्रभाव आहे.

जन्माला आल्यापासून आजूबाजूला गॅझेट्स बघत वाढणारी पिढी अधिक ऑडिओ-व्हिज्युअल असणार हे उघड आहे; आणि त्याचा परिणाम त्यांच्या व्यक्तिमत्त्वापासून ते भाषेपर्यंत सर्वत्र होणार, हेही समजून घेतलं पाहिजे. त्यामुळे या भाषेवर टीका करण्यापेक्षा त्याचा संदर्भ समजून घेतला तर या पिढ्यांशी कनेक्ट होणं अधिक सुलभ जाऊ शकेल.

▲▲▲

विभाग ३

सेक्स आणि हिंसा व्हाया व्ह्यूज !

डिजिटल जगाचं नग्न वास्तव...

आपल्या मुलांपर्यंत पोर्न पोहोचतं?

स्वतःच्या देहाचा स्वीकार आणि दुसऱ्याच्या देहाचा सन्मान आपण मुलांना शिकवणार कधी?

हो! मुलांपर्यंत पोर्न पोहोचते आहे आणि त्यासाठी मुलांना पोर्न साइट्सवर जाण्याची गरजही आज उरलेली नाही. यूट्यूबपासून सगळ्या सोशल मीडिया प्लॅटफॉर्म्सवर सॉफ्ट पोर्न किंवा ॲडल्ट कंटेंट सहज बघायला मिळू शकतो. किसिंग सीन्स, लव्ह सीन्स, बेड सीन्स यांचा भडिमार रील्समध्ये, शॉर्ट्समध्ये आणि इतर कंटेंटमध्ये आहे. सिनेमा आणि सीरियल्समध्ये असणारे हे सीन्स वाईट असतात, असं कुणीच म्हणण्याचं कारण नाही. मुद्दा आहे तो हा, की जेव्हा या प्लॅटफॉर्मवर मुलांचा अनिर्बंध आणि कुठल्याही मार्गदर्शनाशिवाय वावर असतो; शिवाय अशा कंटेंटबद्दल मुलांशी संवाद नसतो, तेव्हा मुलांच्या मनात काय प्रश्न तयार होतात? ते अशा कंटेंटविषयी काय विचार करतात? ते स्वतःच्या आणि दुसऱ्याच्या देहाचा कसा विचार करतात? ते कन्सेंटचा विचार करतात का, आणि कसा करतात? या सगळ्यांचा परिणाम म्हणून लैंगिक संबंधांचं वय कमी होत आहे का? लैंगिकतेबद्दलचे प्रयोग करण्याचे वय कमी होत आहे का? तसं होत असेल, तर मुलांशी आपण काय बोलणार आहोत या सगळ्याचा विचार आवश्यक आहे.

इंटरनेटवर जितक्या चांगल्या गोष्टी आहेत तितक्याच मुलांसाठी धोक्याच्या जागाही आहेत. पोर्न साइट्सवर जे दिसतं ते करून बघण्याची इच्छा फक्त तरुण वयात होते असं नाही; लहान मुलंही हे लैंगिक प्रयोग करून बघू लागली आहेत.

महानगरांपासून आदिवासी भागापर्यंत सर्वत्र या 'पॉकेट पोर्न'चे परिणाम दिसत आहेत. त्यातून ऑनलाइन गेल्यावर मूल काय बघेल यावर कुणाचंही नियंत्रण आज उरलेलं नाही. अशा वेळी आपल्या मुलांशी या सगळ्याविषयी बोलणं अत्यावश्यक आहे.

लहान मुलं म्हणजे प्री-टीन मुलं या सगळ्या गोष्टी बघतात, तेव्हा त्यांच्या मनात निर्माण होणाऱ्या प्रतिमा, त्याविषयी पडणारे प्रश्न, त्यांचा गुंता असा बराच काळजी करावा असा विषय, हळूहळू तयार होत जातो. त्याचप्रमाणे टीनएज वयात जी मुलं ॲडल्ट कंटेंट बघतात, तेव्हा जसं त्यांच्यात वयानुरूप येणारं नैसर्गिक कुतूहल असतं, त्याचप्रमाणे या प्रतिमांमधून निर्माण होणाऱ्या काही कल्पनाही असू शकतात – ज्या देहाच्या दिसण्याविषयी, लैंगिक संबंधांविषयी, त्यातल्या 'परफॉर्मन्स'विषयी, लैंगिक आजाराविषयी, कन्सेंटविषयी, लैंगिक अग्रक्रमांविषयी, त्यातल्या फँटसीजविषयी असू शकतात.

याबद्दल चूक आणि बरोबर यापेक्षाही वेळीच आणि योग्य माहिती मुलामुलींना दिली गेली नाही, तर त्यांच्या मनातल्या कल्पना घेऊनच ते मोठेही होणार, डेट करणार आणि पुढे जाऊन सहजीवनाला सुरुवातही करणार! वर्तमानाबरोबर भविष्यात होऊ शकणारे गुंते टाळण्यासाठी मुलांशी बोलणं आवश्यक आहे.

सेन्स मीडिया या सेवाभावी संस्थेने केलेल्या सर्वेक्षणानुसार, भारतातील ५० टक्के मुलांपर्यंत पोर्न कंटेंट वयाच्या तेराव्या वर्षी पोहोचतो. ४४ टक्के मुलं परत-परत पोर्न साइट्सवर जाऊन पोर्न कंटेंट बघतात; तर ५८ टक्के मुलांचं म्हणणं आहे, की ऑनलाइन भटकंती करताना अचानक त्यांच्यासमोर पोर्न कंटेंट आला. खरंतर भारत सरकारने अनेक पोर्न साइट्स बॅन केलेल्या आहेत, तरीही हा कंटेंट इंटरनेटवर उपलब्ध होतोच!

हा सगळाच विषय अतिशय गुंतागुंतीचा आहे. सगळा दोष फक्त हातातल्या मोबाईलचा आणि डाटाचा आहे असं नाही. इतरही अनेक बाबी यात महत्त्वपूर्ण असू शकतात. पैशांचे अवास्तव महत्त्व, पालकांची व्हॅल्यू सिस्टीम, मुलांमध्ये असलेला प्रचंड एकटेपणा आणि नैराश्य, 'स्पेस म्हणजे काय?' याबाबत पालक आणि मुलांमध्ये असलेला कमालीचा गोंधळ, सेक्स एज्युकेशन न देणारी शिक्षण व्यवस्था, सेक्सविषयी मोकळेपणाने बोलण्याची मुभा नसणं, एज व्हेरिफिकेशनची

कुठलीही यंत्रणा पोर्न साइट्सवर उपलब्ध नसणं, एक ना अनेक! हा सगळा गुंता तुम्ही आपण सोडवू शकत नाही. आपण एकच गोष्ट करू शकतो... मुलांशी या सगळ्याबद्दल न संकोचता बोलू शकतो.

स्वस्त इंटरनेट आणि पालकांचे मोबाईल्स!

सहज, स्वस्त दरात किंवा फुकट वेगवान इंटरनेट उपलब्ध असल्याने भारतात 'पोर्न बूम' आहे असं मानलं जातं. त्यातच मुलांच्या हातात मोबाईल फार लहान वयात आल्यामुळे पोर्न शोधणे आणि पोर्न साइट्सवर जाऊन पोर्न व्हिडिओज बघणे ही त्यांच्यासाठी विशेष वेगळी बाब उरलेली नाही. त्यात आता काही धाडस, थ्रिल, ते बघण्यात पूर्वीच्या पिढ्यांना वाटणारी 'बंडखोरी' असलं काहीही शिल्लक राहिलेलं नाही, इतकं हे सगळं सहज, पाहिजे तेव्हा, पाहिजे तेवढं आणि पाहिजे त्या पद्धतीचं उपलब्ध आहे. त्यातच मुलांच्या हातात कधी मोबाईल दिला पाहिजे याबाबतीत अजून आपल्याकडे पालक हवे तितके सजग झालेले नाहीत.

महागडे आणि मुलांना त्यांचे स्वतःचे मोबाईल घेऊन देणं हा स्टेटस सिम्बॉल बनला आहे. परंतु मुलं तिथे जाऊन काय करतात याविषयी बोलण्याची तसदी मात्र कुणीही घेत नाही. अनेकदा मुलांपर्यंत ॲडल्ट कंटेंट पालकांच्या फोनमधूनच पोहोचतो, हे माझ्या आजवरच्या कामातून अनेकदा लक्षात आलेलं आहे. इतकंच नाही, तर अनेकदा शिक्षकांचे फोन हाही पोर्न पोहोचण्याचा पहिला सोर्स असू शकतो. व्हॉट्सॲपवर विविध सेक्स क्लिप्स किंवा इतरही कंटेंट फॉरवर्ड होत असतो तो गॅलरीत तसाच पडून असतो. पालक मोबाईलवरून पोर्न बघत असतील तर गुगल हिस्ट्रीमध्ये त्या लिंक्स उपलब्ध असतात. मुलांच्या हातात मोठ्यांचे फोन गेले की या गोष्टी मुलांच्या समोर येऊन पडतात.

योग्य वयात योग्य माहिती

लिंगभाव आणि लैंगिक संबंध याविषयी योग्य माहिती मिळवण्याचे पोर्न हे काही साधन नाही. पण अनेकदा टीनएजर्समध्ये स्वतःमधील कुतूहल शमवण्याचे आणि प्रश्नांची उत्तरं

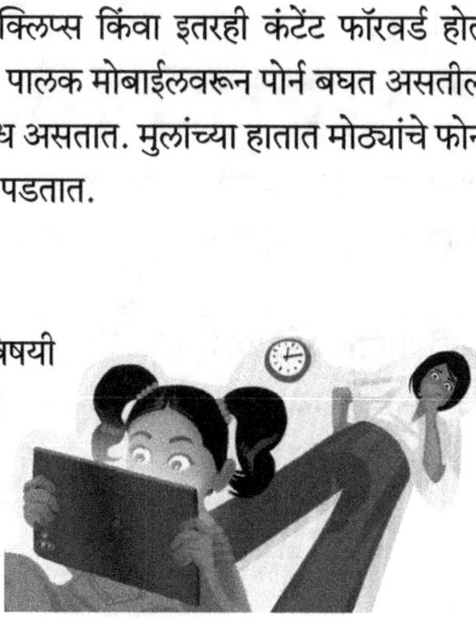

शोधण्याचे दुसरे मार्ग उपलब्ध नसल्याने हातात असलेल्या पॉकेट पोर्नचा वापर केला जातो. म्हणूनच, पोर्नबद्दल बोलताना आधी मुलांशी 'लैंगिकता' या विषयावर मोकळी चर्चा व्हायला हवी.

आपले लैंगिक अग्रक्रम काय आहेत हे समजून घेणं ही एक सतत सुरू असणारी प्रक्रिया आहे; ती दहाव्या-बाराव्या वर्षी सुरू होते. म्हणूनच, मुलांपर्यंत योग्य माहिती योग्य शब्दांत पोहोचण्याची नितांत गरज असते. ही माहिती वयानुरूप आणि शास्त्रीय असणंही आवश्यक आहे.

स्वतःच्या सुखाचा आणि समाधानाचा विचार करत असताना दुसऱ्याच्या सुखाचा आणि समाधानाचाही विचार आवश्यक आहे, स्वतःच्या आणि जोडीदाराच्या शरीराचा सन्मान आवश्यक आहे. शरीरसंबंधांपासून शरीर स्वच्छता, लैंगिक अवयवांची स्वच्छता, असुरक्षित लैंगिक संबंधातून होणारे आजार, त्यातले धोके या सगळ्या गोष्टी समजण्याची, त्याबद्दल संवेदनशील असण्याची आवश्यकता असते. वयानुरूप या गोष्टी मुलांच्या आयुष्यात येणं आवश्यक असतं.

सगळे बघतात म्हणून...

शाळेच्या बसमध्ये, व्हॅनमध्ये या 'नाजूक' आणि 'गुप्त' माहितीची देवाणघेवाण केली जाते. जर एखाद्या मुलाने त्यात विशेष रस दाखवला नाही तर त्याला टार्गेट करण्याचे प्रमाणही बरेच आहे. तुम्हांला अश्लील जोक्स, शिव्या माहीत नसतील, तुम्ही न्यूड फोटो बघितले नसतील, तुम्ही सेक्स क्लिप्स बघितल्या नसतील, तर तुम्ही फारच बावळट आहात, असा एक समज पसरवला जातो. आणि मग समूहात राहण्याच्या धडपडीतून अनेक मुलं पोर्न बघायला सुरुवात करतात. वर्गात पोर्नबद्दल चालणाऱ्या चर्चेत आपल्यालाही बोलता आले पाहिजे ही मूलभूत गरज त्यामागे अनेकदा असते. या गरजेतूनच शोधाशोध करायला मुलं मुलांकडूनच शिकतात.

न बोलण्याचा विषय!

लैंगिकता हा आपल्याकडे आजही न बोलण्याचा विषय आहे. या विषयावर बोलताना अनेक पालकांना, शिक्षकांना अवघडल्यासारखे होते, लाज वाटते. त्यामुळे मुलांनी प्रश्न विचारले तरी ते टाळण्याकडे बहुतेकांचा कल असतो. कारण अशा प्रश्नांची उत्तरं द्यायची कशी, याचा विचार बऱ्याचदा पालकांनी केलेला

नसतो. त्यातही मुलगी वयात आल्यावर आईने मुलीशी बोलण्याचं प्रमाण हळूहळू वाढते आहे (अर्थात, त्यातही सगळी माहिती योग्य आणि शास्त्रीय असेलच असं नाही!) ; पण वयात येणाऱ्या मुलग्यांशी कुणीच बोलत नाही!

आपले लैंगिक अग्रक्रम काय आहे, तीव्र लैंगिक आकर्षण हाताळायचं कसं याविषयी मुलग्यांशी बोलण्याची पद्धत अजूनही रूढ झालेली नाही. त्यामुळे आई-बाबा, शिक्षक किंवा मोठ्यांच्या जगाने नाकारलेले विषय मग मुलं ऑनलाइन शोधायला जातात. कारण गुगल आणि आता एआय त्यांना प्रश्न विचारला म्हणून गप्प करत नाही. एका प्रश्नातून अजून दहा प्रश्न तयार झाले तरी न वैतागता प्रत्येक प्रश्नाचं उत्तर गुगल आणि एआय देत राहतात. 'हे वय आहे का असल्या गोष्टींचा विचार करण्याचं...', 'काहीतरी मूर्खासारखे प्रश्न विचारू नकोस!', 'असल्या आचरट गोष्टी कशा काय सुचतात, आम्ही तुमच्या वयाचे होतो तेव्हा...' असली कुठली टेप वाजवत नाही. प्रश्न विचारला म्हणून मुलांचं तोंड गप्प न करता, जजमेंटल न होता, त्यांच्या प्रश्नांची उत्तर दिली जातात; पण ती उत्तरं बरोबरच असतील असं नाही.

'कंटाळा' नावाचा मोठा शत्रू!

शाळा, विविध शालेय आणि शाळाबाह्य विषयांचे क्लास, अभ्यास या चक्रात मुलांना स्वतःसाठी वेळच नाही. निवांत लोळत पडतील, इकडेतिकडे करतील असं मुलांच्या आयुष्यात आता घडतच नाही. ती सतत कशाला ना कशाला जुंपलेली आहेत. शहरात मुलांसाठी मोठी ग्राउंड्स नाहीत, घराबाहेर आणि बिल्डिंगबाहेर खेळायला जागा नसते. मुलं संध्याकाळची खेळत नाहीत. ती स्पोर्ट्स क्लासेसना जातात. त्यांना त्यांच्या मर्जीप्रमाणे खेळायला, हुंदडायला काही संधीच आजच्या जीवनशैलीत राहिलेली नाही. अशी मुलं शाळा, अनेक प्रकारचे क्लासेस आणि अभ्यास संपल्यावर थकतात आणि टीव्हीसमोर किंवा मोबाईलच्या स्क्रीनसमोर जाऊन बसतात. मुलांना स्पेस देण्याच्या नादात आपली मुलं काय करत आहेत, हे बघणं पालक टाळतात.

हल्ली अजून एक गोष्ट सहज दिसते... मुलांना सतत कंटाळा आलेला असतो आणि पालक स्वतः कामात अडकलेले असतात किंवा फोनमध्ये; त्यामुळे मुलांकडे असलेल्या अवांतर वेळात त्यांना धमाल येईल असं काहीही करण्यासाठी

पालक अनेकदा कमी पडतात. मुलांचा कंटाळा वाढत जातो, 'ऑफलाइन करायचं काय?' हेच त्यांना समजत नाही आणि आपोआपच ऑनलाइन भटकंतीचं प्रमाण वाढत जातं!

थोडक्यात महत्त्वाचे

मुलं जर पालकांचे मोबाईल वापरत असतील तर,

- SafeSearch, YouTube Restricted Mode, आणि ॲप-स्टोअरचे वय-मर्यादा फिल्टर्स कायम ON ठेवा.
- Android/iOS मध्ये Content & Privacy Restrictions वापरून 18+ साइट्स/ॲप्स ब्लॉक, इन-ॲप ब्राउझर बंद करा.
- घरच्या Wi-Fi वर Family-DNS/Filter (उदा. Family/Child-safe DNS) लावून सर्व डिव्हाइसला नेटवर्क-पातळीवर संरक्षण द्या.
- मोकळा संवाद हवा. काय दिसलं? कुठे दिसलं? काय वाटलं? यावर चर्चा करा.
- जर काही अनुचित दिसलं तर → स्क्रीन बंद करा → शांतपणे श्वास घ्या → विश्वासू मोठ्या व्यक्तीला लगेच सांगा → गरज असल्यास स्क्रीनशॉट काढून ठेवा.
- दोषारोप न करता मुलांवर विश्वास ठेवल्यास एखादी गोष्ट मुलं स्वतः येऊन सांगतात.

▲▲▲

लाईव्ह स्ट्रीम नावाचं पॉकेट पोर्न!

appsच्या दुनियेची दुसरी बाजू!

भारत सरकारने १८ ओटीटी प्लॅटफॉर्म्स, १९ वेबसाइट्स, १० ॲप्स, आणि ५७ सोशल मीडिया प्लॅटफॉर्म्स यांच्यावर बंदी आणली होती. कारण या सगळ्याच प्लॅटफॉर्मवरून अश्लील आणि पोर्नग्राफिक कंटेंट दाखवला जात होता. भारतात पोर्न बूम आहे. भारतात ८९ टक्के नागरिक मोबाईलवरून पोर्न कंटेंट बघतात, असं एक आकडेवारी सांगते. जगातील क्रमवारीत पोर्न बघणाऱ्या देशांमध्ये पहिल्या तीन देशांत भारताचा क्रमांक लागतो. लाईव्ह स्ट्रीमिंग ॲप्स आणि ओन्ली फॅन्स हे दोन्ही प्रकार आपल्याकडे जोरदार चालतात. ओन्ली फॅन्स वेबसाइट भारतात अजून पूर्णपणे बॅन झालेली नाही.

लाईव्ह स्ट्रीमिंग ॲप्स काय असतात, हे बघू या

लाईव्ह स्ट्रीमिंग ॲप्समध्ये फॅन्सशी, फॉलोअर्सशी थेट कनेक्ट होता येतं. फॅन्सशी गप्पा मारणं, त्यांना वेगवेगळ्या गोष्टींची माहिती देणं, प्रोडक्ट डिस्प्ले आणि सेल यासाठी हे प्लॅटफॉर्म असले तरी लाईव्ह स्ट्रीमिंग ॲप्सवर मोठ्या प्रमाणावर सेक्शुअल कंटेंट बघायला मिळतो आहे. यात निरनिराळ्या वयोगटाचे तरुण-तरुणी लैंगिक भावना चाळवणाऱ्या हालचाली, हातवारे, हावभाव करताना दिसतात. कमी कपडे किंवा मुलांच्या बाबतीत शर्टलेस लाईव्ह स्ट्रीम्सचे प्रकार वाढताना दिसत आहेत. एकीकडे भारतात पोर्न कंटेंट निर्मित आणि प्रसारित करण्यावर कायद्याने

बंदी आहे; तर दुसरीकडे लाईव्ह स्ट्रीमिंग ॲप्सवरून फक्त सॉफ्ट पोर्न कंटेंटच चालत असावा अशी शंका यावी, अशी परिस्थिती आहे. यातल्या बऱ्याच ॲपना साइन इनही करावे लागत नाही! डाउनलोड केल्याबरोबर वेळवेगळ्या लोकांच्या प्रायव्हेट रूम्स आणि लाईव्ह स्ट्रीम्स दिसायला लागतात.

हा प्रकार फक्त भारतात आहे अशातला भाग नाही. 'ओन्ली फॅन पेज' आता जगभर रुळलं आहे. तिथे टाकले जाणारे व्हिडिओ आणि फोटो हे फक्त फॅन्सपुरते मर्यादित असतात. फॅन पेज पेड असतं, त्यामुळे तिथले फोटो आणि व्हिडिओ बघायचे तर पैसे देऊन सदस्यत्व घ्यावं लागतं. या ओन्ली फॅन्स पेजवर न्यूड फोटोपासून स्ट्रिपिंग व्हिडिओपर्यंत अनेक प्रकार सर्रास होतात. तोच प्रकार इथल्या चॅट रूम्समध्येही आहे. पर्सनल व्हिडिओ लाईव्ह चॅटिंगच्या सुविधाही आहेत. ज्यात स्ट्रीप शोपासून अनेक प्रकार घडतात.

गुगल प्लेवर काही ॲप्स १८+ आहेत, तर काही ॲप्स १२+; पण येणारी व्यक्ती '१८+ आहे का?' हे तपासण्याची कुठलीही व्यवस्था इथे नाही – जशी ती पोर्न साइट्सवरही नसते.

लाईव्ह स्ट्रीमचा बाजार

वन टू वन कॉलिंग, प्रायव्हेट चॅट रूम्स, लाईव्ह रूम्स, देशी-परदेशी इन्फ्लुएन्सर्स, क्रिएटर्सपासून युजर्सपर्यंत सगळ्यांशी कनेक्ट होण्याच्या सोयी यात आहेत. सबस्क्रिप्शन, मेम्बरशिप घेता येते. हे ओन्ली फॅन्स पेजसारखंच आहे. उथळ लैंगिक कंटेंटचा धिंगाणा इथे सुरू आहे. 'बॉडी शो - डू यू वॉन्ट अ शो' असे मेसेज फिरत असतात.

या प्लॅटफॉर्म्सवर लाईव्ह स्ट्रीमिंग व्हिडिओज करणाऱ्यांना किसेस, डोनट्स, लॉलीपॉप वगैरेंच्या माध्यमातून ग्राहक पैसे मोजतो. यात अगदी १०० रुपयांपासून पाच-दहा हजार रुपयांपर्यंतची गिफ्ट्स क्रिएटर्सना पाठवण्याची सोय आहे. या गिफ्ट्सच्या बदल्यात ग्राहकाच्या मागणीनुसार पुरवठा केला जातो. '१०० रुपयात काय मिळेल?', 'दोनशेत काय दाखवाल?' असल्या अतिशय गलिच्छ कमेंट्स इथे सर्रास बघायला मिळतात. याच्या पुढे जाऊन लाईव्ह स्ट्रीममध्ये सहभागी झालेल्यांना ब्लॅक मेल करण्याचे, सेक्स्टर्शनचे प्रकारही इथे घडले आहेत.

या प्लॅटफॉर्म्सवर येणाऱ्यांच्या मानसिकतेचा विचार केला तर नेहमीच्या पोर्नपेक्षा हे अधिक रंजक वाटू शकण्याची शक्यता बरीच आहे. कारण सगळं काही 'लाईव्ह' आहे. कुणीतरी कुठेतरी रेकॉर्ड केलेला कंटेंट बघणं आणि लाईव्ह कंटेंट बघणं – त्यातही आपल्या मागणीप्रमाणे कंटेंट मिळणं यातला फरक आणि त्यातून मिळणारी उत्तेजना अनेकांना हवीशी वाटत असावी. असे व्हिडिओ करणाऱ्यांच्या मानसिकतेचा विचार केला, तर प्रत्यक्ष कुणाबरोबरही न झोपता, निव्वळ 'सजेस्टिव्ह' कृती करून त्यांच्यावर गिफ्टच्या माध्यमातून पैसे कमावणाऱ्यांची संख्या प्रचंड आहे. त्यामुळे हा मामला सोयीचा असावा! लाईव्ह स्ट्रीम ॲपची बाजारपेठ २०३०पर्यंत १.७ बिलियन डॉलर्सची असेल असा अंदाज वर्तवला जातोय.

लैंगिकतेबद्दलची उत्सुकता वेगळी, प्रयोग करून बघणं वेगळं, आणि सतत – चोवीस तास बारा महिने तुमच्या खिशात हे सर्व उपलब्ध असणं वेगळं! या 'पॉकेट पोर्न'मुळे वाढीच्या वयातल्या मुलामुलींचं विविध स्तरीय नुकसान होऊ शकतं. सतत सेक्सबद्दलचा विचार करत राहणं इथपासून ते स्वतःच्या लैंगिकतेच्या जाणिवा, स्वतःच्या शरीराचा आणि दुसऱ्याच्या शरीराचा सन्मान, स्वीकार, परवानगी या अतिशय महत्त्वाच्या जाणिवा विकसित होण्यात येऊ शकणारे अडथळे काळजीत टाकणारे आहेत. तंत्रज्ञानाचा, माध्यमांचा, ॲप्सच्या जगाचा सुयोग्य आणि शहाणा वापर हे आपलं ध्येय असलं, तरी हा प्रवास वाटतो तितका सोपा नाही!

थोडक्यात महत्त्वाचे

- पोर्न कंटेंट बघण्याचे व्यसन ही आपल्या समाजाची गंभीर समस्या आहे. वयात येणारी मुलं आणि तरुणतरुणी याची बळी ठरू शकतात.
- वयात येताना लैंगिकतेबद्दल, लैंगिक क्रियांविषयी कुतूहल असतेच. पण हे कुतूहल जेव्हा व्यसनापर्यंत जाते तेव्हा मनोसामाजिक स्तरावर अनेक उलथापालथी होतात. अनेकदा मुलांना आणि तरुणांना स्वत:विषयी लाज वाटायला लागते.
- स्वतःच्या लैंगिकतेबद्दल, कामजीवनाबद्दल चुकीचे समज निर्माण होण्याची दाट शक्यता असते.

▲▲▲

पोर्नबद्दल मुलांशी काय बोला? कसं बोला?

ओरडू नका, रागावू नका, मारु नका. संवाद साधा

डिजिटल जगावरचं अवलंबित्व हे बऱ्याचदा प्रत्यक्ष जगातल्या अपेक्षाभंगातून आलेलं असू शकतं. आई-बाबांची भांडणं, शाळा-कॉलेजमधील बुलिंग, भविष्याचा ताण, आजूबाजूच्या वातावरणाचा ताण, असे अनेक मुद्दे असतात; ज्यातून बाहेर पडण्याचा कुठलाही रस्ता मुलांकडे नसतो. त्या अर्थाने मुलं पालकांवर आणि कुटुंबव्यवस्थेवर पूर्णपणे अवलंबून असतात; आणि दर वेळी पालक आणि कुटुंबव्यवस्था त्यांच्या स्वास्थ्यासाठी काम करत असतेच असं नाही. अशा वेळी प्रत्यक्ष जगातला ताण, प्रश्न, समस्या विसरण्यासाठी मुलं ऑनलाइन जगात वावरायला, रमायला सुरुवात करतात; ते जग त्यांना अधिक चांगलं वाटायला लागतं.

पोर्न आणि गेमिंगच्या बाबतीतही कमी-अधिक प्रमाणात हेच घडतं. स्वतःच्या देहाविषयी, लैंगिक अवयवांविषयी या वयात अनेक प्रश्न असतात, संकोच असतो. अशा वेळी ऑनलाइन जगात जे दिसतं त्याने सुखावल्याचा आभास होतो. आपण तसे होऊ शकत नाही, तर निदान बघून समाधान मिळवू ही भावना तीव्र असते. पोर्न बघणाऱ्या बहुतेकांमध्ये ही भावना तीव्र असू शकते. त्यातून पोर्न बघण्याचं प्रमाण वाढतं, 'टॉलरन्स' वाढतो.

अशा वेळी पालकांनी/शिक्षकांनी काय केलं पाहिजे?

- पोर्न बघण्याचं आणि गेमिंग करण्याचं प्रमाण जास्त आहे असं लक्षात आलं, तर त्याचं मूळ प्रत्यक्ष जगातल्या प्रश्नात आहे का हे शोधलं पाहिजे. घरात, शाळेत, कॉलेजमध्ये काहीतरी चुकीचं घडत आहे का – असं काहीतरी जे त्या मुलाला आवडत नाही, पटत नाही; पण त्यातून स्वतःची सुटकाही करून घेता येत नाहीये. हा शोध अतिशय गरजेचा आहे. अनेकदा मुलं नैराश्यात असतात. मुलांचं नैराश्य पालकांना/शिक्षकांना चटकन लक्षात येत नाही किंवा अनेकदा मुलांमध्ये नैराश्य असू शकतं, हा विचारच पालकांना/शिक्षकांना पटत नाही आणि दुर्लक्ष होतं. तसं होऊ देऊ नका. आरडाओरडा करण्याआधी मूल असं का वागत आहे, याचा शोध आवश्यक आहे.
- मुलांचा सोशल मीडिया वापर तपासा. अनेकदा सोशल मीडिया शरीर-प्रतिमेचे प्रश्न तयार करतं. इन्स्टा आणि इतर काही सोशल मीडिया प्लॅटफॉर्म्सवर मोठ्या प्रमाणावर बॉडी शेमिंग चालतं. त्यातून स्वतःविषयी प्रश्न, शंका उपस्थित राहू शकतात; त्याचबरोबर स्वतःच्या लैंगिकतेला धरून, देहाच्या आणि लैंगिक अवयवांच्या आकाराला धरून प्रश्न निर्माण होऊ शकतात ज्यांची उत्तरं शोधायला मुलं पोर्न साइट्सकडे वळलेली असू शकतात. त्यामुळे मुलांशी सोशल मीडियाबद्दल बोललं गेलं पाहिजे. तिथे काही गडबड नाहीये ना, हे तपासून बघितलं पाहिजे.
- काही मुलामुलींच्या लैंगिक जाणिवा खूप लवकर जाग्या होतात. पण जाग्या झालेल्या या जाणिवांचं करायचं काय, हे त्यांना लक्षात येत नाही. लैंगिकतेबद्दलचा संवाद नसल्याने आपल्याला जे काही वाटत आहे ते काय आहे, हे शोधायला मुलं ऑनलाइन जगात आणि पोर्न साइट्सवर जातात आणि रमायला लागतात. त्यामुळे मुलांशी लैंगिकतेबद्दल बोलणं, हस्तमैथुनाबद्दल बोलणं आवश्यक आहे. पोर्न बघून तिथले प्रकार मुलांनी प्रत्यक्ष करून बघू नयेत, स्वतःला आणि इतर मुलांना धोक्यात आणू नये, त्यांचं शोषण होऊ नये, असं वाटत असेल तर सेक्स संवादाला आजच्या काळात तरी पर्याय नाही!
- पोर्न बघितलं म्हणून मुलांना मारझोड करू नका. रागावू नका. टाकून बोलू नका. ते अपराधी आहेत, गुन्हेगार आहेत अशी वागणूक देऊ नका. स्वतःच्या

संस्कारांवर प्रश्नचिन्ह उभं करू नका. पोर्न बघण्याचा संस्कारांशी संबंध नाही! आमच्या घरातील मुलं असं काही करूच शकत नाहीत, असा विचार करून स्वतःच्याही नकळत त्यांना गुन्हेगाराच्या पिंजऱ्यात उभं करून उलट तपासणी घेऊ नका. मुलांनाही आत्मसन्मान असतो.

या सगळ्या गोष्टी केल्याने आपल्या मुलांचं वर्तन सुधारेल अशी ज्यांना खात्री असते ते अत्यंत चुकीच्या पद्धतीने मुलांच्या प्रश्नांकडे बघत असतात. पालक/शिक्षक किंवा मोठे अधिकारपदावर असतात, म्हणून मुलं काहीही करू शकत नाहीत, बोलू शकत नाहीत, हे पालकांनी आणि शिक्षकांनी कायम लक्षात ठेवलं पाहिजे. मुलांच्या मनात भावनांचा उद्रेक होण्यापेक्षा त्यांच्या मनातल्या भावनांना वाट करून देण्याची अधिक गरज असते.

- पोर्न बघणाऱ्या मुलांशी बोलताना अवघडलेपण नको. मुलं आधीच अवघडलेली असतात. त्यांना हा संवाद नको असतो. त्यात मोठेही अवघडलेले असतील तर संवादाच्या शक्यता कमी होतात. जे काही बोलायचं आहे ते उपदेश न करता संवाद साधण्याच्या भूमिकेतून असेल, तर मुलांपर्यंत ते पोहोचतं; अन्यथा सगळे शब्द नुसते हवेत विरून जातात, हे कायम लक्षात ठेवलं पाहिजे.
- कधीतरी आपलं तरुण होणंही आठवावं. आपल्या वेळी इंटरनेट नव्हतं म्हणून... पण टेलिफोनवरच्या हॉट लाईन्सपासून, पिवळ्या पुस्तकांपासून नंतर उपलब्ध झालेल्या व्हिडिओ कॅसेट्स आणि रात्री उशिरा केबल टीव्हीवर लागणाऱ्या ॲडल्ट सिनेमांपर्यंत जे-जे उपलब्ध होईल ते शोधण्याचे प्रयत्न

ज्या त्या पिढीने केलेले आहेतच! इंटरनेटमुळे हे सगळं सहज उपलब्ध होते आहे ही अडचण आहेच! पण, हे सगळं करणारी ही काही पहिली पिढी नाही. त्यामुळे तसं वागण्याची गरज नसते.

- जितका या विषयाचा बाऊ मोठे करतील तितकं मुलांना गिल्टी वाटेल किंवा बंडखोरी करण्याची खुमखुमी येईल. पालक आणि शिक्षक म्हणून आपण जितके शांत असू तितकी या विषयातील हवा निघून जाऊ शकते आणि हे विषय हाताळणे सोपे होऊ शकते.
- विशेषतः मुलींशी बोलताना काळजी घेणं आवश्यक आहे. मुलींच्या वाढीत लैंगिकतेबद्दलच्या सामाजिक धारणा अतिशय करकचून बांधलेल्या असतात. पोर्न फक्त मुलगे बघतात, ती गरज फक्त मुलग्यांची असते या भ्रमात कुणीही राहू नये! इंटरनेट सगळ्यांना उपलब्ध आहे आणि शारीरिक इच्छा, गरजाही सगळ्यांना असतात. त्यामुळे मुलींनी पोर्न बघितलेलं लक्षात आलं तर त्याला थेट कुटुंबाच्या इभ्रतीशी जोडण्याची गरज नाही. वयात येणाऱ्या मुलींच्या मनातही कुतूहल असू शकतं, हे लक्षात घेतलं पाहिजे. त्यामुळे या कारणावरून मुलीला घालूनपाडून बोलणे, डांबून ठेवणे, तिचे शाळा-कॉलेज बंद करण्यापासून ते तिच्या लग्नासाठी धावपळ करायला लागणे यातले काहीही करू नये. आपल्याकडे आजही बालविवाहाचे प्रमाण प्रचंड आहे, त्यामुळे हे सांगणं आवश्यक आहे.
- पालक आणि शिक्षक म्हणून हा विषय मुलांशी मोकळेपणाने बोलणं जड जाणार असेल, तर अशा वेळी समुपदेशक, डॉक्टर, सेक्स कोच किंवा डिजिटल वेलबिइंग यांची मदत घेतली पाहिजे.
- मुलांपर्यंत योग्य, शास्त्रीय माहिती पोहोचेल हे बघितलं पाहिजे.

▲▲▲

गेमिंग आणि पोर्न यांची एकमेकांना संगत

डिजिटल जगाचे प्रमुख ग्राहक टीनएजर्स बनले आहेत का?

ऑर्कुटपासून सुरू झालेला सोशल मीडिया, गुगल सर्च इंजीन, ऑनलाइन गेमिंगचं जग आणि अगदी पोर्न इंडस्ट्रीही आता पूर्वीसारखी राहिलेली नाहीये. सायबर स्पेस गेल्या काही वर्षांत झपाट्याने बदलत गेली आहे. त्याचा बदलण्याचा आणि माणसांवर प्रभाव टाकण्याचा वेग इतका तुफान आहे, की कालपर्यंत जे 'इन' होतं ते आता 'आउटडेटेड' झालेलं आहे. या वेगाशी दोन हात करणं सगळ्यांना शक्यच नाही; पण निदान नेमकं काय बदलत आहे, हे तरी आपण समजून घेऊ शकतो.

गेल्या काही वर्षांतल्या माझ्या अभ्यासात मला जाणवलेला मोठा बदल म्हणजे, सायबर स्पेस ग्राहक म्हणून लहान मुलं, टीनएजर्स यांना टार्गेट करतंय; आणि मुलांबरोबर घडणाऱ्या गुन्ह्यांच्या संख्येतही झपाट्याने वाढ होते आहे. 'सायबर सिक्युरिटी' हा स्वतंत्र विषय आहे; पण निदान ग्राहक म्हणून लहान मुलांना कशा पद्धतीने टार्गेट केलं जात आहे, हे समजून घेतलं पाहिजे.

काही वर्षांपूर्वीपर्यंत गेमिंग प्लॅटफॉर्म्स वेगळे, पोर्न बघायचं असेल तर 'तसल्या' वेगळ्या साइट्स बघाव्या लागत. शिवाय, त्या लपूनछपून बघाव्या लागत. पण गेल्या काही वर्षांत हे चित्र झपाट्याने बदलत गेलं आहे. कसं? तर, कालपर्यंत गेमिंग आणि पोर्न यांचा जवळचा संबंध आहे, असं आपण म्हणत होतो; तर

आता गेमिंग आणि पोर्न हातात हात घालून आपल्या कोवळ्या वयातल्या मुलांना टार्गेट करू बघताहेत, असंच म्हणावं लागेल. आता पोर्न बघायचं तर 'तसल्या' वेगळ्या साइट्सवर जायची गरज नाही, लपूनछपून बघायचीही गरज नाही; कारण आता पोर्न इंडस्ट्रीच मोठ्या प्रमाणावर गेमिंगमध्ये आणि सोशल मीडियावर, लाईव्ह स्ट्रीमिंग ॲप्समध्ये उतरली आहे... आणि ही प्रचंड काळजी करावी अशी बाब आहे!

कालपर्यंत गेमिंगमध्ये पोर्न शिरलेलं नव्हतं का?

तर, होतंच. गेम्समधल्या ॲनिमेटेड स्त्री व्यक्तिरेखांचे देह, त्यांची मापं, त्यातली नग्नता काही अंशी होतीच! पण आता, पोर्न इंडस्ट्रीइतकंच हे सगळंही उघडंवाघडं होत समोर येतंय. यात काळजी करण्याची गोष्ट अशी की, या सगळ्या गेमिंग पोर्न इंडस्ट्रीचा प्रमुख ग्राहक वर्ग प्री-टीन आणि टीनएजर तरुण-तरुणी आहेत.

'माईंड गीक' आणि 'पोर्न हब' यांसारख्या हार्डकोअर पोर्न कंटेंट तयार करणाऱ्या कंपन्या आता 'व्हिडिओ गेमिंग पोर्न' या प्रकारात उतरल्या आहेत. जापनीज ॲनिमे (एक प्रकारची ॲनिमेशन कॅरेक्टर्स, ज्यांचा उगम जपानचा आहे.) मोठ्या प्रमाणावर ॲनिमेटेड पोर्नमध्ये वापरली जातात; त्यातच आता गेमिंग आणि पोर्न एकत्र झाल्यामुळे आपण कार्टून बघतोय, गेमिंग करतोय, की पोर्न बघतोय, हे कळेनासं होतं... इतकं हे गंभीर प्रकरण आहे!

अमेरिकेतल्या 'नॅशनल सेंटर फॉर सेक्शुअल एक्सप्लॉयटेशन' (NCOSE)ने केलेल्या पाहणीत २०१७मध्ये ७८० गेम्समध्ये मोठ्या प्रमाणावर नग्नता आढळून आली होती, तर २०१८मध्ये हा आकडा १६०० गेम्सपर्यंत पोहोचलेला होता. गेमिंगमध्ये पोर्न आणि नग्नता झपाट्याने घुसलंय आणि त्याचे दुष्परिणाम मानसिक, भावनिक आणि सामाजिक पातळीवर सोसावे लागू शकतात.

हे गेम्स, व्हिडिओ गेम्स, पोर्न गेम्स, सेक्स गेम्स, सेक्स स्टिम्युलेटर अशा वेगवेगळ्या नावांनी प्रमोट केले जातात. 'चूज युअर हॉटी', 'बिल्ड हर अँड देन फक हर', '3D पोर्न गेम' अशीही काही नावं वापरली जातात. एक लक्षात घेतलं पाहिजे, की यात फक्त गेम्स नसतात, तर लैंगिक हिंसेचे खेळ असतात. अनेकदा स्त्रियांच्या शोषणाचे हे खेळ असतात. ग्राफिक्समुळे हे सगळं प्रचंड आकर्षक वाटण्याची दाट शक्यता असते. मुलांना कार्टून्स वाटून ते पॉप-अप लिंक्सवर क्लिक करतात आणि

थेट या गेम्सपर्यंत जाऊन पोहोचतात; तर टीनएजर्सना यात कसलंतरी विलक्षण थ्रिल काही वेळा सापडतं.

मुळात अशा प्रकारात गेमिंगबरोबर पोर्न बघायची चटक लागण्याची शक्यता अधिक असते; पण त्याचबरोबर मुलांची लैंगिकतेकडे बघण्याची दृष्टी चुकीच्या पद्धतीने विकसित होण्याची अधिक शक्यता असते. अशा गेम्स पोर्नच्या साइट्सवरचं ट्रॅफिक दिवसेंदिवस वाढत चाललेलं आहे. १० ते १८ वयोगटातल्या ग्राहकांना डोळ्यांसमोर ठेवून हा नवा ग्राहक टिपण्याच्या प्रयत्नात पोर्न इंडस्ट्री आहे का अशी शंका यावी, इतकं गेमिंग पोर्न आक्रमकपणे पसरत आहे!

ऑगमेंटेन्ड आणि व्हर्च्युअल रिॲलिटी तंत्रज्ञान जसजसं वापरात येणार आहे तसतसा या गेमिंग पोर्न प्रकाराचा प्रभाव वाढत जाणार आहे. पोर्न आणि गेमिंग या दोन्ही इंडस्ट्रीचा आकार अक्राळविक्राळ आहे, झपाट्याने वाढणारा आहे. पोर्नोग्राफी इंडस्ट्री गेमिंगपासून व्हर्च्युअल रिॲलिटीपर्यंत फोफावत चालली आहे. ती थांबणार नाही... तसा कुठलाही उद्देश या बाजारांचा नाहीये! वर म्हटल्याप्रमाणे लहान मुलं आणि तरुण-तरुणी हेच प्रमुख ग्राहक आहेत.

व्हर्च्युअल रिॲलिटी अनुभवण्यासाठी आता महागडी गॅझेट्स लागतात, सगळ्यांना ती परवडणारी नाहीयेत, म्हणजे सध्या परवडणारी नाहीयेत. पण आपण हे विसरता कामा नये, की तंत्रज्ञान झपाट्याने सर्वसामान्यांच्या हातात येतं. स्मार्ट

फोन आले तेव्हा तेही प्रचंड महाग होते, मोबाईल आला तेव्हा इनकमिंगसाठीही आपण पैसे मोजलेले आहेत. आजच्याइतका डेटा स्वस्त नव्हता. ...आणि ही फार जुनी गोष्ट नाहीये... गेल्या दहा वर्षांतली आहे. त्यामुळे आज जरी व्हर्च्युअल रिॲलिटी ॲडल्ट कंटेंट सगळ्यांना परवडणार नाही, आणि काही मोजक्यांपुरतंच हे सगळं मर्यादित राहिलं, असं वाटत असलं, तरीही हे सगळं आपल्या हातातल्या मोबाईलमध्ये कधी येऊन पोहोचेल, हेही आपल्याला समजणार नाही.

या सगळ्या गदारोळात पालक म्हणून आपण जागरूक असणं, ऑनलाइन गेमिंगमध्ये आपलं मूल नक्की काय आणि कोणत्या प्रकारचे गेम्स खेळतंय, ते गेम्स खेळणं खरंच जरुरीचं आहे का, मूल किती काळ गेम्स खेळतंय, ऑनलाइन लाईव्ह चॅट्समध्ये कुणाच्या संपर्कात आहे; या सगळ्या बाबतीत सजग राहण्याचे दिवस आहेत.

थोडक्यात महत्त्वाचे

- मुलांना थेट 'हे पाहू नको' म्हणण्याऐवजी, 'हा गेम तुला काय आवडतो? या लेव्हलमध्ये काय होतं?' यातून तुम्हाला कळेल की मुलं कोणत्या कंटेंटशी जोडली आहेत. मग त्याच उदाहरणातून समजवा की हिंसा किंवा लैंगिक दृश्यं खरी नसतात, पण त्याचा मेंदूवर परिणाम होऊ शकतो.
- **'ऑनलाईन दिसतं ते सगळं खरं नसतं'**: मुलांना virtual आणि real world मधला फरक समजावून द्या. अशा कंटेंटमुळे मेंदूत चुकीचे संदेश, वर्तनाची गफलत होऊ शकते आणि संवेदनाहीनता येऊ शकते.तुम्हीच त्यांचे trusted adult आहात, ही खात्री निर्माण करा.

▲▲▲

पोर्नचं व्यसन

इंटरनेटवर सगळ्यात जास्त काय चालतं? सेक्स आणि हिंसा!

कोरोनाकाळात जी मुलं टीनएजर झाली, त्या मुलांमध्ये जे अगणित बदल झाले त्याचे परिणाम आता दिसू लागले आहेत. त्यातला एक महत्त्वाचा प्रश्न आहे, पोर्न ॲडिक्शनचा! आज मुलामुलींमध्ये पोर्न बघण्याचं प्रमाण वय वर्षे दहा आणि त्याही खाली घसरले आहे!

दर वेळी मुलं पोर्न साइट्सवर जाऊन पोर्न बघतात, असं नाही. यूट्यूबवर विविध प्रकारचे व्हिडिओज जसे आहेत, तसेच पोर्न आणि सॉफ्ट पोर्नमधले व्हिडिओही मोठ्या प्रमाणावर उपलब्ध आहेत; त्याचप्रमाणे फेसबुक, इन्स्टाग्राम या सगळ्या सोशल मीडिया प्लॅटफॉर्म्सवर हार्ड आणि सॉफ्ट पोर्न कंटेंट सहज उपलब्ध आहे. व्हॉट्सॲपवरून मोठ्या प्रमाणावर पोर्न क्लिप्स व्हायरल/फॉरवर्ड होतात. अनेकदा आई-बाबांच्या मोबाईलच्या गॅलरीत हे सगळं तसंच पडलेलं असतं – जे मुलं तिथे जाऊन बघतात. खरं सांगायचं तर, पोर्न मुलांपर्यंत चोहो बाजूंनी पोहोचत आहे – ते सोशल मीडियावर आहे, गेमिंगमध्ये आहे, इंटरनेटवर तर सहज उपलब्ध आहे, गुगल इमेजेसमध्ये आहे, यूट्यूबवर आहे. पोर्न कंटेंटचा ग्राहकही आता टीनएजर्सच आहेत. इंटरनेटवर सगळ्यांत जास्त काय चालतं? तर, सेक्स

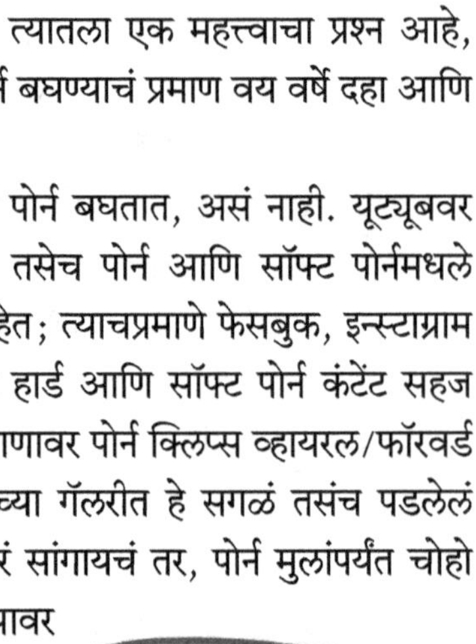

आणि हिंसा. या दोन्हींना प्रचंड मोठा ग्राहकवर्ग आहे आणि त्यात टीन्सचा आणि तरुणाईचा समावेश प्रचंड आहे.

मुलांशी बोलायला हवं

मुलं तासन्‌तास टॉयलेटमध्ये जाऊन बसतात, असं अनेक पालक सांगतात. ती तिथे अनेकदा पोर्न बघतात, हे मुलांशी खोलात जाऊन बोलल्यावर लक्षात येतं. बरं! पालकांचा 'टॉयलेट टाइम' इतका प्रचंड असतो, की त्यांना मुलांना विशेष काही म्हणता येत नाही. लैंगिकतेबद्दलच्या चुकीच्या कल्पना तयार होण्यापासून हिंसक पोर्न बघण्यापर्यंत बरंच काही मुलं करत असतात. MILF आणि DILF (मदर/डॅड आय लाईक टू फक) यांसारखे व्हिडिओ बघितले जात आहेत. मुलं हे सगळं कुतूहलापोटी, पिअर प्रेशर, आणि स्वीकाराच्या गरजेतून करत आहेत... आणि त्यांच्याशी या विषयावर कुणीही बोलत नाही!

मुलांना कमी मार्क मिळायला लागले, ती नापास होऊ लागली किंवा त्यांच्या वर्तनात काहीतरी मोठे बदल घडायला लागले की पालक अलर्ट होतात. तोवर मुलं त्यांच्या फोनच्या जगात शिरून काय करत आहेत, त्याचे त्यांच्यावर काय परिणाम होऊ शकतात, त्यांच्या जाणिवा विकसित होण्याच्या प्रक्रियेत अडथळे तर येत नाहीयेत ना, लैंगिकतेकडे ते कसं बघत आहेत, त्याविषयी त्यांना काही प्रश्न आहेत का, स्वतःच्या लैंगिकतेचा विचार टीन्स कसा करत आहेत, पोर्न बघून सेक्सविषयीचे त्यांचे विचार कशा पद्धतीने तयार होत आहेत, लैंगिक जीवनातला 'परवानगी' हा विचार रुजतोय की नाही, ते डेटिंग करत असतील तर त्यांच्या पार्टनरशी त्यांचं वर्तन कसं आहे, पोर्नच्या जगात दिसणाऱ्या सगळं प्रत्यक्षात करून बघण्याची ओढ कितपत आहे; या कशाकडेही बऱ्याच वेळा पालकांचं लक्ष नसतं. पोर्न ॲडिक्शनकडे आपल्या मुलामुलींचा प्रवास होऊ नये, असं वाटत असेल तर त्यांच्याशी बोलायला हवं. तेवढा एकच मार्ग आपल्या हातात आहे!

पोर्नमुळे मनात-मेंदूत नेमकं काय होतं?

द *ब्रेन दॅट चेंजेस* या पुस्तकात मानसोपचारतज्ज्ञ नॉर्मन डोईज (Norman Doidge) नमूद करतात, ''सतत कॉम्प्युटरसमोर बसून पोर्नोग्राफी बघणाऱ्यांच्या मेंदूतले 'ब्रेनमॅप्स' बदलायला लागतात. बराच वेळ सातत्याने स्क्रीनसमोर बसून

पोर्नोग्राफी बघितल्यामुळे मेंदूतल्या न्यूरॉन्सचं वायरिंग बदलायला लागतं. समोर हलणारी आणि आनंद देणारी चित्रं, व्हिडिओ क्लिप्स यांचं कनेक्शन थेट मेंदूतल्या 'प्लेजर सेंटर' किंवा 'सुखकेंद्रा'शी होतं. तिथून हॅपी हार्मोन डोपामाइन वाहायला लागतं. जेव्हा लैंगिक भावना चेतवणाऱ्या क्लिप्स, व्हिडिओ बघितले जातात, तेव्हा ऑर्गझमचा अनुभव मिळतो.''

वयाच्या दहाव्या वर्षी मुलांच्या आयुष्यात पोर्न येणार असेल, तर ही अत्यंत गंभीर बाब का आहे, हे लक्षात घ्या. आजवर मुलांबरोबर काम करताना मला जाणवलेली सगळ्यांत महत्त्वाची गोष्ट म्हणजे, पोर्न कंटेंट बघणारी मुलं हळूहळू याविषयीची संवेदनशीलता गमावून बसतात. लैंगिक अवयव, क्रिया, एरॉटिक्स बघणं, लैंगिक छळ आणि हिंसा बघणं, रेप सीन्स बघणं हे सर्वच 'न्यू नॉर्मल' होतं.

लैंगिक संबंधांमध्ये मानवी नात्यांची असणारी महत्त्वाची भूमिका, कन्सेंट, स्वतःच्या आणि दुसऱ्याच्या शरीराचा 'आदर-इच्छा-सन्मान-स्वीकार' या गोष्टी अनेकदा बाजूला पडतात आणि 'शरीरसुख' या एकाच मुद्द्याभोवती सगळं घुटमळत राहतं.

*इंडिया टुडे*मध्ये १० जून २०१५ रोजी प्रसिद्ध झालेल्या 'रायझिंग पोर्न ॲडिक्शन इन इंडियन यूथ वरींग एक्सपर्ट्स' या लेखात लैंगिकता आणि वर्तणूक विज्ञान तज्ज्ञांनी मुलं लहान वयात पोर्न साइट्स का बघतात, याविषयी मतं मांडली आहेत. हा लेख जुना असला तरी यात तज्ज्ञांनी जे काळजीचे मुद्दे मांडले होते त्यातल्या अनेक बाबी काम करताना ठळकपणे दिसून येतात. या लेखानुसार किशोरावस्थेतली मुलं त्यांच्या जगण्यातल्या अनाकलनीय घटनांची उत्तरं शोधायला सेक्स आणि सेक्सशी संबंधित मटेरियल बघण्याकडे वळतात. मात्र, बऱ्याचदा खरी व योग्य उत्तरं न मिळता, सगळा शोध अश्लीलतेच्या दिशेने सुरू होतो आणि मुलं त्यात अडकत जातात.

शरीरसंबंधांचं नाट्य!

आपण जे बघतोय ते वास्तव आहे की नाट्य, हेही अनेकदा अनेकांच्या लक्षात येत नाही. सिनेमा, कार्टून्स बघताना त्यांना हे नाट्य आहे, खरं नाही हे ठाऊक असतं; तरीही त्याचे अप्रत्यक्ष परिणाम त्यांच्या विचारांवर, वर्तनावर, समजुतींवर होत असतात. पोर्नमध्ये तर, समोर जे काही सुरू आहे ते नाट्य आहे हेच अनेकदा

मुलांना माहीत नसतं. स्त्री-पुरुषांमध्ये, स्त्री-स्त्रीमध्ये किंवा दोन पुरुषांमध्ये सुरू असलेल्या शरीरसंबंधांचं नाट्य, 'स्क्रिप्टेड' आहे, याचा विचार त्यांच्या मनात अनेकदा नसतो. त्यामुळे समोर दिसणाऱ्या स्त्री-पुरुषांचे देह, त्यांच्या लैंगिक अवयवांचे आकार, एकमेकांना आनंद देण्याच्या पद्धती, लैंगिक छळ करण्याच्या पद्धती, लैंगिक छळाच्या वेळी दिल्या जाणाऱ्या शिव्या, एकमेकांची शरीरं हाताळण्याची पद्धत; हे सर्वच खऱ्या वाटण्याची दाट शक्यता असते. ज्यातून पुढे जाऊन स्वतःच्या शरीराविषयीच्या अवाजवी अपेक्षा निर्माण होऊ शकतात. हे अतिशय गुंतागुंतीचं आहे. समोर दिसणाऱ्या पोर्न ॲक्टर्सप्रमाणे आपला बांधा असला पाहिजे, याचा प्रचंड ताण मुलामुलींवर असतो. यातही, मुलांचे ताणाचे विषय आणि मुलींचे ताणाचे विषय काहीसे निराळे आहेत.

मुलांना ताण असतो, तो लैंगिक अवयवांच्या आकाराचा आणि परफॉर्मन्सचा! मुलींच्या बाबतीत बॉडी इमेजचा संघर्ष मोठ्या प्रमाणावर पोर्नमुळे तयार होतो. पोर्न इंडस्ट्रीत काम करणाऱ्या अभिनेत्रींचे देह, त्यांच्या अवयवांचे आकार, शरीराची वळणं या सगळ्यांचा प्रत्यक्ष किंवा अप्रत्यक्ष ताण मुलींवर असतो.

थोडक्यात महत्त्वाचे

- ११ ते १५ या वयोगटातही पोर्न कंटेंट मुलामुलींच्या फीडमध्ये येऊ शकतो किंवा ते स्वतः जाऊन शोध घेऊ शकतात. अशावेळी जजमेंटल असण्यापेक्षा संवादी असायला हवं.
- परवानगी (कन्सेंट), शरीराचा आदर, सन्मान, प्रेम, इच्छा, आकर्षण, शारीरिक संबंध, असुरक्षित संबंधातून तयार होणारे प्रश्न, आजार याविषयी वयानुरूप विशेषतः १३/१४ वर्षांनंतर बोललं गेलं पाहिजे.

▲▲▲

मुलांशी हिंसेबद्दल बोलू

समाजात सतत दिसणारं 'रेप कल्चर' फक्त टीव्ही आणि सिनेमापुरतं मर्यादित राहिलेलं नाही. इंटरनेटमुळे हिंसा लाइव्ह बघता येते आहे, हे विसरून चालणार नाही!

कामाच्या निमित्ताने लहान मुलांशी गप्पाटप्पा सुरू होत्या. तितक्यात एक पाचवीतली मुलगी म्हणाली, ''ताई, थ्री इडियट्समध्ये तो सीन आहे ना, चमत्कार-बलात्कारवाला... त्यातला बलात्कार म्हणजे नक्की काय?'' ज्या मुलामुलींना या शब्दाचा अर्थ माहीत होता त्यांच्यात कुजबुज झाली. काही माना नकळत खाली गेलेल्या मला दिसल्या, आणि माझ्यासकट उपस्थित शिक्षकांच्या काळजाचा क्षणभर ठोका चुकला!

आमिर खान आणि तमाम 'थ्री इडियट्स'च्या टीमने मुलं हा प्रश्न विचारू शकतात, याचा विचार सीन उभा करताना आणि संवाद लिहिताना केला असेल का? थ्री इडियट्सनंतर जन्माला आलेल्या; पण टीव्हीवर सतत हा सिनेमा बघत घराघरांत वाढणाऱ्या पिढीला असे प्रश्न पडत असतात!

समाजात सतत दिसणारं 'रेप कल्चर' आता फक्त टीव्ही आणि सिनेमापुरतं मर्यादित राहिलेलं नाही. मुलांच्या हातातल्या गेमिंगमध्येही हिंसा आणि रेप कल्चर शिरलेलं आहे. खरंतर हे सगळं आज होत आहे अशातलाही भाग नाही. नव्वदच्या दशकातहा जवळपास सर्व हिंदी सिनेमांमध्ये बलात्काराची दृश्यं असायची. त्याचा त्या पिढीवर, त्यांच्या विचार करण्याच्या पद्धतीवर, त्यांच्या हिंसा आणि

लैंगिकतेच्या जाणिवांवर नेमका काय परिणाम झाला असेल हे शोधण्याची धडपड विशेष कुणी केली नाही.

द व्हीदरस्पून इन्स्टिटयूटच्या 'द सोशल कॉस्ट ऑफ पोर्नोग्राफी : अ स्टेटमेंट ऑफ फायंडिंग्स अँड रेकमेंडेशन्स' या अहवालात म्हटलं आहे, की पोर्नचे परिणाम सगळ्यांवर होतात. लैंगिक उत्तेजना अश्लीलतेतून, हिंसेतून निर्माण होत असेल, तर ही मोठीच समस्या आहे. हिंसक लैंगिक कृत्यं सतत प्रदर्शित होत असतील, पुन:पुन्हा दाखवली जात असतील, बघण्यासाठी प्रोत्साहित केलं जात असेल, तर ते निरोगीपणाचं लक्षण नाही! आदर, संमती, आणि निरोगी लैंगिक संबंध न शिकवता हिंसक लैंगिकता खुलेआम उपलब्ध असणं यामुळे जाणीव नसलेला आणि बेशुद्ध समाज तयार होतो! पोर्न धोकादायक समाजनिर्मितीला हातभार लावतं.

एक लक्षात घेऊ या, हिंसेचं आकर्षण फक्त मोठ्यांमध्येच असतं असं नाही; लहान मुलांमध्येही हिंसेचं आकर्षण प्रचंड आहे. मुलं एकमेकांना मारतात तेव्हा दर वेळी त्यांना एकमेकांचाच राग आलेला असतो असं नाही; तेही दुसरा कुठलातरी राग आपल्यापेक्षा कमकुवत मुलावर काढत असतात. एखाद्या मुलाला चार जणांनी ऑनलाइन किंवा ऑफलाइन बुली करणं आणि त्याची मजा घेणं हे मुलं करतात. हे मुलं पूर्वीही करत होती आणि आजही करत आहेत. मात्र, आजच्या मुलांच्या हातात २४ × ७ एक गॅझेट आहे – ज्यावर त्यांना हवी तेव्हा, पाहिजे त्या प्रकारची हिंसा बघायला मिळू शकते; आणि ते अतिशय धोकादायक आहे.

मुलं पोर्न बघताना अनेकदा अब्युजिव्ह व्हिडिओ बघतात. आपण मुलांशी कुटुंबातल्या, समाजातल्या, शारीरिक-मानसिक आणि भावनिक हिंसेविषयी बोलतो का? तर, नाही! किंवा क्वचित....

'फाईट द न्यू ड्रग' या साइटने दिलेल्या माहितीनुसार, पोर्न बघणाऱ्या मुलांची संख्या नुसतीच झपाट्याने वाढतेय असं नाही, तर हिंसक शरीरसंबंध किंवा अब्युज

बघण्याकडे सरकते आहे. 'extreme brutal gang bang', 'sleep assault', 'domestic discipline', आणि 'crying in pain' अशा प्रकाराखाली मोडणारे व्हिडिओज मुलं सर्रास बघतात. वाढीच्या अतिशय नाजूक वयात सोळा-सतरा वर्षांची मुलं BDSM सारखे प्रयोग करून बघतात. BDSM (BDSM stands for "bondage and discipline" (B&D), "domination and submission" (D&S), and "sadism and masochism" (S&M)) हा एक प्रकारचा सहमतीने केलेला लैंगिक किंवा भावनिक अनुभव असतो, जिथे दोन (किंवा अधिक) प्रौढ व्यक्ती एकमेकांमध्ये नियंत्रण देणे किंवा घेणे, शारीरिक किंवा मानसिक भूमिका निभावणे, आणि विशिष्ट प्रकारच्या भावना (जसं की वेदना, बंधन, आज्ञाधारकता) अनुभवतात.

आठवी-नववीत पोर्न बघण्याची सवय लागली तर ती हळूहळू तीव्र होत जाते आणि त्या जाळ्यातून बाहेर पडताना दमछाक होते. नंतर नंतर आपण जे-जे ऑनलाइन जगात बघितलं आहे ते करूनही बघू या असं तीव्रपणे वाटायला लागू शकतं. हिंसेबद्दलच्या आणि त्यातही लैंगिक हिंसेबद्दलच्या संवेदना बोथट होत जातात. मुलांच्या जगात शिरलेली हिंसा विविध पद्धतीने त्यांच्यावर परिणाम करते आहे. म्हणूनच, मुलांशी हिंसेबद्दल बोलणं गरजेचं आहे – जसं आपण आता हळूहळू लैंगिकतेबद्दल बोलायला सुरुवात केली आहे.

हिंसेचं वाढतं आकर्षण

जसा लैंगिक शिक्षण हा विषय ऑप्शनला टाकता येत नाही, तसाच हिंसा हाही विषय टाकू नये. कारण मुलं घरात, समाजात, शाळेत सगळीकडे शारीरिक आणि मानसिक हिंसा सतत बघत असतात. हिंसा का करायची नाही, हिंसा का सहन करायची नाही, कुणी त्रास दिला तर त्याविषयी का बोललं पाहिजे, हे मुलांना सांगितलं पाहिजे. त्याविषयी चर्चा केली पाहिजे.

मुलांबरोबर फक्त ॲक्शन सिनेमे बघायचे नाहीत, तर त्यातल्या हिंसेबद्दल आणि त्याच्या अनावश्यक ग्लोरिफिकेशनबद्दल बोलायचं आहे. 'ॲनिमल'सारखा सिनेमा येतो, तेव्हा असा सिनेमा का बनवला जातो याची चर्चा होते. तो एक जॉनर आहे, त्यामुळे 'बनवताच का?' या चर्चेपेक्षा त्यात दाखवलेल्या हिंसेकडे कसं

बघणं आवश्यक आहे याविषयीची चर्चा अपेक्षित आहे. एखादी गोष्ट निर्माणच का करता, या प्रश्नाला तसा अर्थ नसतो. निर्माण झालेल्या गोष्टींकडे समाज म्हणून आपण कसं बघणार आहोत, त्याचं विश्लेषण कसं करणार आहोत, हा घटक अधिक महत्त्वाचा असतो. एखादा हिंसक सिनेमा बघत असताना मुलांच्या मना-मेंदूत काय घडतं, हे त्यांना विचारलं पाहिजे. ते जे बघतात ते करावंसं वाटतं का, की जे बघतात त्याचा त्रास होतो, की सतत ऑनलाइन जगात वेगवेगळ्या प्रकारे हिंसा बघण्याची सवय लागल्याने त्यांना विशेष काही फरकच पडत नाही. हे सगळं खोटं आहे हे माहीत असल्याने त्याचा विचार ते करत नाहीत, की ऑनलाइन बघितलेली हिंसक दृश्यं सतत डोळ्यांपुढे पुन:पुन्हा येत राहतात? वॉर गेम्स किंवा ॲक्शन गेम्स खेळताना काय वाटतं त्यांना, हे जाणून घेतलं पाहिजे.

'काय योग्य आणि अयोग्य?' याची चर्चा व्हायला हवी. त्यांना जे काही वाटतंय त्याचा अर्थ काय होतो याची चर्चा घरात, शाळा-कॉलेजमध्ये आवश्यक आहे. सिनेमे, सीरियल्स, गेमिंग, रील्स, पोर्न या सगळ्यांतून जी हिंसा त्यांच्यापर्यंत पोहोचते त्याविषयी बोललं पाहिजे. त्या हिंसेकडे बघायचं कसं हे सांगितलं गेलं पाहिजे. हायस्कूल बुलिइंगवरच्या सीरियल्स बघताना काय विचार मनात येतो, इथपासून आपल्याच आजूबाजूला रोजच्या रोज घडणाऱ्या हिंसेच्या घटनांबद्दल त्यांना काय वाटतंय हे कधी विचारणार आपण मुलांना? जी हिंसा त्यांच्या डोळ्यांसमोर, मनात आणि विचारात असते, ती त्यांनी प्रत्यक्षात करून बघितल्यावर....

रशिया-युक्रेन आणि इस्रायल-हमास युद्धापासून ते थेट देशभरात विविध ठिकाणी झालेल्या हिंसेच्या बातम्यांपर्यंत प्रत्येक घटनेने, त्यातल्या हिंसेमुळे अस्वस्थ झालेले टीन्स मी पुण्या-मुंबईपासून महाराष्ट्रातल्या लहान-मोठ्या गावात बघितले आहेत. हजारो मैल दूर सुरू असलेल्या युद्धाचा परिणाम जेन-झी पिढीवर होताना दिसतो आहे; कारण युद्ध लाईव्ह बघण्याची सोय सोशल मीडियाने आणि इंटरनेटने करून दिली आहे. अशा वेळी त्या सगळ्यांचे मुलांवर काहीच परिणाम होणार नाहीत, होत नाहीत

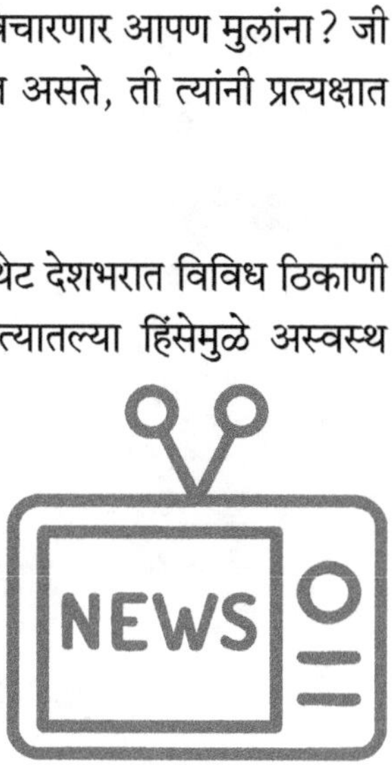

हे गृहीत धरून चालणं म्हणजे मोठ्यांच्या जगाने निवडलेली पळवाट आहे! अशी पळवाट निवडून आपण अस्वस्थ आणि असुरक्षित समाजात अजूनच अस्वस्थ पिढ्यांची फक्त भर घालतो आहोत. याचा एकत्रित परिणाम काय होऊ शकतो... विचार केलाच पाहिजे!

थोडक्यात महत्त्वाचे

- बोलल्याने हिंसा वाढत नाही; समज मात्र वाढते. मुलांशी उघड, वयानुसार संवाद करा. दिसलेली/ऐकलेली हिंसा म्हणजे नक्की काय, ती का चुकीची, आणि पर्याय काय असू शकतात (शांतपणे बोलणे, मदत मागणे) हे स्पष्ट करा. त्यामुळे भीती कमी होते, निर्णयक्षमता वाढते.
- कुणी घाबरवलं/दरडावलं, दबाव टाकला तर काय करायचं याचा 'सेफ्टी प्लॅन' मुलांशी बोला. कोडवर्ड, विश्वासू मोठ्यांची यादी, 1098/112 सारखे हेल्पलाईन नंबर मुलांना माहीत असायला हवेत.
- मुलांना कळू द्या, मदत मागणं ही धाडसाची गोष्ट आहे.

▲▲▲

विभाग ४

नात्याचं ‘स्टेटस’ नक्की काय?

डेटिंगच्या जगात नेमकं काय सुरू आहे?

तंत्रज्ञानामुळे बदलणारी प्रेमाची भाषा

ओझरत्या स्पर्शांपासून सीनवर सोडण्यापर्यंत..

प्रेमाची परिभाषा दर दशकागणिक बदलत असते. पूर्वीच्या काळात नाती बांधली जायची ती सहजीवन आणि कुटुंबांच्या मान्यतेवर! लग्न करणे, संसार थाटणे, मुलं जन्माला घालून वंशवृद्धी करणे; अशी अनेक कारणं होती. वयात आलं, चांगला नोकरीधंदा सुरू झाला की सेटल होण्याचा अर्थ लग्न लागण्याशी होता. लग्नानंतर प्रेम निर्माण झालं उत्तम! नाही झालं तरीही लग्न आणि संसार निभावून नेणाऱ्या अनेक पिढ्या होऊन गेल्या आहेत. पण आता, नात्यांना व्यक्तिस्वातंत्र्याची चौकट मिळाली आहे. आणि म्हणूनच, डेटिंग ॲप्सचा उदय हा मानवी नात्यांच्या परिघावरचा क्रांतिकारी बदल मानावा लागेल.

माणसं ज्या पद्धतीने स्वतःच्या नात्यांकडे, त्या नात्यांमधून स्वतःकडे बघत आहेत तो परीघ आणि दृष्टिकोन झपाट्याने बदलला आहे. डेटिंग करणं, नाती तयार करणं, शरीरसुख, लग्नाच्या बंधनापलीकडे जाऊन बघणं, त्याविषयी उघडपणे बोलणं हे या परिवर्तनाचा महत्त्वाचा भाग आहे. माणसं अनेको अर्थाने 'लोकल-ग्लोबल' झाली आहेत; त्यात डेटिंग ॲप्सच्या जगाने निराळ्या संदर्भात भर घातली आहे. एकमेकांपासून हजारो मैल दूर असलेली माणसं एकमेकांच्या संपर्कात येत आहेत, ऑनलाइन डेट करत आहेत, स्वतःच्या भावनिक आणि शारीरिक गरजा पूर्ण करण्यासाठी सेक्सटाईजपासून सेक्सटिंगपर्यंत अनेक बाबींचा आधार ऑनलाइन डेटिंग करताना घेत आहेत. या सगळ्याकडे बिघडलेला भवताल म्हणूनही बघता येईल किंवा नात्यात मनाची - शरीराची घुसमट होऊ न देता जगण्याचे प्रयोग म्हणूनही बघता येईल!

तंत्रज्ञानाने संवादाचे अडथळे दूर केले आहेत, हे खरं आहे. संवादाचे मार्ग सोपे झाले आहेत. पण त्याच वेळी संवादाची सखोलता कमी झाली आहे का, हा प्रश्न उपस्थित होतो. अर्थात, याला 'हो' आणि 'नाही' अशी दोन्ही उत्तरं द्यावी लागतील.

नात्यांचा पोत बदलत असताना आणि त्यात तंत्रज्ञानाचा शिरकाव मोठ्या प्रमाणावर असताना माणसं पूर्वी ज्या पद्धतीने प्रेमाकडे आणि त्या प्रेमाला व्यक्त करण्याकडे बघत होती, तशी ती आज कदाचित बघूच शकणार नाहीत. कारण, पूर्वीची नजर आणण्यासाठी तसा भवताल आज उपलब्धच नाहीये. आणि ती या पिढीची चूक नाहीये. जगण्यात निवांतपणा नाहीये, तर तो प्रेम व्यक्त करण्याच्या पद्धतीत कुठून येणार!

ओझरत्या स्पर्शाची अपेक्षा आजही असतेच; पण त्याचबरोबर ऑनलाइन चॅटिंगमध्ये आपल्याला आवडणाऱ्या व्यक्तीने आपल्याला 'सीनवर' सोडू नये ही अपेक्षादेखील असते. (सीनवर सोडणे म्हणजे मेसेज बघणे, पण उत्तर न देणे) डेटिंग ॲप्समुळे संवादात तत्काळता आणि सहजता आली आहे. वेळ किंवा स्थळाची बंधनं उरलेली नाहीत. तसंच एकमेकांना अनोळखी असलेल्या व्यक्ती डेटिंग ॲप्सवर असताना एकमेकांशी किती मोकळेपणाने बोलू शकतात, हे अत्यंत व्यक्तिसापेक्ष आहे. काही लोक समोरच्याचा अंदाज घेऊन मग स्वतःच्या 'मुव्ह्ज' करतात. काही अपेक्षांची यादी स्पष्टपणे सांगतात; त्यात अगदी भावनिक गरजांपासून शारीरिक गरजांपर्यंत कुठलेही मुद्दे असू शकतात. मुळातच डेटिंग ॲप्सवर लोक लग्न करण्याच्या उद्देशाने येत नाहीत. डेटिंग करताकरता 'क्लिक' झालं, प्रेमात पडले, नातं पुढे न्यावं असं वाटलं, आणि लग्नाचा निर्णय झाला तर ठीकच आहे! पण, लग्न करणे हा काही डेटिंग ॲप्सवर येण्याचा उद्देश नसतो.

हे सगळं एका बाजूला आणि दुसरीकडे डेटिंग ॲप्सवर स्वाइप मारल्यावर इतके पर्याय उपलब्ध होतात, की त्यातून नेमकं काय निवडायचं, कुणाला डेट करायचं याचाच गोंधळ अनेक तरुण-तरुणींमध्येही बघायला मिळतो आहे. काही वेळा काही जण निव्वळ टाइमपास म्हणूनच डेटिंग ॲप्सकडे बघत असतात. त्यामुळे स्त्री-पुरुष नातेसंबंधांच्या संदर्भात जे नैतिक संदर्भ पूर्वापार लावले जातात, ते अशा डेटिंग नात्यांना लावता येऊ शकत नाहीत. या माध्यमात एकमेकांशी खरं बोलणं, आदर करणं, आणि नातेसंबंधांना योग्य प्रकारे हाताळणं यावर भर दिला जातो, हे

खरंच; पण त्याचबरोबर डेटिंग प्लॅटफॉर्मवर खोटं बोलणं, बनावट ओळखीतून समोर येणं आणि एकमेकांवर विश्वास ठेवणं काही वेळा आव्हान ठरू शकतं. डेटिंग ॲप्समध्ये पारदर्शकतेची समस्या असू शकते. अनेक वेळा लोक आपली खरी ओळख लपवतात, स्वतःचं आकर्षक रूप दाखवण्याचा प्रयत्न करतात, ज्यामुळे नात्यांमध्ये फसवणुकीचे प्रसंग वाढतात.

प्रत्येकच गोष्टींचे जसे फायदे-तोटे आहेत तसेच ऑनलाइन डेटिंगचेही आहेत. इथे 'अमुक एक बरोबर, अमुक एक चूक' असं काहीच नाहीये. फक्त ज्या वेळी या डेटिंग ॲप्सवर वयात आलेली, नुकतंच मिसरूड फुटलेली मुलं येतात आणि फसतात, तेव्हा तो काळजीचा विषय बनून जातो. त्यामुळे मुलामुलींच्या डेटिंग जगण्याविषयी माहीत असणं, त्याविषयी त्यांच्याशी संवाद असणं आवश्यक आहे. 'कसली ही थेरं...!' म्हणून याकडे बघितल्याने मुलं डेटिंग ॲप्सपासून दूर जाणार नाहीयेत! पण, त्यांना मोडीत न काढता याविषयी बोललं, त्यांना आकर्षण का वाटतंय हे जाणून घेतलं, त्यातले धोके सांगितले, तर मुलामुलींना फसवणुकीतून वाचवता येऊ शकतं!

थोडक्यात महत्त्वाचे

डेटिंग ॲप्स वापरणाऱ्या मुलामुलींना काय सांगितलंच पाहिजे-

- १८ वर्ष पूर्ण झाल्याशिवाय डेटिंग ॲपवर जाऊ नका. भारतात संमतीसाठी कायदेशीर वय १८ वर्षे आहे, म्हणजेच या वयाखालील कोणीही कायदेशीररित्या डेटिंग किंवा लैंगिक संबंधांमध्ये सहभागी होऊ शकत नाही.
- कुणाही अनोळखी व्यक्तीबरोबर डेटवर जाण्याआधी व्हिडिओ कॉलवर चेहरा पाहून खात्री करा.
- पैसे/OTP ची मागणी, लगेच भेटायचा दबाव, प्लॅटफॉर्मबाहेर म्हणजे दुसऱ्या प्लॅटफॉर्मवर चॅटिंग करू या (Telegram/WhatsApp) म्हणणं, खासगी फोटोंची मागणी, अति जवळीक हे सगळे रेड फ्लॅग्स आहेत. अशावेळी ते प्रोफाइल ब्लॉक करून रिपोर्ट केलं पाहिजे.
- कॉलेज, घराचा पत्ता, रोजचं रूटीन, लोकेशन, कुटुंबाचे तपशील, असा कुठलाही तपशील कधीही शेअर करू नका. कितीही महिने चॅटिंग सुरू असले तरीही.

▲▲▲

ऑनलाइन जगातली यारी-दोस्ती!

मैत्रीपासून डेटिंगपर्यंत... रेड अलर्ट ओळखा

ऑनलाइन जगात गेल्यानंतर मुलांना नवीन मित्रमैत्रिणी बनवायला खूप आवडतं. त्यांच्या नेहमीच्या मित्रमैत्रिणींचा मित्र-परिवार... त्या मित्र-परिवाराचा मित्र-परिवार... त्यातल्या कुणाच्यातरी वॉलवरून आलेली प्रोफाइल्स... अकाउंट्स पब्लिक असतील तर पूर्णपणे अनोळखी व्यक्तींनी पाठवलेल्या फ्रेंड रिक्वेस्ट... वेगवेगळ्या ग्रुप्समध्ये किंवा कमेंट्समध्ये भेटलेली माणसं... असा मोठा गोतावळा टीन्स आणि तरुणाई तयार करतात. देशी-विदेशी मित्र-परिवार बनवण्याकडे त्यांचा भर असतो. तशा शक्यता असल्याने त्याविषयी आकर्षणही असतं.

मुळात टीनएजमध्ये वयानुरूप थ्रिलचं आकर्षण हा त्यातला महत्त्वाचा घटक असतो. मला अमेरिकन, ऑस्ट्रेलियन, सिंगापूर, मलेशियन, साउथ कोरियन, साउथ आफ्रिकन मित्र आहेत, जगाच्या प्रत्येक खंडात माझे दोस्त आहेत हे चारचौघांत सांगताना कॉलर टाईट होते! त्यामुळे आपल्या नेहमीच्या मित्र-परिवाराच्या पलीकडे अनेकांशी मुलं ओळख करून घेतात... मैत्री करतात... अगदी बेस्ट फ्रेंड्सही होतात! ही जशी अतिशय छान बाब आहे;

तसंच यात काही धोकेही असतात, जे मुलांना सांगणं आणि त्यांना सावध करणं ही पालकांची आणि शिक्षकांची जबाबदारी आहे. भेटणारी प्रत्येक व्यक्ती काही मुलांना फसवायला बसलेली नसते; पण ऑनलाइन जगात अनेक गुन्हेगार फेक प्रोफाइल्ससह फिरत असतात. निरनिराळ्या विकृती असलेली माणसं स्वतःचा खरा चेहरा लपवून भलतेच उद्योग करत असतात. पेडोफाईल्सचा तर ऑनलाइन जगात सुळसुळाट आहे!

पेडोफिलिया म्हणजे प्रौढ व्यक्तीला लहान मुलांप्रति असलेले तीव्र लैंगिक आकर्षण. हा एक मनोविकार आहे, एक विकृती आहे. हा मानसिक विकार झालेल्या व्यक्तीला मुलांबद्दल सतत किंवा तीव्र लैंगिक विचार येतात. हे आकर्षण कृतीत उतरवणं हा गुन्हा असून, अशा प्रवृत्तीच्या माणसांना समुपदेशन व उपचार आवश्यक असतात. पण, अनेकदा या व्यक्ती कुठल्याही उपचारांशिवाय समाजात वावरत असतात. त्यातही ऑनलाइन जगात जिथे तुमचा मूळ चेहरा, नाव, व्यक्तिमत्त्व असं सर्वच लपवून ठेवता येते, तिथे या मनोविकाराने ग्रस्त लोकांना मुलांपर्यंत पोहोचणं सहज सोपं असतं. अशा वेळी आपल्या मुलांच्या संपर्कात आलेली व्यक्ती कोण आहे, ती खरी आहे का, फेक प्रोफाइल वापरणारा कुणी गुन्हेगार तर नाही ना, हे डोळ्यांत तेल घालून बघितलं पाहिजे! हे दर वेळी पालक करू शकतीलच असं नाही. अशा वेळी या धोक्यांची माहिती, त्यापासून दूर राहायचं कसं, याचं प्रशिक्षण मुलांना असणं आवश्यक आहे.

टीनएजर्सना सांगा

- आपल्याला फ्रेंड रिक्वेस्ट पाठवणारा प्रत्येक जण हा जेन्युईन आहे, खरा आहे असं मानून चालायचं नाही. अनेकदा मुलं समोरची व्यक्ती जे काही सांगेल, स्वतःची जी काही माहिती देईल, ती खरी आहे असं मानून चालतात... विश्वास टाकतात... आणि फसवले जातात! ही फसवणूक विविध स्तरीय असते. कधी प्रेमाचं नाटक, कधी नकोसं गॉसिप, कधी आर्थिक फसवणूक, कधी सेक्सटॉर्शनचे प्रकार यातून होऊ शकतात. त्यातून होणारा मानसिक त्रास, स्व-प्रतिमेला तडे जाणं या सगळ्याचा त्रास मोजता न येणारा आणि भरून काढता न येणारा असतो. आपण फसवले गेलो ही भावना कुणाला आवडते सांगा! म्हणूनच, सोशल मीडियावर मैत्री

करत असताना चार-चार वेळा तपासून बघायला हवं, हे मुलांना सांगा. हे मुलांना माहीत असलंच पाहिजे.

- कुणाचीही फ्रेंड रिक्वेस्ट स्वीकारण्याआधी त्या व्यक्तीच्या प्रोफाइलवर जाऊन एक चक्कर मारा. काय-काय शेअर केलं आहे, कशा प्रकारचे फोटो शेअर केले आहेत, काय पोस्ट्स लिहिल्या किंवा शेअर केल्या आहेत, ती व्यक्ती कुणाला फॉलो करते, विचारधारा काय आहे, हे सगळं एकदा नजरेखालून घाला. त्यानंतर फ्रेंड रिक्वेस्ट स्वीकारावीशी वाटली तरच स्वीकारा.
- स्वीकरल्यानंतरही ती व्यक्ती तुमच्या पोस्टखाली काहीतरी वेडंवाकडं लिहीत असेल; डीएममध्ये काहीतरी चुकीचं, अश्लील, पोर्न सातत्याने पाठवत असेल; चॅटिंगसाठी आग्रह धरत असेल; सेक्सटिंग करण्याचा प्रयत्न करत असेल (सेक्सटिंग (Sexting) हा सेक्स आणि टेक्स्ट या दोन शब्दांना एकत्र करून बनवलेला शब्द आहे. सेक्सटिंग म्हणजे डिजिटल माध्यमातून लैंगिक स्वरूपाचे मजकूर, फोटो किंवा व्हिडिओ पाठवणे किंवा शेअर करणे. हे मेसेजेस मोबाईल, सोशल मीडिया, ईमेल किंवा चॅट ॲप्सद्वारे पाठवले जातात.); आणि त्या सगळ्याचा तुम्हांला त्रास व्हायला लागला तर अशा व्यक्तीला लगेच ब्लॉक केलं पाहिजे, जेणेकरून तुमच्या वॉलवरची त्या व्यक्तीची अनावश्यक लुडबुड थांबू शकेल.

  एक लक्षात ठेवलं पाहिजे, समाजमाध्यमांवर आणि एकूणच इंटरनेटच्या जगात अगणित फेक प्रोफाइल्स आहेत. लोकांना फसवण्याचे रोज नवे उद्योग शोधले जातात. जर कुणी ऑनलाइन फ्रेंड कितीही दर्दभरी स्टोरी सांगत असेल, स्वतःला कूल दाखवत असेल, तरीही जोवर तुमची खात्री पटत नाही तोवर मैत्रीचा हात पुढे करायचा नाही.

हे सगळं सांगितल्यावर अनेकदा मुलं विचारतात, 'मग आम्ही कुणावरच विश्वास ठेवायचा नाही का?'

आपल्याला मुलांना अविश्वास शिकवायचा नाहीये; पण सतर्कता शिकवलीच पाहिजे. ती कशी शिकवता येईल?

- **जास्त गोड बोलणं आणि फारच झटपट जवळीक :** जेव्हा एखादी व्यक्ती लगेच "तू वेगळी/स्पेशल आहेस", "तुझ्यासारखी कोणी भेटली

नाही" अशा ओव्हर-अफेक्शनट गोष्टी बोलू लागते तेव्हा तो 'फ्लॅटरी ट्रॅप' असतो. विश्वास मिळवण्यासाठी भावनिक जाळं टाकलं जातं.

- **वैयक्तिक माहिती मागणं :** "तुझं फोटो पाठव", "कुठे राहतेस?", "तुझा मोबाईल नंबर दे", "Snap/Telegram वर ये" हे प्रश्न दिसले की सीमा ओलांडली जातेय हे ओळखा. खरी मैत्री इतक्या लवकर वैयक्तिक तपशील मागत नाही. अनेकदा ट्रेंडिंग आहे, विश्वास नाही का असं म्हणत न्यूड फोटो आणि व्हिडिओ मागितले जातात. हा खूपच मोठा धोका असतो हे लक्षात ठेवलं पाहिजे.
- **गुपित ठेवायला सांगणं :** "आपली चॅट कुणालाही सांगू नको", "माझं अकाउंट सीक्रेट आहे", "आपल्यातलंच राहू दे","Instagram वर नको, WhatsApp वर बोलू", "Telegram/Discord", "तिथं जास्त प्रायव्हसी मिळते" अशा वाक्यांनी मानसिक नियंत्रण करण्याचा प्रयत्न असतो. त्या व्यक्तीने फक्त आपल्यावर विश्वास ठेवावा आणि इतर कुणालाही हे समजू नये यासाठी दबाव टाकण्याचा प्रयत्न हा अत्यंत गंभीर रेड फ्लॅग आहे.
- **भावनिक दबाव किंवा ब्लॅकमेलची सुरुवात :** "जर तू बोलली नाहीस तर मला वाईट वाटेल", "मी तुझ्यामुळे बदललो आहे", "फोटो पाठवत नाहीस, म्हणजे तुझा माझ्यावर विश्वास नाही" अशी वाक्य हा भावनिक खेळ असतो. गिल्ट-ट्रॅपिंगची सुरुवात असतात. चॅटिंगमध्ये अशा गोष्टी असतील तर सावधान!

ऑनलाइन जगात, चॅट बॉक्समध्ये आपल्याला समोरच्या व्यक्तीचा चेहरा दिसत नाही; ती व्यक्ती खरी आहे, खोटी आहे, नेमकी कोण आहे, हे शब्दांवरून ओळखता येऊ शकत नाही; त्या व्यक्तीच्या आवाजातले चढउतार, डोळ्यांतले भाव, देहबोली समजत नाही; त्यामुळे समोरच्या व्यक्तीचा हेतू नुसत्या शब्दांवरून समजणं कठीण जाऊ शकतं, म्हणून सावधानता गरजेची आहे. या गोष्टी मुलांना नक्की सांगा आणि त्यांना अनोळखी व्यक्तींपासून दूर राहायचं कसं, हे शिकवा.

▲▲▲

आयसोलेशनवर उपाय डेटिंग ॲप्स?

आजची पिढी खरंच ‘उथळ’ आहे?

भारतात एकीकडे ऑनलाइन डेटिंगचं पेव फुटलेलं आहे; तर दुसरीकडे व्हर्चुअल जगातली सिक्रेट रिलेशनशिप्स हा अतिशय गुंतागुंतीचा प्रकार टीनएजर्सपासून ज्येष्ठ नागरिकांपर्यंत सर्व वयोगटांत आणि स्त्रीपुरुषांसह LGBTQ+ व्यक्तींमध्ये दिसायला लागला आहे.

भारतात डेटिंग ॲप्सची बाजारपेठ प्रचंड मोठी आहे. विविध डेटिंग ॲप्सवर असणाऱ्यांची संख्या २०२३च्या आकडेवारीनुसार ८२.४ कोटी इतकी आहे. ही बाजारपेठ ४० कोटी डॉलर्स इतकी प्रचंड मोठी आहे! ...आणि २०२७पर्यंत भारत ऑनलाइन डेटिंग करणाऱ्या देशांमध्ये दुसऱ्या क्रमांकावर असेल, असं म्हटलं जातं. त्यातच आता व्हर्चुअल रिॲलिटी आणि ऑगमेंटेड रिॲलिटी यांसारखी तंत्रज्ञानं नजीकच्या काळात डेटिंग ॲप्समध्येही उपलब्ध होणार आहेत किंवा झालेली आहेत. ऑनलाइन डेटिंगसह स्पीड डेटिंग, ब्लाइंड डेटिंग, इन पर्सन डेटिंग सगळे प्रकार जोरात आहेत.

देशाच्या लोकसंख्येच्या निम्मी जनता ऑनलाइन आहे. ‘सिंगल’ मंडळींची लोकसंख्या झपाट्याने वाढते आहे. मुली लग्नाला पाठ दाखवत आहेत. ओपन रिलेशनशिपला मान्यता मिळते आहे. अतिशय गुंतागुंतीच्या आणि नातेसंबंधांच्या बाबतीत प्रयोगशील काळातून आपण जातो आहोत. वयात आलेली मुलंमुलीही आता या डेटिंग ॲप्सवर दिसू लागली आहेत.

आपलं सारं जग आपल्या स्मार्ट फोनमध्ये व्यापून गेलेलं आहे. आपलं मनोरंजन, आपली बँक, आपलं सोशलायझिंग, आपले मित्र, गप्पा, स्वाइप करून वन नाईट स्टॅन्ड ते पोर्न सगळंच एका स्मार्ट फोनमध्ये आहे. हा स्मार्ट फोन आणि त्याचं आपल्याशी असलेलं कनेक्शन कितीही जगावेगळं असलं, तरीही त्यातून माणसांना 'आयसोलेशन' येण्याची प्रचंड शक्यता आहे. त्यातून मग सिरियस डेटपासून टाइमपास, हुकप्स आणि एकाच वेळी अनेक नाती निर्माण होताना दिसत आहेत. एकनिष्ठतेच्या कल्पना झपाट्याने बदलत आहेत.

डेटिंग ॲप्स आणि सोशल मीडियामुळे माणसं एका नात्यात असताना अनेक नाती तयार करत आहेत, नात्यांचे प्रयोग करत आहेत. माणसं या सगळ्या प्रक्रियेत स्वतःकडे बघताना अधिक पारदर्शी जशी झालेली आहेत, तसेच धोकेही वाढलेले आहे. पण तरीही, टीनएजर्सपासून ते मध्यमवयीन व्यक्तींपर्यंत जो तो त्यांच्या नात्यांकडे एक तर वेगळ्या पद्धतीने बघतो आहे किंवा बघण्याचा त्यांच्याही कळत-नकळत प्रयत्न करतो आहे.

टीनएजर्सच्या सायबर वर्कशॉपमध्ये 'ऑनलाइन डेटिंग' या विषयावर गप्पा सुरू होत्या. हल्ली ऑनलाइन डेटिंग वयाच्या दहाव्या-अकराव्या वर्षी किंवा त्याही आधी सुरू होतं. त्या वयात कुणीही मुलं नात्यासंदर्भात गंभीर नसतात. हे डेटिंग बहुतेक वेळा पिअर ॲक्सेप्टन्ससाठी असतं – म्हणजे आपल्या मित्रमैत्रिणींच्या गटात आपल्याला स्वीकारलं जावं, आपण डेटिंग करत नाही किंवा केलेलं नाही म्हणून कुणी आपल्याला नावं ठेवू नयेत, बुली करू नये यासाठी असतं.

पूर्वी गर्लफ्रेंड, बॉयफ्रेंड नसेल तर तुम्ही बावळट आहात, सेक्सी नाही म्हणून कुणाला आवडत नाही वगैरे धारणा होत्या. त्या पसरू नयेत किंवा आपल्याला कुणीही 'लेबल' करू नये यासाठी अनेक टीनएजर्स आणि तरुण-तरुणी 'अफेअर्स' करत असतं. त्यातही अजून बऱ्याच भानगडी होत्या... एकदा अफेअर झालं की ते लग्नापर्यंत न्यायला पाहिजे, असा सर्वसाधारण समज होता! एक-दोन अफेअर्स करणाऱ्या मुलामुलींना, विशेषतः मुलींना यथेच्छ नावं ठेवण्याची पद्धत होती! गाव-खेड्यांतून एखाद्या मुलीचं नाव नुसतं एखाद्या मुलाशी जोडलं गेलं, अफेअर-बिफेअर काही नाहीये, फक्त नाव बोर्डवर लिहिलं गेलं तरी मुलींची शिक्षणं बंद होऊन त्यांची लग्नं लावली जायची. आजही ही परिस्थिती आहे काही ठिकाणी! नववीत वर्गात शिकणाऱ्या मैत्रिणी दहावीत शाळा सुरू झाल्यावर आल्या नाहीत,

की समजायचं लागली लग्नं! तिथपासून ऑनलाइन डेटिंगपर्यंत... गेल्या पंधरा-वीस वर्षांतल्या पिढ्यांनी मोठी मजल मारली आहे. चार अफेअर करणारी मुलगी चरित्रहीन असते... असले बुरसट विचार आजही शाबूत आहेत! पण, त्याला फाट्यावर मारून ऑनलाइन डेटिंग करणारी आजची तरुण पिढी किंवा टीनएजर्सचं जग वेगळंच आहे!

तर, टीनएजर वर्कशॉपमध्ये 'डेटिंग' असा विषय सुरू होता. सुरुवातीला आपापसांत हसणारी, कुजबुजणारी मुलं हळूहळू बोलती झाली. ऑनलाइन डेटिंग का केलं जातं, त्यातल्या सोयी-गैरसोयी, ऑनलाइन ब्रेकअप्स, डेटिंग ॲप्स, कन्सेंट किंवा परवानगी या सगळ्यांबद्दल बोलत असताना एक मुलगा म्हणाला, "मी सिच्युएशनशिपमध्ये आहे... आणि तेच मला सध्यातरी बरं वाटतंय."

मी विशीत होते तेव्हा 'फ्रेंड्स विथ बेनिफिट' असा प्रकार सुरू झालेला होता. म्हणजे, नात्याची कमिटमेंट नाही... एकमेकांविषयी ओढ आहे म्हणजे त्याचा शेवट थेट लग्नात झाला पाहिजे असं नाही... 'प्यार एक बार होता है'ची भानगड नाही... जोवर नात्यात राहण्याची इच्छा असेल तोवर राहा, नाहीतर बाहेर पडा. हे लिव्ह इनपेक्षाही किंचित वेगळं! इथे कुणी कुणाबरोबर एकत्र राहायला सुरुवात करत नसतं. फक्त नात्याची बांधिलकी आणि त्याबरोबर येणारी ओझी नकोत, असा एकूण प्रकार होता. सिच्युएशनशिप यापेक्षा वेगळं काही आहे का हे समजून घ्यायचं होतं.

मग त्या मुलाला म्हटलं, "म्हणजे काय?"

तर म्हणाला, "आम्ही फक्त मित्र नाही... मैत्रीपेक्षा अधिक काहीतरी आमच्यात आहे; पण आम्हांला इतक्यात कमिट करायचं नाहीये... डेट करायचं नाहीये... आम्ही एकमेकांचे गर्लफ्रेंड/बॉयफ्रेंड नाही आहोत."

"एकमेकांना असं कमिट न करण्यामागे काही कारण..." मी विचारलंच.

"आम्ही शिकतो आहोत, स्वतःला शोधतो आहोत. आत्तापासून डेट करायला सुरुवात केली तर अपेक्षा वाढणार... त्या पूर्ण झाल्या नाहीत तर इमोशनल ड्रामा होणार... ब्रेकअप झालं तर त्याचा त्रास होणार... हे सगळं आता इतक्या लवकर कशाला हवं? पण, एकमेकांविषयी मैत्रीपेक्षा जास्त काहीतरी वाटतंय. सो... आम्ही सिच्युएशनमध्ये आहोत. फक्त फ्रेंड्स नाही, डेटिंग नाही, आमच्यात कुठलंही फिजिकल रिलेशन नाही. कुठलीही कमिटमेंट नाही."

मग विचारलं, ''हे असं नातं इथे असणाऱ्या किती मुलामुलींचं आहे?''

बरेच हात मोकळेपणाने वर आले. मग सिच्युएशनशिपमध्येही असलेले विविध प्रकार मुलामुलींनी सांगितले.

सिच्युएशनशिप कधी निवडली जाते?

- दोघं दोन शहरात असतील आणि वरचेवर भेटी शक्य नसतील तेव्हा!
- आठ-दहा वर्षांची मुलंमुली ज्यांना डेटिंगबद्दल आकर्षण असतं ते ऑनलाइन डेटिंग करतात... आणि 'सिच्युएशनशिपमध्ये आहेत' असं सगळ्यांना सांगतात!
- काही यंग ॲडल्टही सिच्युएशनशिपमध्ये असतात... ज्यांना लग्न नको असतं, कमिटमेंट नको असते, लिव्ह इनसुद्धा नको असतं. यांच्यात बरेच वेळा शारीरिक संबंध असू शकतात.
- समलिंगी टीन्स... ज्यांनी त्यांचा लैंगिक अग्रक्रम घरात सांगितलेला नसतो किंवा सांगितला असेल तर त्याला घरून पाठिंबा नसतो. अशा वेळी त्यांच्या पसंतीच्या व्यक्तीबरोबर ते ऑनलाइन सिच्युएशनशिपमध्ये असू शकतात.

यातला अजून एक ट्रेंड बोलताना समजला; तो म्हणजे, 'जर दोन व्यक्ती सिच्युएशनशिपमध्ये असतील आणि ते त्यांच्या मित्रमैत्रिणींच्या वर्तुळात माहीत असेल तर त्यांना इतर कुणीही डेटसाठी विचारायचं नसतं.' हा अलिखित नियम आहे! पण, सिच्युएशनशिपमध्ये असलेले दुसऱ्या व्यक्तीला डेट करू शकतात... त्या दोघांची एकमेकांशी कसलीही बांधिलकी नसल्याने ते इतरांना डेट करू शकतात!

थोडक्यात, जिथे बॉयफ्रेंड आणि गर्लफ्रेंड होण्यात, नात्याच्या बंधनात अडकण्याचा कुठलाही प्लॅन नसतो; मैत्रीपलीकडे आकर्षण असतं... पण यालाच प्रेम म्हणायचं का, याची खात्री नसते; फार इमोशनल घोळ नको असतो; कुणी कुणाला धोका दिला वगैरेची भानगड नको असते; काही वेळा फक्त शारीरिक

आकर्षण असतं; अशा विविध कारणांसाठी टीनएजर्स आणि यंग ॲडल्ट्स सिच्युएशनशिपमध्ये असतात.

वयाच्या विशीतून तिशीत जाणाऱ्या काही जणांनी सांगितलं, 'ज्या वेळी 'सेटल' होण्याचा विचार मनात यायला लागतो, म्हणजे लग्नाचा किंवा लिव्ह इनचा, तेव्हा ही सिच्युएशनशिप ते संपवतात.'

प्रत्येकच पिढीमधले तरुण-तरुणी त्यांच्या प्रेमाच्या, देहाच्या नातेसंबंधांबद्दल प्रयोग करत असतात. बॉडी काऊंटची (म्हणजे त्या व्यक्तीने किती व्यक्तींबरोबर सेक्स केलेला आहे त्याचा आकडा) चर्चा सर्रास सुरू आहे. भारतात अजूनही बहुतेक लग्नं कांदेपोहे कार्यक्रम झाल्यावर होतात. कामाच्या निमित्ताने भेटणारे अनेक तरुण-तरुणी ऑनलाइन-ऑफलाइन डेटिंग केल्यावर आईवडिलांच्या पसंतीने लग्न करण्याचा निर्णय घेतात. म्हणजे हा ट्रेंड पूर्वीपासून आहे तसाच आहे, तरीही या सगळ्यांत ऑनलाइन डेटिंग झपाट्याने वाढते आहे. बहुतेक तरुणाई लग्न या उद्देशाने ऑनलाइन डेटिंगला सुरुवात करत नाही. असे प्रयोग करणारी जेन झी किंवा मिनेनिअल्सची काही पहिली पिढी नाही.

'आजची पिढी उथळ आहे' असं सरसकट म्हणण्याआधी त्यांच्या जगण्याचा 'पॅटर्न' समजून घेतला पाहिजे. सिच्युएशनशिपमध्ये असण्याचे फायदे त्यांना माहीत आहेत, पण नात्यामध्ये जपाव्या लागणाऱ्या अनेक नाजूक बाबींबद्दल जाणीव करून देणंही तितकंच महत्त्वाचं आहे. डेटिंग असो, सिच्युएशनशिप असो, नाहीतर अजून काहीही; तिथे कमी-अधिक प्रमाणात भावनांची गुंतवणूक असतेच! आपली भावनिक ऊर्जा आपण नक्की कशासाठी देणार आहोत, याची जाणीव या पिढीला करून द्यायला हवीये फक्त! बाकी नात्यांशी कसं 'डील' करायचं त्याचे मार्ग त्यांचे ते शोधतीलच!

तरुणाईच्या डेटिंग जगात अनेक नव्या टर्म्स आलेल्या आहेत. वर जसं सिच्युएशनशिपबद्दल लिहिलं आहे, तशाच अजूनही काही संकल्पना आहेत. त्यांची थोडक्यात माहिती घेऊ या.

- **Breadcrumbing :** कोणालातरी फारसा वेळ न देता अधूनमधून मेसेज करून किंवा लक्ष देऊन त्याला/तिला आशेवर ठेवणे
- **Ghosting** : अचानक गायब होणे / नाहीसं होणे; कोणत्याही कारणाशिवाय किंवा स्पष्टीकरणाशिवाय पूर्ण संपर्क तोडणे

- **Orbiting :** सतत सोशल मीडियावर लक्ष ठेवून असणे; संबंध संपल्यावरही त्या व्यक्तीच्या सोशल मीडियावर प्रतिक्रिया देत राहणे (लाइक, व्ह्यू, स्टोरीज पाहणे इत्यादी)
- **Love Bombing :** प्रेमाचा अतिरेक करून फसवणे प्रेमाचे, कौतुकाचे अति ओझे देऊन त्या व्यक्तीवर नियंत्रण ठेवण्याचा प्रयत्न करणे
- **Pocketing (Stashing) :** लपवून ठेवणे / 'आपला' म्हणून ओळख न करून देणे; डेटिंग करत किंवा प्रेमाच्या नात्यात असूनही त्या व्यक्तीला आपल्या मित्र-परिवाराची किंवा कुटुंबीयांची ओळख न करून देणे
- **Zombieing :** संबंध पूर्णपणे तोडून टाकल्यावर अचानक पुन्हा मेसेज करून, जणू काहीच झालेलं नाहीये अशा आविर्भावात वागायला लागणे
- **Cushioning :** बॅकअप ठेवणे / पर्याय राखून ठेवणे; संबंधात असतानाच दुसऱ्या व्यक्तीला पर्याय तयार ठेवणे, म्हणजे नातं मोडलं तर लगेच दुसऱ्याकडे वळता येईल. बेंचिंगचाच हा प्रकार आहे.
- **Soft Launch :** नवीन नातं थेट जाहीर न करता, सूचक फोटो किंवा स्टोरी टाकून संकेत देणे
- **Kittenfishing :** बारीकसारीक खोट्या आणि थापांद्वारे आकर्षक प्रतिमा सादर करणे, डेटिंग अ‍ॅप्सवर स्वतःचा खूप चांगला आणि खोटा किंवा अर्धसत्य प्रतिमेचा वापर करणे
- **Wokefishing :** संवेदनशीलतेचं नाटक करणे, स्वतःला फेमिनिस्ट, पर्यावरणप्रेमी किंवा जागरूक म्हणून दाखवणं – पण ते खरं नसणे
- **Beige Flags :** सावध राहायला लावणारे; पण धोकादायक नसलेले संकेत सामान्य वाटणाऱ्या; पण आपल्याशी न जुळणारे स्वभावगुण असलेल्या व्यक्ती
- **Cookie-Jarring :** बेंचिंगच्या उलट; संबंधात असूनही त्या नात्याला नाव देण्याची टाळाटाळ करणे
- **Groundhogging :** एकाच प्रकारच्या माणसांशी सतत प्रेमसंबंध ठेवण्याचा ट्रॅप. एका प्रकारचेच अनुभव देणाऱ्या जोडीदारांची दर वेळी निवड करणे

- **Textationship** : फक्त मेसेजवर आधारित नातं; कोणत्याही प्रत्यक्ष भेटीशिवाय किंवा फोनवर न बोलता, केवळ चॅटवर टिकलेलं नातं.
- **Rizz** : फ्लर्ट करण्याची क्षमता / मोहिनी घालणं; सध्याच्या भाषेत कोणालातरी आकर्षित करण्याची कला!
- **गॅसलाइटिंग (Gaslighting)** : म्हणजे डेटिंगमध्ये असताना जोडीदाराच्या भावनांवर, आठवणींवर, आणि वास्तवावर संशय निर्माण करणे; जेणेकरून ती व्यक्ती स्वतःच्या समजुतीवरच शंका घेऊ लागते.

थोडक्यात महत्त्वाचे

डेटिंग करणाऱ्या मुलामुलींना काय सांगितलंच पाहिजे-

- **मर्यादा व संमती** : 'तुझं 'हो/नाही' हे अंतिम आहे.' स्वतःच्या मर्यादा आधी ठरव. हे मुलं आणि मुली दोघांनाही लागू होते. काय सोयीचं, काय गैरसोयीचं आहे ते स्पष्ट सांग. घाई, दबाव, गिल्ट-ट्रिपिंग स्वीकारू नको. नाही म्हणायचं असेल तिथे 'नाही' म्हण.
- **सेफ्टी-फर्स्ट** : पहिल्या भेटी सार्वजनिक ठिकाणी ठेवा, स्वतःचं डेटवर जाणं - येणं स्वतः करा. लोकेशन घरी किंवा मित्रमैत्रिणींपैकी कुणाला तरी पाठवून ठेवलं पाहिजे. आपत्कालीन संपर्क स्पीड-डायलवर असायला हवा. मद्यपान करू नका. स्वतःचा ज्यूसचा ग्लास सोडून जायचं नाही. किंवा इतर कुणालाही रिफील करून आणायला सांगायचं नाही.
- **डिजिटल रेड-फ्लॅग्स** : डेटिंग ॲपवर स्वतःचे तपशील, लोकेशन शेअर करण्याची घाई नको. नग्न आणि अर्धनग्न फोटो/व्हिडीओ शेअरिंग अजिबात नको. love-bombing, पैशांची मागणी, सतत लोकेशन/पासवर्डची मागणी, असं काही दिसलं तर तो रेड अलर्ट आहे.

▲▲▲

डेटिंग नावाचे व्यसन

डेटिंग ॲप्स माणसांना 'कम्पल्सिव्ह युजर्स' बनवत आहेत?

गेल्या पाच वर्षांत डेटिंग ॲप्स वापरणाऱ्यांचं प्रमाण २९३ टक्क्यांनी वाढलं आहे. २०१२मध्ये 'टिंडर' पहिल्यांदा भारतात आलं. त्यानंतर हळूहळू डेटिंग ॲप्सची बाजारपेठ वाढतच गेली. कोरोनानंतर तर ती फक्त डेटिंग करू इच्छिणाऱ्यांची 'स्पेस' न उरता, डेटिंगचं व्यसन ही एक मोठी समस्या उदयाला आली आहे. कोरोनाने माणसांना एकटं केलं आहे आणि ऑनलाइन जगात जोडीदार शोधण्याचे प्रयत्न मोठ्या प्रमाणावर भारतात होताना दिसतात. यातही 'एकच जोडीदार' अशी अपेक्षा नसून 'वेगवेगळे जोडीदार' आणि त्यांच्याबरोबर घालवलेला वेळ याचंच व्यसन माणसांना लागावं, अशी परिस्थिती एकीकडे तयार झाली आहे.

२०२५च्या मार्च महिन्यात सॅन फ्रान्सिस्कोमध्ये एक केस कोर्टात दाखल झाली... टिंडर, Hinge, and the League या डेटिंग ॲपच्या विरोधात! सहा लोकांनी तक्रारी दाखल केल्या होत्या. त्यांचा आरोप होता की, 'ही डेटिंग ॲप्स आणि त्यांचे डिझाईन माणसांना 'कम्पल्सिव्ह युजर्स' बनवत आहेत. एखाद्या ऑनलाइन गेमप्रमाणे हे डेटिंग ॲप्स डिझाईन केले जात आहेत आणि त्याचं माणसांना व्यसन लागत आहे.' जशी माणसं तास न् तास रील्स बघत बसतात,

किंवा एखादा गेम खेळत बसतात, त्याचप्रमाणे माणसं स्वाइप आणि डेट करत असतात. किंवा सतत त्याचा विचार तरी करत राहतात. eHarmony (ज्याचा उल्लेख तक्रारीतही केलेला आहे.) यांनी केलेल्या सर्वेक्षणात दिसून आलं की,

१. दहा पैकी नऊ जणांना डेटिंगचं व्यसन लागलेलं आहे!
२. सर्वेक्षणात सहभागी झालेल्यांपैकी जवळपास ४८ टक्के लोकांनी हे मान्य केलं की, रात्री झोपायला जायच्या आधी ते एकदा डेटिंग ॲपवर जाऊन येतात; तर ३८ टक्के लोकांनी मान्य केलं की, सकाळी उठल्यावर कुठली पहिली कृती ते करत असतील तर डेटिंग ॲप्स उघडणं!
३. जवळपास १२ टक्के लोक डेटवर असतानाही डेटिंग ॲप बघत असतात.
४. २८ टक्के लोकांनी सांगितलं की, काम करत असताना, ऑफिसमध्ये असतानाही ते डेटिंग ॲप्स बघतात.

'अमेरिका जात्यात, तर आपण सुपात आहोत' हे विसरून चालणार नाही! *इंडिया टुडे*ने केलेल्या एका लेखात अनेक मानसोपचारतज्ज्ञ आणि समुपदेशक यांनी डेटिंगचं व्यसन हा गंभीर प्रकार असल्याचं नोंदवलं आहे. आपल्याला कुणीतरी आवडतंय आणि अनेकांना आपण आवडतोय, ही भावना मनाला खूश करणारी आणि चटक लावणारी आहे. हेच डेटिंगच्या व्यसनाचं प्रमुख कारण आहे.

डेटिंग ॲप्स वापरताना सुरक्षिततेसाठी काही महत्त्वाच्या घटकांची काळजी घेणे आवश्यक आहे. त्यासाठी पुढील टिप्स फायद्याच्या ठरू शकतात. टीनएजर किंवा तरुण-तरुणींचे पालक म्हणून या विषयावर संवादाला सुरुवात करताना हे मुद्दे माहीत असलेच पाहिजेत. त्याचप्रमाणे हल्ली फक्त टीन्स किंवा तरुण-तरुणीच डेटिंग ॲप्सवर असतात असं नाहीये. मध्यमवयीन स्त्री-पुरुषांपासून ज्येष्ठ नागरिकांपर्यंत विविध वयोगटांतील माणसं डेटिंग ॲप्सवर आहेत. त्यामुळे या ॲप्सवर जाताना सगळ्यांनाच काही गोष्टी माहीत असायला हव्यात.

- **खासगी माहिती देणे टाळा :** सुरुवातीला तुमची खासगी माहिती (जसे की, पूर्ण नाव, पत्ता, फोन नंबर, कामाचे ठिकाण) उघड करू नका. ही माहिती योग्य वेळीच शेअर करा. समोरची व्यक्ती कितीही प्रेमाने आदराने बोलत असली तरीही ऑनलाइन जगात चटकन कुणावरही विश्वास ठेवणं धोक्याचं ठरू शकतं.

- **फोटो शेअर करताना जपून :** जास्त व्यक्तिगत फोटो शेअर करू नका. फसवणूक करणारे लोक फोटो वापरून ब्लॅकमेल करू शकतात. अनेकदा ऑनलाइन डेटिंगमध्ये सेक्सटिंग केलं जातं. न्यूड फोटो शेअरिंग होते. हे करू नका. यात खूप धोका असतो.
- **व्हेरिफिकेशन तपासा :** डेटिंग ॲपवर व्यक्तीची माहिती आणि प्रोफाइल व्हेरिफिकेशन झालेलं आहे का, हे तपासा. तसंच फेक प्रोफाइल्सपासून सावध राहा. ज्या डेटिंग ॲप्सचे रिव्ह्यूज चांगले आहेत, अशाच डेटिंग ॲप्सचा वापर केला पाहिजे. सायबर जगात माणसांची मोहापायी विविध पद्धतीने फसवणूक होऊ शकते.
- **पहिली भेट सार्वजनिक ठिकाणीच! :** पहिल्या किंवा सुरुवातीच्या भेटीसाठी नेहमी सार्वजनिक ठिकाण निवडा. नवीन व्यक्तीसोबत एकांतात जाणे टाळा आणि तुमच्या जवळच्या व्यक्तींना तुमच्या भेटीची माहिती द्या. पहिल्या डेटवर मद्यपान करणंही टाळलेलं बरं! जेवण, गप्पा इतकीच पहिली डेट मर्यादित असली पाहिजे.
- **'नाही' म्हणायला शिका! :** डेटिंगवर असताना जे तुम्हांला आवडत नाही, चालणार नाही त्यांची स्पष्ट कल्पना समोरच्याला द्या. 'नाही' म्हणायला शिका. आर्थिक मदत मागणाऱ्या व्यक्तींपासून सावध राहा.
- **संशयास्पद वर्तन ओळखा :** एखादी व्यक्ती आकर्षक का वाटते, यामागे व्यक्तिसापेक्ष कारणं असू शकतात. पण तरीही, त्या आकर्षणाला भानाची जोड आवश्यक आहे. समोरच्या व्यक्तीचं वर्तन अपेक्षित नसेल, किंवा जास्त जवळीक करण्याचा प्रयत्न होत असेल, त्या व्यक्तीची वागणूक संशयास्पद असेल, तर डेट सोडून निघून जा. तेव्हा समोरच्याला कारणं द्यायची गरज नाही! किंवा तसं करायचं नसल्यास काहीतरी कारण काढून तिकडून बाहेर पडा. आवश्यकता वाटल्यास आजूबाजूच्या लोकांची मदत घ्या.
- **ॲप्सचे सुरक्षा फीचर्स वापरा :** व्हेरिफाईड डेटिंग ॲप्समध्ये अनेक सुरक्षा सेटिंग्ज असतात – उदाहरणार्थ, ब्लॉक करणं, रिपोर्ट करणं – आवश्यक तेव्हा त्यांचा वापर करा.
- **प्रोफाइलची नियमित तपासणी करा :** समोरच्या व्यक्तीने दिलेल्या माहितीत किंवा फोटोंमध्ये वारंवार

बदल होत असल्यास ती व्यक्ती खरी नाही, असे समजून घ्या. अशी प्रोफाइल्स ब्लॉक केलेली बरी!

- **भावनांवर नियंत्रण ठेवा :** डेटिंग ॲप्सवर भावनेच्या भरात काहीही करायचं नाही! डेटला गेल्यावरही आपल्या सुरक्षेला प्राधान्य द्या.

डेटिंगचं व्यसन ओळखण्याची काही लक्षणं

- **सतत पार्टनर शोधण्याची गरज :** एका नात्यात समाधान मिळाले तरीही तुम्ही सतत नवीन डेटिंग पार्टनर शोधत असाल, सतत अजून चांगलं कुणी डेटिंगसाठी शोधत असाल तर...
- **नात्यांमध्ये स्थैर्य नसणे :** नात्यांमध्ये स्थैर्य मिळवणे कठीण जाते आणि सतत नवीन लोकांसोबतच वेळ घालवण्याची इच्छा होते.
- **भावनिक किंवा मानसिक अस्वस्थता :** डेटिंगशी संबंधित गोष्टींवरून तुम्ही भावनिक अस्वस्थता, चिंता, किंवा चिडचिड अनुभवत असाल, तर हे व्यसनाचे लक्षण असू शकते.
- **डेटिंग ॲप्सचा अधिक वापर :** तुमच्या स्क्रीन टाइममधील बराच वेळ डेटिंग ॲप्स वापरण्यात जात असेल, तुम्ही कोणत्याही प्रसंगात अगदी कामाच्या किंवा महत्त्वाच्या प्रसंगी, डेटवर असतानाही दुसरी व्यक्ती शोधत असाल. तर हा रेड अलर्ट आहे!
- **वैयक्तिक बाबींकडे दुर्लक्ष :** हल्लीची अनेक डेटिंग ॲप्स गेमिंग प्लॅटफॉर्म्सारखी असतात. त्यामुळे सतत त्या ॲप्सवर जाण्याचा मोह होऊ शकतो. हा मोहापायी तुमच्या वैयक्तिक आणि सामाजिक आयुष्यातील महत्त्वाच्या बाबींकडे तुम्ही दुर्लक्ष करत असाल आणि तुमचा वेळ फक्त डेटिंगवरच खर्च करत असाल तर सावध व्हा!

या व्यसनातून बाहेर पडण्यासाठी...

- **स्वतःला वेळ द्या :** सतत कुणालातरी डेट केलंच पाहिजे, असं काही नसतं. डेटिंगमध्येही ब्रेक्स आवश्यक असतात. अगदी कॅज्युअल डेटिंग असलं, तरीही आपण एका व्यक्तीच्या संपर्कात असतो. बऱ्या-वाईट स्मृती तयार होत असतात, भावनांची देवाणघेवाण होत असते; त्यामुळे डेटिंगला

अधूनमधून ब्रेक दिल्याने स्वतःच्या भावना, गरजा समजून घ्यायला वेळ मिळतो. डेटिंगच्या व्यसनापासून लांब राहण्यासाठी मदत मिळते.

- **छंद हवेतच!** : स्क्रीन टाइम वाढल्यापासून आणि डिजिटल जगाचा सजग वापर नसेल तर आपल्याला नक्की काय आवडतं हा अतिशय महत्त्वाचा मुद्दा माणसांच्या विचारातून बाजूला पडतो. आपला छंद काय, आपल्याला कशात वेळ घालवायला आवडतो, काय केल्याने आपल्याला खरोखर समाधान मिळतं, याचा विचार करणं आणि त्यांना प्राधान्य देणं आजच्या डिजिटल युगात अत्यावश्यक आहे. वेळ आवडीच्या इतर उपक्रमांमध्ये, छंदांमध्ये गुंतला की डेटिंगची सततची गरज कमी होऊ शकते.
- **माझं कुणीतरी हवं!** : सोबतीची गरज प्रत्येकाला असते. पण, त्यासोबत भावनिक गुंतवणूक येते, एकमेकांचा विचार करणं, मदत करणं, वेळप्रसंगी एकमेकांसाठी उभं राहणं, ... हेही त्यात अंतर्भूत असतं; आनंद, दुःख, समाधान सगळ्याचं शेअरिंग असतं! डेटिंगमधली भूक ही कम्पॅनिअनशिपची नसते. तुम्ही डेट हॉपर असाल, म्हणजे सतत वेगवेगळ्या व्यक्तींबरोबर डेटिंगला जाणं तुम्हांला आवडत असेल तर सोबती मिळावा हा उद्देश नसतो; तर यामागे इतरही काही कारणं असू शकतात. त्यामुळे डेटिंगच्या जगातही आपल्याला आपल्या भावना पक्क्या माहीत असायला हव्यात, तर सवयीचं व्यसनात रूपांतर होत नाही.
- **तज्ज्ञांची मदत घ्या** : व्यसनावर आपला आपण उपाय करणं, त्यातून बाहेर पडणं कठीण जात असेल, स्वतःच्या भावना नेमक्या काय आहेत हे नीट समजून घेता येत नसेल, 'आपण डेटिंग नक्की का करतोय?' हा प्रश्न पडला असेल, तर अशा वेळी समुपदेशकांची मदत घेतली पाहिजे. ती घेण्यात कसलीही लाज बाळगण्याचं कारण नाही!

▲▲▲

रोस्टिंग, ट्रोलिंग, बुलिंग

सब चलता है वृत्तीचे दुष्परिणाम लक्षात घेणार का?

मुलं त्यांच्या जगात एकमेकांना प्रचंड प्रमाणात छळतात. रॅगिंग, बुलिंग हे प्रकार फक्त तरुणांच्या विश्वातले आहेत असं नाही; किशोरावस्थेतली किंवा त्याही आधीच्या वयातली मुलं एकमेकांना ऑनलाइन आणि ऑफलाइन दोन्ही जगात भरपूर त्रास देतात. कधी त्यांच्या घरातल्या वातावरणामुळे ते असं वागतात, कधी मोठ्यांच्या सवयी बघून वागतात, कधी त्यांना आलेल्या अनुभवांमुळे त्यांच्या वर्तणुकीत झालेला तो बदल असतो. कधी स्वतःला सुरक्षित ठेवण्याचा तो मार्ग त्यांना वाटतो, तर कधी ते फक्त एखाद्या कमकुवत मुलाची मजा घ्यायची म्हणून तसं वागतात. कारणं निरनिराळी असू शकतात; पण दुसऱ्या मुलाला त्रास देणं आणि त्याला त्रास झाला की त्याची मजा बघणं हा प्रकार मुलांच्या जगाचं वास्तव आहे!

हीच मुलं सोशल मीडियावर येतात तेव्हा 'रोस्टिंग'च्या नावाखाली ट्रोलिंग सुरू होतं आणि सायबर बुलिंगही! रोस्टिंग हा जेन झी शब्द आहे. जेन झी भाषेत रोस्टिंग म्हणजे कोणाचीतरी मजेत किंवा जळजळीत टोमणे मारत उडवलेली खिल्ली! ही एक प्रकारची विनोदाची पद्धत आहे, जिथे एखाद्याच्या विशेष गुणधर्मांवर, सवयींवर किंवा प्रसंगावर विनोदी पद्धतीने टीका केली जाते.

रोस्टिंगचे प्रकार :

- **मित्रांमध्ये हलकंफुलकं रोस्टिंग (Lighthearted Roasting) :** यात मजेत, कोणाला दुखावण्याच्या उद्देश नसतो.

- **हार्ड रोस्टिंग (Savage Roasting) :** यात थोडं जळजळीत आणि कधीकधी अपमानास्पद बोललं जातं, जे समोरच्याला लागू शकतं! अर्थात, समोरचा कसं घेतो यावर बरंच काही अवलंबून असतं.

रोस्टिंग आणि बुलिंगमध्ये मूलभूत फरक आहे. रोस्टिंग हा मजेशीर, परस्परसंमतीने केलेला विनोद असतो; तर बुलिंग (छळ) हा अपमानकारक, मानसिक त्रास देणारा, आणि हेतुपुरस्सर एखाद्याला कमीपणा दाखवणारा, मानसिक पातळीवर उद्ध्वस्त करणारा प्रकार असतो.

रोस्टिंग फक्त मजेसाठी असेल तर ठीक; पण त्यामुळे कुणी दुखावत असेल, तर ते ट्रोलिंग किंवा सायबर बुलिंगमध्ये बदलू शकतं. चुकीच्या वर्तनाचा वैयक्तिक आणि सामूहिक पातळीवर स्वीकार होतो, तेव्हा आपण करतोय ते गैरवर्तन आहे, हा विचारच मागे पडतो. गंमत कुठे संपते आणि टिंगलटवाळीमधून होणारा मानसिक-भावनिक छळ कुठे सुरू होतो, हेच लक्षात येत नाही. ती सीमारेषा अनेकदा ओलांडली जाते.

या संदर्भात एक जगप्रसिद्ध समाजशास्त्रीय सिद्धान्त – ब्रोकन विंडो सिद्धान्त (Broken Window Theory) मला महत्त्वाचा वाटतो. जेम्स क्यू विल्सन आणि जॉर्ज केलिंग यांनी १९८२मध्ये हा सिद्धान्त प्रथम मांडला होता. या सिद्धान्तानुसार, एखाद्या परिसरात छोटी-मोठी गैरवर्तनं – उदाहरणार्थ, सार्वजनिक ठिकाणी कचरा टाकणे, थुंकणे, सिग्नल तोडणे – याकडे दुर्लक्ष झालं असेल तर त्या परिसरातील गुन्हेगारी हळूहळू वाढत जाते. कारण समाजमनावर या छोट्याछोट्या गैरकृत्यांचा गंभीर परिणाम होऊन समाजजीवनात त्याचे पडसाद दिसायला लागतात. असं गैरवर्तन केलं तरी काही हरकत नसते, तेवढं चालतं... हा विचार रुजतो. मग हळूहळू या छोट्या गैरवर्तनांचा सगळेच स्वीकार करू लागतात. या सिद्धान्तानुसार त्यातूनच मोठ्या गुन्ह्यांचा जन्म होऊ शकतो!

इंटरनेटचे जग, सोशल मीडिया आणि ब्रोकन विंडो थिअरी

असा विचार करते तेव्हा सोशल मीडियावरच्या माणसांच्या अशाच लहानसहान गैरवर्तनाच्या स्वीकारातूनच आजचं सोशल मीडियाचं विद्रूप रूप अधूनमधून बघायला मिळतंय असं वाटतं. हळूहळू या आभासी जगात 'सब चलता है' हा विचार रुजत गेला आहे.

स्वातंत्र्य आणि जबाबदारी या दोन्ही गोष्टी एकमेकांना पूरक आणि महत्त्वपूर्ण असतात. मुलांना मोबाईल आणि त्यात इंटरनेट उपलब्ध करून दिलं जातं, सोशल मीडिया दिला जातो, तेव्हा स्वातंत्र्य आणि जबाबदारीचं नातं त्यांना समजावून सांगितलं जातं का... हा महत्त्वाचा प्रश्न आहे.

किशोरवयीन मुलांना ही माध्यमं आकर्षक वाटतात; कारण तिथे त्यांना आपली ओळख तयार करता येते, सामाजिक संपर्क वाढवता येतो, आणि मान्यता मिळवता येते. पण, हे करत असताना त्या जगात काय करणं चूक आहे याचा विचार किशोरवयीन मुलंमुली करतातच असं नाही. शिव्या देणं, एकमेकांची खिल्ली उडवणं, एकमेकांना ट्रोल करणं, अनोळखी व्यक्तीला ट्रोल आणि सायबर बुली करणं, अफवा पसरवणं; या सगळ्यांत आपण जे वागतोय ते चुकीचं आहे, त्याने दुसऱ्या व्यक्तीला त्रास होऊ शकतो हे कधी मुलांच्या लक्षात येत नाही, तर कधी ते मुद्दामहून असं वर्तन करत असतात.

'रोस्ट' केलं या शब्दात अशी अनेक गैरवर्तन सहज लपून जातात; आणि आपण चुकतोय, चुकलोय, आपण कुणालातरी त्रास दिला आहे, बुली केलं आहे हे लक्षात येत नाही! याचा अर्थ असा नाही, की माणसांच्या शब्दसंचयातून शिव्या गायब व्हाव्यात. इथे एक गोष्ट लक्षात घेतली पाहिजे की, गंमत असो की चेष्टा, याला सगळ्याला एक मर्यादा असते. प्रत्येकाने स्वतःची सीमारेषा (बाउंड्री) ओळखणं आवश्यक असतं. या सगळ्यांत गंमत-मजेची सीमारेषा काय हे नीट(च) माहीत असायला हवं! स्वतःची सीमारेषा आणि दुसऱ्याची सीमारेषा माहीत असायला हवी! ती सीमारेषा ओलांडली गेली तर ती गंमत न राहता तो समोरच्यासाठी मानसिक छळ होतो.

वाढीच्या वयात आपण जे पाहिलेलं, ऐकलेलं आणि अनुभवलेलं असतं, त्याचा आपल्या एकूण व्यक्तिमत्त्वावर परिणाम होत असतो. हा परिणाम जो बळी ठरतो त्यावरच होतो असं नाही; जो बुली असतो, ट्रोल असतो त्याच्या भावनिक आणि मानसिक विकासावरही याचा परिणाम होत असतो. त्यामुळे मुलांना फोन देताना, त्यांना सोशल मीडिया वापरण्याची परवानगी देताना, त्यांच्याशी योग्य वर्तन आणि गैरवर्तन याबद्दल बोलणं अतिशय आवश्यक आहे. कारण ऑनलाइन जगातलं गैरवर्तन आणि गैरवागणूक फक्त तेवढ्यापुरती मर्यादित राहत नाही. ती ऑनलाइन जगातून कधी ऑफलाइन जगात येऊन पोहोचेल, सांगता येत नाही!

इथे पालकांची जबाबदारी मोठीच आहे. मुलांशी संवाद साधताना कुठले मुद्दे महत्त्वाचे आहेत. (हे सगळेच मुद्दे खरंतर मोठ्यांनाही लागू होतात. कधीतरी त्यांनीही आत्मपरीक्षण करायला हरकत नाही!)

- **स्वातंत्र्य आणि जबाबदारी :** इंटरनेट, सोशल मीडिया वापरण्याचं स्वातंत्र्य हवं असेल, तर तिथलं आपलं वर्तन योग्य असेल, सभ्य असेल हे बघणं ही मुलांचीच जबाबदारी आहे. स्वातंत्र्य उपभोगणार; पण जबाबदारी नको, असं चालणार नाही.
- **निर्णय आणि परिणाम :** इंटरनेटवरचे विविध प्लॅटफॉर्म्स आणि सोशल मीडियाचा सकारात्मक-नकारात्मक परिणाम समजावून देणं आवश्यक आहे. तसंच, चुकीचं वर्तन किती हानिकारक ठरू शकतं याची त्यांना जाणीव करून दिली पाहिजे. एखाद्याला बुली करण्याचा, हेट कमेंट देण्याचा मोह झाल्यावर याचा काय परिणाम होऊ शकतो, हाही विचार मनात आलाच पाहिजे!
- **मूल्यांची जोपासना :** घरात मोठ्यांकडून एकमेकांना आणि मोठ्यांकडून मुलांना आदर आणि सन्मान मिळत असेल तर मुलांच्या वर्तनात त्याचं प्रतिबिंब बघायला मिळू शकतं. मूल्यं शिकवता येत नाहीत, ती मोठ्यांच्या वर्तनातून मुलांना दिसावी लागतात. आपल्या घरातले आणि आजूबाजूचे मोठे कसं वागत आहेत यावरून, योग्य आणि अयोग्य वर्तन म्हणजे काय, हे मुलं ठरवत असतात; हे मोठ्यांच्या जगाने कधीही विसरू नये. त्यामुळे पालक होणं म्हणजे फक्त मुलं जन्माला घालणं नाही... पालक असणं ही रोजची परीक्षा आहे!
- **ट्रोल आणि बुली यांना सामोरं जायचं कसं? :** आपलं मूल नऊ-दहा वर्षांचं झाल्यावर किंवा प्रसंगी त्याही आधी आपल्याला त्रास देणाऱ्या व्यक्ती/मुलं/शिक्षक/मोठे यांच्या वर्तनाला कसा प्रतिसाद दिला पाहिजे, हे मुलांना शिकवणं गरजेचं आहे. कुणी बुली करत असेल, तर ते सहन का करायचं नाही, हे तर सांगितलंच पाहिजे! पण, हेही शिकवणं आवश्यक आहे, की हेट कमेंट्सकडे कसं बघितलं पाहिजे!
- प्रत्येक मुलासाठी हा प्रवास वेगळा असू शकतो. आपलं मूल किती संवादी आहे, संवेदनशील आहे याचा अंदाज घेऊन याविषयी बोलणं आवश्यक आहे. अनेकदा मुलं याविषयी सांगत नाहीत, पण त्यांच्या वर्तनात अचानक

आमूलाग्र बदल व्हायला लागतात... अशा वेळी मुलांना विश्वासात घेऊन संवाद पाहिजे. प्रसंगी समुपदेशकांची मदत घेतली पाहिजे.

- **प्रतिक्रियावादी सोशल मीडिया :** सोशल मीडियावर संवाद होतो, प्रतिसाद मिळतो; पण ही माध्यमं प्रतिक्रियावादी आहेत. प्रतिक्रिया देताना पुरेसा विचारही केलेला असेलच असं नाही. लगेच प्रतिक्रिया देण्याची अनेकांना घाई असते, ज्यातून अनेक गैरसमज निर्माण होतात... पोसले जातात.
- प्रत्यक्ष संवादात समोरच्याचे शब्द, देहबोली यांचा मोठा सहभाग असतो. आपण समोरच्या व्यक्तीच्या नजरेत बघत बोलत असतो. आपल्या देहबोलीतून मनाची अवस्था समोरच्याला समजत असते, जी शब्दांतून व्यक्त होत नाही. या सगळ्यांचा एकत्रित परिणाम म्हणून आपण आपल्या प्रतिक्रिया देत असतो.
- ऑनलाइन संवादात, चर्चेत हे काहीच घडत नाही. प्रतिसाद टाइप करताना समोरचा माणूस काय विचार करतोय, त्याची देहबोली, त्याचे डोळे काय सांगत आहेत, तो त्या क्षणी कुठे, कुठल्या मानसिक-भावनिक अवस्थेत आहे का, यातलं काहीही आपल्याला समजत नाही; त्यामुळेच गैरसमज होण्याची शक्यता असते आणि कुणीतरी एक जण पातळी सोडून बोलायला लागण्याचीही शक्यता असते.

त्यामुळे ऑनलाइन जगातलं आपलं वर्तन जबाबदार आहे ना, आपण निरनिराळ्या प्लॅटफॉर्म्सचा वापर का करतो आहोत, याचा विचार करण्याची शिस्त मुलांना आपण लावू शकलो तर आपण उद्याचे जबाबदार सायबर नागरिक तयार करू शकतो!

▲▲▲

विभाग ५

मी, तू आणि आपण सगळे...

डिजिटल जगातला भावनांचा बाजार
समजून घेऊ या!

डिजिटल डिसऑर्डर

तंत्रज्ञानामुळे निर्माण होणारे किंवा वाढणारे मानसिक आजार!

सायबर पालकत्वाचा विचार आपण करतो, तेव्हा तंत्रज्ञान आणि डिजिटल माध्यमं यांच्यामुळे जे विविध आजार आधुनिक काळात निर्माण होत आहेत ते आपल्याला माहीत असले पाहिजेत. मुलांमध्ये आणि मोठ्यांमध्येही अनेक शारीरिक आणि मानसिक आजार उद्भवू लागले आहेत. पण, ठळकपणे पुढील आजारांची आणि व्यसनांची माहिती आपल्याला असली पाहिजे.

- **फोमो :** फोमो म्हणजे फिअर ऑफ मिसिंग आउट. एखादी माहिती, घटना, प्रसंग आपल्याला समजला नाही तर... अशी भीती कायम मनात असणं आणि त्यासाठी पुनःपुन्हा इंटरनेटवर, सोशल मीडियावर जाणं.
- **फँटम रिंगिंग सिंड्रोम :** फोनची रिंग वाजलेली नसताना, फोन व्हायब्रेट झालेला नसताना, कुठलाही मेसेज किंवा नोटिफिकेशन अलर्ट आलेला नसताना, आपला फोन वाजतो आहे असा भास होणं; त्यासाठी फोन पुनःपुन्हा उघडून बघणं.
- **इंटरनेट गेमिंग डिसऑर्डर :** सतत, पुनःपुन्हा ऑनलाइन गेम्स खेळावेसे वाटणं, स्वतःला रोखू न शकणं, सतत फक्त गेमिंगचाच विचार मनात असणं, त्यामुळे अभ्यासावरचं लक्ष्य उडणं, गेमिंगव्यतिरिक्त काहीही करू नये असं वाटणं, म्हणजे इंटरनेट गेमिंग डिसऑर्डर. हे एक प्रकारचं व्यसनच आहे.
- **सोशल मीडियाचं व्यसन :** सतत सोशल मीडिया प्लॅटफॉर्मवर जावंसं वाटणं; तिथे किती लाईक्स, लव्ह मिळत आहेत यावरून आपला आनंद,

दुःख, समाधान ठरणं; अधिकाधिक लाईक्स मिळवण्याचा सतत विचार करत राहणं; एक-दोन दिवस सोशल मीडियावर गेलं नाही तर चुकल्या-चुकल्यासारखं वाटणं; हेही व्यसनच आहे.

- **रील्सचं व्यसन :** हे एक नवीन प्रकारचं व्यसन गेल्या काही दिवसांत दिसू लागलं आहे. रील्स एकदा बघायला सुरुवात केली की चटकन फोन खाली ठेवता येत नाही. रील्स बघण्यात किती वेळ जातो, याचा अंदाज येत नाही. सतत, पुनःपुन्हा रील्स बघत बसावेत असं वाटणं, हेही व्यसनच आहे.
- **शेअरिंग सिंड्रोम किंवा शेरेंटिंग :** आपल्या आयुष्यात घडणारी प्रत्येक लहानमोठी घटना सतत सोशल मीडियावर जगाशी शेअर करत राहण्याची आसक्ती काही माणसांमध्ये तयार होते. असं शेअरिंग आणि त्यानंतर मिळणारा प्रतिसाद याचीच त्यांना किक बसते. हे शेअरिंगमधून मिळणारं कौतुक, सतत कुणाचातरी आधार घ्यावा वाटण्याची भावना तीव्र होत जाते आणि गोष्टी किचकट बनू शकतात.
- **सायबर सेक्सचं किंवा पोर्नचं व्यसन :** सतत इंटरनेटवर उपलब्ध असलेला अॅडल्ट कंटेंट बघण्याचं व्यसन हा अतिशय काळजीचा विचार आहे. कारण यात स्व-देह प्रतिमा, दुसऱ्याच्या देहाच्या प्रतिमा, परवानगी, लैंगिक सहजीवन याविषयीच्या चुकीच्या कल्पना तयार होण्याचा धोका असतो. वाढीच्या वयात हे प्रश्न किचकट होऊ शकतात.
- **माहितीचं व्यसन :** यालाच 'कम्पल्सिव्ह इन्फॉर्मशन सीकिंग' असंही म्हटलं जातं. म्हणजे, सतत माहिती मिळवण्याच्या शोधात असणं. त्या मिळवलेल्या माहितीचं नेमकं काय करायचं आहे, हे अनेकदा लक्षात येत नाही. पण, सतत अपडेट असण्याचं, प्रत्येक गोष्टीतली माहिती ठेवण्याचं व्यसनच काही जणांमध्ये असतं. त्यातूनच अनेकदा 'सगळ्यांतलं सगळं समजतं' असं वाटण्याचा संभव असतो. माहिती आणि ज्ञान यात फरक करता येत नाही. मिळालेली माहिती खरी की खोटी तपासून न बघता, त्यावर आग्रही मत बनवण्याचे प्रकारही होऊ शकतात.
- **इंटरनेट कम्युनिकेशन डिसऑर्डर :** सतत निरनिराळ्या चॅटिंग प्लॅटफॉर्मचा वापर संवाद साधण्यासाठी करणाऱ्या मुलांमध्ये ही समस्या उद्भवू शकते. त्यांना प्रत्यक्ष संवादच करता येत नाही. सतत संवाद केला पाहिजे, शेअरिंग

केलं पाहिजे... आणि ते फक्त चॅटिंगच्या माध्यमातूनच होऊ शकतं, योग्य पद्धतीने होऊ शकतं, असं वाटायला लागतं... आणि प्रत्यक्ष संवादात विलक्षण अडथळे यायला लागतात. प्रत्यक्ष संवाद न जमल्याने मग ऑनलाइन चॅटिंगवरच विसंबून राहण्याची सवय वाढीस लागते.

- **ऑनलाइन जुगार :** अनेक गेम्समध्ये आता रीतसर जुगार शिरलेला आहे. अनेक शाळकरी मुलं त्यात अडकताना दिसतात. सुरुवातीला पैसे मिळतात आणि नंतर गमवावे लागतात, हा पॅटर्न माहीत असूनही मुलं त्यात अडकतात. कारण, जुगार हेही एक प्रकारचं व्यसन आहे. रमी असेल नाहीतर एखादा खेळ; ऑनलाइन गॅम्बलिंगने जोर धरला आहे आणि त्याचं व्यसन फक्त मोठ्यांमध्ये नाही, तर लहान मुलांमध्येही दिसायला लागलं आहे.
- **ई-शॉपोहोलिक :** ऑनलाइन वस्तू विकणाऱ्या अनेक कंपन्या आता उपलब्ध आहेत. अनेक इ-कॉमर्स साइट्सवर पाहिजे ती वस्तू विकत घेता येते, त्यामुळे सतत शॉपिंग करण्याचं व्यसन लागण्याची शक्यता असते. टीनएजर्समध्ये याचं प्रमाण बघायला मिळतं. सतत कपडे नाहीतर इतर वस्तू घेतल्या जातात. आपल्याला गरज आहे का... याचा विचार मागे पडतो. अनेकदा कुठलं तरी फेस्टिव्हल सुरू आहे, डिस्काउंट आहे म्हणूनही शॉपिंग करणं, सतत शॉपिंगचाच विचार करणं, शॉपिंग केलं नाही तर चुकल्या-चुकल्यासारखं वाटणं, निराशा आली तर लगेच ऑनलाइन शॉपिंग करणं; हे सगळेच प्रकार घातक असू शकतात.
- **बिंज वॉच :** या शब्दाला खूप ग्लॅमर आलेलं आहे. पण, बिंज वॉच म्हणजे मनोरंजनाचं व्यसनच! सतत काहीतरी बघत बसणं, सतत कुठल्यातरी सीरिअल नाहीतर सिनेमात मन अडकून पडलेलं असणं, जे काही बघतोय ते थांबवता न येणं, बघणं बंद केलं तर दुसरं काय करायचं हे न समजणं, दुसरं काहीच करू नये असं वाटणं, छंद मागे पडणं, अभ्यासावर - कामावर परिणाम होणं; हे सगळंच बिंज वॉचमध्ये होऊ शकतं.
- **इगो सर्फिंग :** सतत स्वतःला ऑनलाइन जगात शोधत राहणं, हा प्रकार यात मोडतो. सोशल मीडियावर आपणच केलेल्या पोस्ट परतपरत जाऊन बघणं, आपले ऑनलाइन जगातले फोटो, व्हिडिओ परतपरत जाऊन बघत बसणं, आपले जुने फोटो –जे आपण कधीतरी सोशल मीडियावर टाकलेले असतात

ते – बघत बसणं, आपल्याविषयी कोण काय बोलत आहे याचा सतत शोध घेत राहणं, याला इगो सर्फिंग म्हटलं जातं. यात किती वेळ जातो हे अनेकदा लक्षात येत नाही. शिवाय, सतत आपलेच जुने फोटो बघून, आपल्याविषयी वाचून निरनिराळ्या प्रकारच्या भावनांचा उद्रेक होण्याची शक्यता असते.

- **कम्पल्सिव्ह डेटिंग/स्वाइप ॲडिक्शन :** अनेक टिनएजर्स आणि तरुणाईमध्ये ऑनलाइन डेटिंगचं व्यसन दिसून येतं. सतत आपण कुणालातरी डेट केलं पाहिजे, असं वाटत राहणं; ते जमलं नाही तर डेटिंग ॲप्सवर जाऊन सतत डेटवर जाण्यासाठी कुणाचातरी शोध घेत राहणं; प्रत्येक डेटवर गेलं नाही तरी त्या व्यक्तीबरोबर आपण मजेत राहू शकतो... रोमँटिक नातं तयार करू शकतो... लैंगिक संबंध यांचे विचार करत राहणं... त्यातून उत्तेजना मिळवत राहणं; एकानंतर दुसरी व्यक्ती ऑनलाइन डेटिंग ॲपवर शोधत बसणं; हा प्रकार यात मोडतो.
- **नोमोफोबिया :** काही कारणाने फोन जवळ नसेल तर अस्वस्थ होणं, ‘फोन जवळ नसेल तर जगता येणार नाही’, असं वाटणं, फोन जवळ नसल्यामुळे सतत कसलीतरी भीती वाटत राहणं, चिंता वाटत राहणं, असे प्रकार घडतात.

थोडक्यात महत्त्वाचे

- **डिजिटल सीमारेषा ठरवा :** दिवसातील ठरावीक वेळ स्क्रीनसाठी ठेवा; नो-स्क्रीन झोन (बेडरूम, जेवणाची वेळ, बाथरूम) तयार करा.
- **स्व-निरीक्षण सवय लावा :** दररोजच्या स्क्रीन-टाइमचा आढावा घ्या; कोणत्या ॲपवर किती वेळ गेला हे बघा. तो वेळ जास्त असेल तर कमी करण्याचा प्रयत्न करा.
- **ऑफलाइन सवयी जपा :** चालणे, वाचन, मित्रांशी प्रत्यक्ष भेट, निसर्गाशी वेळ अशा ऑफलाईन गोष्टी अधिक करा. डोपामिनचा नैसर्गिक स्त्रोत वाढवा.
- **डिजिटल डिटॉक्स दिवस :** आठवड्यातून एक दिवस No Phone Day ठेवा; स्वतःशी आणि कुटुंबाशी संवाद साधा. एकत्र वेळ घालवा.

▲▲▲

डीजीपी सिंड्रोम

सापळा ड्रग्स, गेमिंग आणि पोर्नोग्राफीचा!

आजच्या मुलांच्या शेड्युलकडे एकदा नजर टाकू या.

सकाळची शाळा असेल तर उठून शाळेत... शाळा संपल्यावर विविध क्लास आणि अभ्यास! दुपारची शाळा असेल तर सकाळचा एखादा क्लास... मग शाळा... मग पुन्हा क्लास... आणि घरी आल्यावर अभ्यास! कोविडच्या काळात हेच सगळं ऑनलाइन... म्हणजे मुलं सतत ऑनलाइन! या सगळ्यांत मुलांना स्वतःसाठी वेळ मिळत नाही. मुलं अशीच लोळत पडली आहेत... इकडेतिकडे करताहेत... हे दृश्य हल्ली दिसतच नाही. मुलं संध्याकाळची खेळत नाहीत; ती स्पोर्ट्स क्लासेसना किंवा कोचिंगला जातात. मैदानं खेळायला उपलब्धच नसल्यामुळे 'ग्राउंड' लावण्याची पद्धत रूढ झालेली आहे. म्हणजे, पुन्हा त्यांना त्यांच्या मर्जीप्रमाणे खेळायला, हुंदडायला काही संधीच आजच्या जीवनशैलीत राहिलेली नाही. मग मुलं शाळा, अनेक प्रकारचे क्लासेस आणि अभ्यास संपल्यावर थकतात; आणि टीव्हीसमोर किंवा मोबाईलच्या स्क्रीनसमोर जाऊन बसतात.

या सगळ्याचे गंभीर शारीरिक, मानसिक आणि भावनिक परिणाम मुलांना भोगायला लागू शकतात. नातेसंबंध, लैंगिकता आणि संभोग याविषयी अतिशय उथळ कल्पना तयार होणं, हा त्यातला सगळ्यांत मोठा धोका आहेच; त्याचप्रमाणे मुलांच्या शरीरावर याचे विपरीत परिणाम होतात – मुलांची भूक कमी होते, अभ्यासाकडे लक्ष लागत नाही, स्वतःला इजा करून घेण्याकडे मुलं वळतात.

ड्रगइतकंच हे भीषण व्यसन आहे, यालाच डीजीपी सिंड्रोम म्हणतात. डी म्हणजे ड्रग्जस, जी म्हणजे गेमिंग आणि पी म्हणजे पोर्न. आजची अनेक मुलं या तीन गोष्टींमध्ये अडकलेली आहेत. मुलांमध्ये प्रचंड नैराश्य आहे, आत्महत्येचं वय कमी होतंय, बाल लैंगिक शोषणाचं प्रमाण वाढतंय. या सगळ्यांचा मुलांवर प्रत्यक्ष-अप्रत्यक्ष परिणाम होत असतो, हे लक्षात घेतलं पाहिजे.

पालकांना मुलांशी बोलायला वेळ नाही ही वस्तुस्थिती बनली आहे. संवाद बहुतेक वेळा फक्त अभ्यासाविषयी असतो. निवांतपणा माणसांच्या आयुष्यातून निघूनच गेला आहे. तो पालकांच्या जगण्यात नाही, त्यामुळे मुलांच्याही जगण्यात नाही. कुठल्यातरी अदृश्य ताणात आणि स्पर्धेत सगळे अडकल्यासारखे असतात. पालकही फोनमध्ये अडकलेले असतात; मग ते व्हॉट्सॲप असो, वेब सिरीज असतो नाहीतर पोर्नोग्राफी! जिथे पालकांनाच ऑनलाइन जगातून खेचून बाहेर काढण्याची गरज येऊन ठेपली आहे, तिथे मुलांच्या व्यसनाकडे बघायला वेळ आहे का, हा प्रश्न उरतोच!

दुसरं म्हणजे, आपलं मूल ऑनलाइन व्यसनात अडकलेलं आहे हे ज्या वेळी पालकांच्या लक्षात येतं, तेव्हा ते कठोर पालक बनतात. अशा वेळी कठोर बनण्याची नाही, तर मुलांना समजून घेण्याची आणि समजावून सांगण्याची गरज असते. मुलांना विश्वासात घेऊन त्यांना असणारे धोके पालकांनी सांगितले पाहिजेत. पण अनेक ठिकाणी असं होत नाही. पालक शिक्षा करतात. हा प्रश्न शिक्षेने नाही तर संवादाने सुटतो, हे पालकांच्या लक्षात येत नाही. व्यसनात असलेली मुलं शिक्षेला दाद देत नाहीत. शिक्षा केली की मुलांचं व्यसन सुटेल अशा भ्रमात पालक असतात, मग ते व्यसन कुठलंही असो! आणि तसं झालं नाही, शिक्षेनंतरही व्यसन सुटलं नाही, की मुलं दाद देईनाशी होतात. 'मुलं कोडगी बनली आहेत' असं लेबल मुलाच्या माथी मारून पालक मोकळे होतात.

साधी गोष्ट आहे, मुलांना दहाव्या किंवा बाराव्या वर्षी गाडी चालवायला देतो का? त्यांचं लग्न लावतो का? त्यांना शेअर बाजाराचे व्यवहार करायला देतो का? त्यांना एकट्याला शॉपिंग करायला पाठवतो का? नाही. का नाही? कारण हे सगळं करण्याचं त्यांचं वय नसतं. हे करण्यासाठी ते योग्य वयाचे आहेत की

नाही, हे आपण बघतो; तर मग मोबाईल हाताळायचं योग्य वय ८ आणि १० वर्षं आहे, हे आपण कसं काय ठरवलं? मोबाईल हाताळायला सोपा, सहज आहे आणि मुलं घरातच असतात... म्हणजे आपल्या समोर असतात... म्हणजे ती सुरक्षित असतात का? घरातच, शेजारच्या खोलीत मुलं बसलेली असतील, तरीही ऑनलाइन जगात ती एकटी, एकाकी आणि घाबरलेली असू शकतात, हा विचार आपण कधी करतो का?

आठव्या, नवव्या, दहाव्या, बाराव्या वर्षी मुलांनी दणकून खेळलं पाहिजे, धम्माल केली पाहिजे, पुस्तकं वाचली पाहिजेत, भांडणं केली पाहिजेत. पण, आधुनिक जगाने आणि तंत्रज्ञानातल्या सगळ्यांत महत्त्वाच्या दोन क्रांतींनी – इंटरनेट आणि स्मार्ट फोन्सनी – मुलांना धोक्यात आणलं आहे. जग जवळ येत असताना आपल्या घरातली चिमुकली मुलं आपल्यापासून दूर जाणार असतील, त्यांचं शारीरिक, मानसिक आणि भावनिक आरोग्य धोक्यात येणार असेल, आणि या माध्यमांचा योग्य वापर त्यांना समजावून सांगता येणार नसेल, त्यांचा योग्य वापर शिकवता येणार नसेल, तर या सगळ्याचा उपयोग काय?

थोडक्यात महत्त्वाचे

डिजिटल फटीग (Digital Fatigue) म्हणजे स्क्रीनच्या अति वापरामुळे येणारा थकवा, चिडचिड, लक्ष न लागणे आणि मानसिक थकवा. तो टाळण्यासाठी सोप्या टिप्स

- दर २० मिनिटांनी २० सेकंद २० फूट दूर बघा. डोळ्यांना विश्रांती मिळते, डोळ्यांचा ताण कमी होतो.
- Dark Mode, Blue Light Filter वापरा.
- फोन डोळ्यांच्या पातळीवर ठेवा, झुकून वापर टाळा.
- एकाच वेळेस मल्टीटास्किंग कमी करा – प्रत्येक कामासाठी ठरलेला वेळ द्या.

▲▲▲

मोबाईलवरून माणसं हिंसक का होत आहेत?

इंटरनेटचे व्यसन गांभीर्याने घ्यायला हवे!

पुण्यातील हडपसरमध्ये घडलेली एक घटना... एका मध्यमवयीन व्यक्तीने अनोळखी मुलांना हॉटस्पॉट सेवा देण्यास नकार दिल्यावर झालेल्या वादातून त्या मुलांनी काकांवर कोयत्याने वार केले आणि त्यात सदर व्यक्तीचा मृत्यू झाला.

दुर्दैवाने अशा घटनांमध्ये दिवसेंदिवस वाढ होते आहे. पालकांनी गेमिंग करणाऱ्या मुलांना टोकलं तर मुलं चिडतात, धुसफुस करतात; इतकंच नव्हे, तर काही प्रसंगांत मुलांनी आईवडिलांवर हात उगारण्याच्या घटनाही घडलेल्या आहेत... काही घटनांमध्ये पालकांना गंभीर दुखापत झालेली आहे... काही घटनांमध्ये त्यांचे मृत्यू ओढवले आहेत!

इंटरनेटचं व्यसन हा अतिशय गंभीर मानसिक आजार आहे. मोबाईलच्या सततच्या वापरामुळे मेंदूला तात्पुरती आनंदाची अनुभूती मिळते, आणि मग मोबाईल आणि त्यातील इंटरनेट हाच आनंदाचा स्रोत बनतो; त्यामुळे हा आनंद मिळाला नाही तर माणसांची प्रतिक्रिया तीव्र बनते. सतत स्क्रीनवर काहीतरी बघत राहणं – मग तो सोशल मीडिया असेल, नाहीतर त्यावरील रील्स, विविध गेम्स खेळणं, सततच्या नोटिफिकेशन्स –याने माणसांच्या मनात अस्थिरता निर्माण होते.

कोलंबिया युनिव्हर्सिटी डिपार्टमेंट ऑफ सायकिॲट्रीने केलेल्या अभ्यासात नोटिफिकेशन आणि मानसिक अस्वास्थ्य यांच्यात जवळचं नातं आढळून आलं

आहे. सततच्या नोटिफिकेशनमुळे फोमोपासून नैराश्य, अस्वस्थता अशा अनेक मानसिक समस्यांचा सामना व्यक्तींना करावा लागतो. इंटरनेट किंवा मोबाईल उपलब्ध नसेल, इंटरनेटचा स्पीड कमी झाला तरी असुरक्षिततेची भावना, अस्वस्थता वाढू शकते. त्यातून राग वाढतो आणि ती रागाची भावना हिंसक वर्तनात बदलते. म्हणूनच, 'इंटरनेटचं व्यसन म्हणजे काय?' हे समजून घेऊ.

इंटरनेटचं व्यसन म्हणजे काय?

इंटरनेटच्या व्यसनात व्यक्तीच्या मनात सतत इंटरनेटचाच विचार येतो. सतत ऑनलाइन जाण्याची भावना तीव्र असते. सतत इंटरनेटचा वापर करण्याची इच्छा बळावल्यामुळे वास्तविक जीवनातील जबाबदाऱ्या आणि संबंध यांकडे हळूहळू दुर्लक्ष व्हायला लागतं. सोशल मीडिया, ऑनलाइन गेमिंग, व्हिडिओ स्ट्रिमिंग, आणि सततचं चॅटिंग, पोर्न व्हिडिओ किंवा क्लिप्स बघणं, गुगल सर्च, सतत माहिती गोळा करणं, रील्स बघण्यात तासन्‌तास घालवणं या सगळ्यांचंच व्यसन लागू शकतं. इंटरनेटपासून दूर राहण्याचा प्रयत्न केल्यावर माणसांना बेचैनी, चिडचिड जाणवते, राग येतो, ताण वाढतो.

लक्षणं काय?

- सतत इंटरनेटवर राहण्याची तीव्र इच्छा होणं.
- इंटरनेटवर बघण्यासाठी आपण किती वेळ देतो आहोत, यावर नियंत्रण नसणं.
- ऑनलाइन वेळेचं नियोजन करता न येणं.
- कामावरचं किंवा अभ्यासातलं लक्ष उडणं, चित्त विचलित होणं, फोकस करता न येणं.
- इंटरनेट, मोबाईल वापरायला न मिळाल्यास चिडचिड होणं, राग येणं, संताप होणं, अस्वस्थ वाटणं.
- मोबाईलबद्दल कुणीही बोललं तरी ते न आवडणं, त्यावरून राग येणं, अपमान झाल्यासारखं वाटणं, मोबाईल बाजूला ठेवण्याची तयारी नसणं.
- इंटरनेटच्या अतिवापरामुळे दैनंदिन जीवनातील जबाबदाऱ्या, कुटुंबीय, नातेसंबंध, झोप आणि वैयक्तिक काळजी यांचं नुकसान झालं तरीही इंटरनेटसाठीचा वेळ कमी करण्यास तयार न होणं.

इंटरनेट अवलंबित्वामुळे मेंदूमध्ये काय घडतं?

इंटरनेटच्या अवलंबित्वातून मेंदूमध्ये काही महत्त्वपूर्ण बदल घडतात, असं आता संशोधनातून पुढे येत आहे. इंटरनेटचा दीर्घ काळ वापर मेंदूतील डोपामाइन केंद्रावर परिणाम करतो. डोपामाइन हा मेंदूत एक न्यूरोट्रान्समीटर आहे, जो आनंदाच्या आणि समाधानाच्या भावना उत्पन्न करतो. सतत इंटरनेट वापरणाऱ्या व्यक्तींमध्ये डोपामाइनचा स्तर वाढलेला असतो. त्यातून मिळणारी किक अनुभवण्यासाठी पुनःपुन्हा इंटरनेटवर येण्याची तीव्र इच्छा होत राहते. यामुळे ताणतणाव, नैराश्य, आणि इतर मानसिक आरोग्याच्या समस्या उद्‌भवू शकतात. इतरही मेंदूशी निगडित समस्या दिसून येऊ लागल्या आहेत. ज्या मुलांचा मोबाईल वापर जास्त आहे त्यांना फोकस करता येत नाही, त्यांची चिडचिड अधिक प्रमाणात होते.

इंटरनेटचं व्यसन सोडवणं अवघड आहे का?

कुठलंही व्यसन सोडवणं अवघड असतं. यात इच्छाशक्ती हा सर्वांत महत्त्वाचा मुद्दा आहे. त्याहूनही महत्त्वाचं आहे ते आपल्याला इंटरनेटचं व्यसन आहे की नाही, हे समजून घेणं. अनेकदा माणसांना आपल्याला इंटरनेटचं व्यसन लागलेलं आहे, हेच लक्षात येत नाही. त्यामुळे त्यातून बाहेर पडण्यासाठी प्रयत्न केले पाहिजेत, हेही लक्षात येत नाही. मोबाईलवर सोशल मीडिया, चॅटिंग, पोर्न आणि ऑनलाइन गेम्स अशांमध्ये अडकलेल्या व्यक्ती सतत तात्पुरत्या आनंदाच्या क्षणांचा अनुभव घेत असतात. हा आभास असतो; पण त्यातून छान वाटतं! त्यामुळे मोबाईल नसेल तर आयुष्य निरस होईल अशी भावना प्रबळ होत जाते. इंटरनेटशिवाय आपण आनंदाने जगू शकतो, हा विचार मनातून नाहीसा होतो आणि हे व्यसन अधिकाधिक किचकट होत जातं.

नकारात्मक भावना उत्तेजित होतात

इंटरनेटच्या अतिवापरामुळे नकारात्मक भावना निर्माण होतात. सतत इंटरनेटवर राहिल्यामुळे, व्यक्तीच्या मानसिक आणि शारीरिक आरोग्यावर परिणाम होतो. जास्त स्क्रीन, कमी झोप, प्रत्यक्ष संवाद कमी, आणि आभासी जगावर अधिकाधिक अवलंबून राहणं; या सगळ्यांतून चिडचिड, नैराश्य, एकटेपणा, अस्वस्थता अशा नकारात्मक भावना बळावण्याची शक्यता असते. सतत इतर कुणीतरी काहीतरी

केलेलं वाचत, ऐकत, बघत राहण्याचाही ताण मनावर येत असतो. अनेकदा आपल्यात हे भावनिक बदल होत आहेत, हेही त्या व्यक्तीच्या लक्षात येत नाही. मात्र, आजूबाजूच्या लोकांना हे जाणवत असतं, त्यांनी या बदलांकडे दुर्लक्ष करू नये.

उपाय काय?

- व्यक्तीने स्वतःच्या इंटरनेट वापराचं निरीक्षण करावं, अतिवापर कमी करण्याचा प्रयत्न करावा.
- लहान मुलांच्या वापरावर बंधन हवं, वर्तणुकीय बदलांकडे दुर्लक्ष नको.
- वेळेचं नियोजन करणं आवश्यक आहे. आपले अग्रक्रम टाळून इंटरनेटला महत्त्व देऊ नये.
- ताणतणाव हाताळण्यासाठी, भावनांचा निचरा करण्यासाठी कधीही सोशल मीडिया, पोर्न यांचा वापर करू नये. तात्पुरतं बरं, छान वाटलं तरी मूळ कारणावर काम करणं दीर्घकालीन उपयोगी पडतं.
- प्रत्यक्ष संवादावर भर हवा.
- आपल्याला काय आवडतं याचा विचार करा. त्यासाठी दिवसातला १५ मिनिटांचा वेळ तरी द्याच! छंद जोपासा.
- झोप पूर्ण होईल हे बघा. झोप झाली नाही तर अनेक शारीरिक आणि मानसिक समस्या निर्माण होतात. आवश्यकता भासल्यास समुपदेशकांची मदत घ्यावी.

▲▲▲

गेमिंग नावाचं डिजिटल ड्रग

गेमिंगमधली 'शेवटची पाच मिनिटं' कधी संपत का नाहीत?

लहान मुलांपासून ज्येष्ठ नागरिकांपर्यंत सगळे जण आज गेमिंगमध्ये अडकलेले दिसतात. अगदी साठी आणि सत्तरीच्या आज्या आणि आजोबाही कँडी क्रशवर कोण कुठल्या लेव्हलवर खेळतो आहे, याची जोशात चर्चा करताना दिसतात. अनेक ज्येष्ठ नागरिकांसाठी वेळ घालवण्याचं गेमिंग हे मोठं माध्यम बनलेलं आहे. मुलांच्या जगात तर मोबाईल गेम्स फार लहान वयात शिरतात आणि त्याविषयी काळजी वाटण्याऐवजी आमची मुलं किती मस्त गेमिंग करतात, हे अनेक पालक कौतुकाने सांगत असतात. जेव्हा मुलांचं वर्तन बदलायला लागतं, ती अभ्यासात मागे पडायला लागतात, अचानक आपल्या मुलांचा वेळ गेमिंगमध्ये जातोय हे लक्षात येतं, आणि पालक घायकुतीला येतात. पण तोवर त्यांनी केलेल्या कौतुकाचा जो काही परिणाम व्हायचा असतो तो झालेला असतो.

नियमित गेमिंग करणाऱ्या काही मुलामुलींशी कामाच्या निमित्ताने बोलणं होतंच. त्यातला एक जण म्हणाला, "'रोज अर्धा तास' या बोलीवर मी सुरुवात केली होती आणि आठ तासांवर कधी गेलो माझं मलाही समजलं नाही! गेमिंग करता यावं यासाठी घरी खोटं बोललो, अभ्यास बुडवला, क्लासला दांड्या मारल्या, झोप मोडीत काढली. आता वाटतंय, मी किती गोष्टींना मुकलो! नापास व्हायला लागलो तेव्हा जाग आली. पण तोवर उशीर झाला होता. आजही गेमिंगची इच्छा

अनेकदा उफाळून येते. मी गेमिंगच्या व्यसनापासून पूर्णतः सुटू शकेन, असं मला वाटत नाही.''

या मुलाचं बोलणं ऐकत असताना एखादा अल्कोहोलिक किंवा ड्रग अ‍ॅडिक्ट माझ्याशी बोलतोय, असं वाटतं होतं. आपण 'स्लिप' होऊ नये याची काळजी घेत जगणारे कितीतरी चेहरे सहज समोर आले आणि पोटात कालवलं! लहान मुलांना गेमिंगसाठी परवानगी देताना हजारदा विचार केलाच पाहिजे, आणि १४-१५ वर्षांच्या पुढच्या, म्हणजे टीनएजर मुलामुलींना 'माहितीपूर्ण निवड' कशी केली पाहिजे, हे शिकवलं पाहिजे. इंटरनेटच्या जगात 'माहितीपूर्ण निवड' फार गरजेची असते. गेमिंग करताना, पुढे जाऊन गेमिंग करण्याची इच्छा का बळावते, आणि गेमिंग करणारा त्यात का आणि कसा अडकत जाऊ शकतो, हे मुलांना माहीत असलं पाहिजे.

गेमिंगच्या अ‍ॅडिक्शनचे काही ड्रायव्हिंग फोर्सेस आहेत. म्हणजे अशा गोष्टी, ज्यामुळे पुन:पुन्हा गेमिंग करावंसं वाटत राहतं आणि पुढे जाऊन मेंदू त्याची सक्ती करायला लागतो. हे लक्षात घेतलं पाहिजे, की गेमिंग हे मनोरंजनाचं साधन असलं तरी तो एक व्यवसाय आहे. २०२२च्या आकडेवारीनुसार, गेमिंगची जागतिक बाजारपेठ २३० बिलियन डॉलर्सच्या आसपास होती. ती झपाट्याने वाढते आहे. इतकी प्रचंड मोठी उलाढाल ज्या-ज्या व्यवसायात सुरू असते, ते व्यवसाय म्हणजेच गेम्स उभे करताना ग्राहकांनी पुन:पुन्हा गेम्स खेळले पाहिजेत, या मूलभूत तत्त्वावरच ते आधारित असतात. फक्त एकदा एक गेम खेळून ग्राहक निघून गेला आणि परत फिरकलाच नाही, तर तो गेम नफा देऊ शकत नाही. याचाच अर्थ, ग्राहकाने परतून यायचं असेल, खिळून राहायचं असेल तर त्या पद्धतीचे काही 'हुक्स' या गेम्समध्ये बनवताना असणं आवश्यक आहे... आणि ते असतातही. यातला एक महत्त्वाचा गळ म्हणजे, सतत जिंकत राहण्याची भूक!

सतत जिंकण्याच्या गरजेतून अनेकदा मनोरंजन कमी आणि ताण जास्त तयार होतो. सतत पुढची लेव्हल गाठायची आहे,

ती अमुक एक वेळेत पूर्ण झाली नाही तर कुणी दुसरं आपल्या पुढे जाईल ही भीती, मागे पडलो तर काय... ही असुरक्षितता तयार होते.

जिंकलो नाही तर... हाय स्कोअर मेंटेन करता आला नाही तर... स्किल्स कमी पडली तर... अशा अनेक कारणांमुळे ताण कमी होण्याऐवजी वाढतो; आणि मुलं गेमिंग रिलॅक्सेशनसाठी करत असली तरी ती सतत कावलेली, चिडलेली आणि ताणामुळे दमलेली असतात. लहान मुलांपासून मोठ्यांपर्यंत सगळ्यांनी आपण गेमिंग का करतो आहोत, त्याचे आपल्यावर काय आणि कसे परिणाम होत आहेत, याकडे बारकाईने बघणं गरजेचं आहे. गेमिंग हे व्यसन आहे, हे आता मान्य झालेलं आहे. अशा वेळी आपण सहज, वेळ जावा म्हणून, किती वेळा गेमिंग करतोय आणि आपल्या मेंदूच्या सक्तीतून, व्यसनातून तर गेमिंग सुरू ठेवलेलं नाहीये ना, हे तपासून बघायलाच हवं.

गेमिंगविरोधात बोललं की मुलं का चिडतात?

पुण्यातील पिंपरी चिंचवड भागात घडलेली घटना अतिशय धक्कादायक होती. काही वर्षांपूर्वी ब्लू व्हेल गेम खेळताना कुठलेसे टास्क पूर्ण करायचे म्हणून मुलांनी आत्महत्या केल्याच्या घटनांनी आपण सगळेच हादरून गेलो होतो. पिंपरीत घडलेली घटनाही गेमिंगमधूनच घडली असल्याचं प्रथमदर्शनी समजते आहे. गेमिंगमधले कुठलेसे टास्क पूर्ण करण्यासाठी दहावीत शिकणाऱ्या मुलाने राहत्या बिल्डिंगच्या चौदाव्या मजल्यावरून उडी मारली आणि तो दगावला.

इंटरनेट गेमिंग आणि मोबाईल गेमिंग या विषयात मी गेली जवळपास १५ वर्षं काम करत आहे; आणि फायद्यापेक्षा त्याचे तोटेच अधिक असल्याचं आजवर कामातून लक्षात आलं आहे. हे दुष्परिणाम मानसिक, भावनिक पातळीवर मुलांना विस्कळीत करत नेतात, असं अनेकदा लक्षात आलेलं आहे.

▲▲▲

मोबाईलमुळे झोपेशी वैर

गेमिंगपासून डेटिंगपर्यंत.. झोपेचा सौदा कशामुळे?

भारतात सकाळी उठल्याबरोबर पहिल्या पाच मिनिटांत आधी मोबाईल उघडून व्हॉट्सॲप नाहीतर सोशल मीडिया किंवा न्यूज ॲप्स बघणाऱ्यांचं प्रमाण भारतात ६० टक्क्यांहून अधिक आहे. म्हणजे माणसं अनेकदा गादीतून बाहेरही आलेली नसतात; पण ती फोनवर बोलायला, चॅटिंग करायला, कमेंट्स करायला सुरुवात करतात. हे वर्तन काहीतरी गडबडीचं आहे, असं यातल्या कुणालाही वाटत नाही.

तीच गत रात्री झोपतानाची! डोळ्यांवर पेंग येऊन हातातला मोबाईल तोंडावर पडेस्तोवर तो बघत बसणारे अनेक आहेत! सीरियल्स बघता-बघता रात्री झोप लागते आणि सकाळी उठल्यावर सीरिअलचा तो एपिसोड संपून पुढचे अजून काही एपिसोडही संपलेले असतात. कारण, बिंज वॉच करता-करता रात्री कधीतरी झोप लागते; पण मोबाईल सुरूच असतो. झोपेत तो बंद करायचं राहूनच जातं.

झोपेपर्यंत डोळ्यांसमोर मोबाईलचा स्क्रीन धरून झोपण्याची सवय हल्ली अनेकांना असते. कितीतरी जणांना तशाच अवस्थेत झोपही लागते; पण फोन सुरूच असतो. मग मध्येच नोटिफिकेशन वाजतं, खडबडून जाग येते, डोळे बारीक करत - चोळत काहीबाही बघितलं जातं. अनेकांना झोपेत मध्येच उठून सोशल मीडिया चेक करायची सवय असते. यात झोपेच्या अमलाखाली असताना आपण कुणाला, कशाला लाईक देतोय, तिथे काय कमेंट लिहितोय, हेही लक्षात राहत नाही... आणि मग सकाळी भलताच काहीतरी गोंधळ झाल्याचं लक्षात येतं!

पालकांचं बघून हल्ली मुलंही झोपेपर्यंत मोबाईलला चिकटलेली असतात. एकीकडे पेंग येत असते डोळ्यांवर, तरीही हातातून मोबाईल सुटत नाही, अशी अवस्था पालक आणि मुलं सगळ्यांचीच असते. मुलांबरोबर शिबिरं घेतो तेव्हा 'रात्री जागून मोबाईलवर काय करता?' असं विचारलं की मुलं म्हणतात, 'रील्स बघतो, चॅटिंग किंवा गेमिंग करतो.' आणि 'मग सकाळी शाळा-कॉलेजमध्ये...'

पेंगतो!

झोप पूर्ण होत नाही... अभ्यासात लक्ष लागत नाही... चिडचिड वाढते; अपुऱ्या झोपेमुळे डोळ्यांखाली काळी वर्तुळं येतात; पचनसंस्थेचे प्रश्न तयार होतात... त्याचा चेहऱ्याच्या त्वचेवर परिणाम होतो; आणि मग या सगळ्यांचा एकत्रित परिणाम म्हणजे, टीन्स आणि तरुणही स्वतःच्या इमेजशी भांडत बसतात, संघर्ष करत राहतात. एक झोप वेळेवर आणि पुरेशी झाली, तर कितीतरी प्रश्न सहज सुटू शकतात. पण ना ते मोठ्यांच्या लक्षात येतं ना लहान मुलांच्या!

मोबाईलमुळे झोपेशी वैर नकोच!

चार सोप्या युक्त्या करून हे सगळं टाळता येऊ शकेल :

१. झोपायच्या अर्धा तास आधी मुलांचे फोन 'स्विच्ड ऑफ' करा. जेणेकरून त्यांना शांत झोप मिळू शकेल.

२. मोठ्यांना फोन स्विच्ड ऑफ करणं शक्य नसेल तर त्यांनी फोनचा डेटा, वायफाय बंद करून टाकावं. म्हणजे तुम्ही आपोआप ऑफलाइन जाता आणि आभासी जगापासून मेंदूला जरा विश्रांती मिळून तुम्हांला शांत झोप लागू शकते.

३. आपल्या फोनमधल्या bedtime mode पर्याय सुरू करा. त्यातून फोनच्या झोपेचं शेड्युलही लावू शकता! उदाहरणार्थ, रात्री १० ते सकाळी ७ तुमचा फोन झोपलेला असेल. फोन वाजलाच नाही, की तो उघडून बघण्याचा मोह आपोआप टाळता येतो. हा मोड 'ऑन' केला की तुमचा स्क्रीन ग्रे होईल, तसंच तुम्ही सीरिअल, सिनेमा बघत असला, तर त्याचा फक्त आवाज ऐकू येतो... चित्र दिसणं बंद होतं. थोडक्यात, फोन सांगतो... आता झोपा!

४. फोनमधली सगळी नोटिफिकेशन्स बंद करा. यामुळे तुमचा फोन रात्रीच्या वेळीही सतत वाजणार नाही.

▲▲▲

सोशल मीडिया आणि टीनएज नैराश्य

मना-मेंदूतील डिजिटल जग बंदच होत नाही!

एक दहावीत शिकणारा मुलगा. पालकांनी मोबाईल द्यायला नकार दिला म्हणून आत्महत्या करतो! अतिशय अस्वस्थ करणारी घटना. मोबाईलने मोठ्यांच्या आणि मुलांच्याही आयुष्यात उलथापालथ घडवून आणली आहे. आपल्याकडे मोबाईल नसेल तर आपण मागे पडू, मुलं हसतील, नावं ठेवतील, चिडवतील अशा अनेक भावना मुलांच्या मनात एकाच वेळी दाटून येतात; हे कामाच्या निमित्ताने अनेकदा दिसून आलं आहे.

टीनएजमध्ये निर्माण होणारं नैराश्य हे काळजी करावी असं वास्तव आहे. मोबाईलमुळे नैराश्य तयार होतं, की नैराश्यामुळे मोबाईलमध्ये गुंतणं वाढतं, हे व्यक्तिसापेक्ष असलं, तरी मोबाईलमुळे नैराश्य येऊ शकतं किंवा उलटही घडू शकतं. मुळात टीनएजर मुलांच्या आयुष्यात सगळं आलबेल सुरू नाहीये, हे लक्षात घेणं गरजेचं आहे.

माणसं त्यांची कुठलीतरी भावनिक गरज पूर्ण करण्यासाठी डिजिटल जगाचा एकतर वापर करत असतात. या वापरातून या जगावरचं अवलंबित्व तयार होत जातं. टीनएजर मुलांचा विचार करता हा स्व-ओळखीचा काळ असतो. आपण नक्की कोण आहोत, आपला लैंगिक अग्रक्रम काय आहे, आपल्याला काय खरंच आवडतं, या सगळ्यांचा शोध घेणं या काळात सुरू असतं. मतं तयार होण्याचा आणि पक्की होत जाण्याचाही हाच काळ असतो. अशा वेळी आजूबाजूचे लोक,

मित्रमैत्रिणी, नव्याने ओळख झालेले आपल्याविषयी काय विचार करतात, याबाबत टीनएजर्स अतिशय संवेदनशील असतात.

या सगळ्या पातळ्यांवर सोशल मीडिया हा स्वतःचा शोध घेण्याचा सोयीस्कर पर्याय टीनएजर्सना वाटतो. आपला एखादा फोटो टाकल्यावर काय प्रतिक्रिया येत आहेत; यावरून मी नक्की कोण आहे, छान आहे का, चांगली दिसते का, आदी मतं मुलं बनवायला बघतात. पण सोशल मीडिया हे खऱ्या आयुष्यापेक्षाही उघडंवाघडं जग आहे. सोशल मीडियावर फक्त चांगलं चित्रच रंगवलं जातं. स्क्रोलमध्ये दिसणाऱ्या माणसांच्या गोष्टी अपूर्ण असतात. त्या प्रत्येक प्रोफाईलची पूर्ण गोष्ट आपल्याला माहित नसते. इथे फोटोला जसे फिल्टर्स लावता येतात, तसेच माणसांच्या मतांनाही लावता येतात. हे फिल्टर्स चांगले आणि वाईट दोन्ही प्रकारचे असतात. म्हणजे, तिथे होणाऱ्या कौतुकामुळे जसं छान वाटू शकतं, तसंच तिथे वाट्याला येणाऱ्या टीकेमुळे, बुलिंगमुळे प्रचंड निराश वाटू शकतं.

काही टीनएजर्सच्या बाबतीत ऑफलाइन आयुष्यात काही समस्या असेल – मग ती कौटुंबिक असो वा शाळा-कॉलेजमधली; त्या समस्येमुळे निराशा येत असेल तर मुलं ऑनलाइन जगात आनंद शोधण्याचा प्रयत्न करतात. पण ऑनलाइन जग तुमच्या वाट्याला सगळंच देत असतं. त्यामुळे अनेकदा तिथल्या ट्रोलिंगचा, बुलिंगचा परिणाम म्हणजे, आनंदाच्या शोधात अधिकचा त्रास वाट्याला येतो आणि मुळातच निराश झालेलं मन अधिकच निराश होण्याची शक्यता असते.

युनिसेफच्या आकडेवारीनुसार, १५ ते २४ वयोगटांतील भारतीय तरुण-तरुणी सर्वाधिक नैराश्याचे बळी ठरत आहेत. 'सामाजिक आणि समवयीन माणसांकडून स्वीकार' ही माणसांची मूलभूत गरज असते. अशा वेळी आपल्या मित्रमैत्रिणी किंवा समवयीनांकडून आपल्याला स्वीकारलं जावं यासाठीही टीनएजर्स बरंच काही करत असतात, ज्यातून नैराश्य निर्माण होऊ शकतं.

तुमची पोस्ट 'हटके' असेल तरच तुम्हांला लाईक्स मिळतात. मग ते हटके असणं एखाद्या धोकादायक स्टंटपासून ते आदर्शवादाच्या जाहीर प्रदर्शनापर्यंत काहीही असू शकतं. इथे सरधोपट काहीही चालत नाही.

टीनएजर मुलामुलींच्या बाबतीत हा मुद्दा त्यांच्या नैराश्यात भर घालण्यासाठी कारणीभूत ठरू शकतो. सुंदर दिसण्याचं, ट्रेंडी राहण्याचं, हटके गोष्टी करण्याचं सतत आणि प्रचंड प्रेशर मुलांना नैराश्याकडे घेऊन जात आहे. फोटोत काहीही हटके

नसेल, तर निदान फिल्टर तरी हटके असला पाहिजे. स्व-ओळखीच्या या प्रवासात सोशल मीडिया दुधारी तलवारीचं काम करतो. योग्य पद्धतीने, विचारपूर्वक वापर झाला तर सोशल मीडिया टीनएजर्सना जगातल्या अगणित संधींशी जोडून टाकतो; नाहीतर रील्स, गेमिंग आणि सेल्फी यांच्या जाळ्यात अडकवून गुदमरून टाकतो!

मला टीनएजर्सबरोबर काम करताना जाणवलं, की त्यांना ऑफलाइन जग ऑनलाइन जगाइतकं रंजक वाटत नाही! कंटाळ्याची बाधा झालेली ही काही पहिली पिढी नाही. मोबाईल फोन हातात यायच्या आधीच्या पिढ्यांमध्येही तरुण होणारी मुलंमुली सतत कंटाळलेली असायची. पण कंटाळा घालवण्यासाठी स्वतः प्रयत्न केल्याखेरीज तेव्हा पर्याय नव्हता. आज गादीत लोळत कंटाळा घालवण्याचं एक साधन हाताशी लागलेलं आहे. पण, त्यामुळे खरंच कंटाळा जातोय, की आहे त्यात भर पडतेय, हे तपासून बघायला हवं.

टीनएजर्समधील नैराश्य ही मोठी समस्या आहे. त्याचं एकमेव कारण अर्थातच सोशल मीडिया नाही. अभ्यासाचं, अपेक्षित कॉलेजमध्ये ॲडमिशन मिळवण्याचा प्रचंड ताण मुलांवर आहे. पालकांच्या आणि स्वतःच स्वतःविषयी तयार केलेल्या अपेक्षांचं ओझं आहे. जग रॅट रेसच्याही पलीकडे गेलेलं आहे. नैराश्य हा दुर्लक्षित करावा असा आजार नक्कीच नाहीये.

अशा वेळी 'काय झालंय निराश व्हायला?' असं म्हणण्यापेक्षा आपलं मूल काय सांगू बघतंय हे समजून घेणं आणि त्यासाठी आवश्यक ती मदत घेणं गरजेचं

आहे. सोशल मीडियाबद्दल बोलणं गरजेचं आहे. तिथून निर्माण होणारे स्व-प्रतिमेचे अनेक मुद्दे उघडपणे मुलांशी बोलले गेले पाहिजेत. मुलांकडे असलेल्या फोनबद्दल, त्यात असलेल्या इंटरनेट आणि सोशल मीडियाबद्दल बोललं गेलं पाहिजे.

मला आठवतंय... कोविडनंतर शाळा-कॉलेज सुरू झालं. तेव्हा एका वर्कशॉपनंतर १३ वर्षांची मुलगी मला येऊन म्हणाली, ''ताई, मला कसलंच मोटिव्हेशन नाहीये. 'अमुक एक गोष्ट मी का करायची?', तर काहीतरी मोटिव्हेशन पाहिजे ना... तेच मला सापडत नाही, त्यामुळे काहीही करण्याचा कंटाळा येतो. कोविड काळातील दोन वर्षांनी माझ्यातलं सगळं मोटिव्हेशन संपवून टाकलं आहे.''

असं वाटणारी ती एकटी नाहीये. एका १३ वर्षांच्या मुलीला 'माझ्या आयुष्यात कसलंच मोटिव्हेशन नाहीये' असं वाटणं ही अत्यंत काळजी करावी अशी बाब आहे. आणि काळजी यासाठी करायची; कारण असं वाटणारी ती एकटी नाहीये!

थोडक्यात महत्त्वाचे

फीड डिटॉक्स नव्हे, फीड क्युरेशन करा.

- ज्यांच्या पोस्टमुळे तुलना, कमीपणा, ताण येतो त्यांना unfollow / mute करा.
- फीडमध्ये प्रेरणादायी, माहितीपूर्ण, शैक्षणिक, विवेकी आणि शांतता देणारे अकाउंट्स ठेवा.
- 'मी कोणाला फॉलो करतो = मी कशाने भारावला जातो' याचा विचार हवा.
- अधूनमधून सोशल मीडियाला सुट्टी द्या.

▲▲▲

योलो, फोमो आणि जोमो

आयुष्य एकच आहे; ते जगायचं कसं?

हल्लीच्या किशोरवयीन मुलांच्या बोलण्यात 'ब्रो' हा शब्द जसा रुळला आहे, तसाच 'योलो' हा शब्दही रुळलेला आहे. योलो (YOLO) म्हणजे, यू ओन्ली लिव्ह वन्स! तुम्ही एकदाच जन्माला येता, एकदाच जगता, आलेला क्षण परत येत नाही! तर, जे आयुष्य मिळालं आहे ते भरभरून जगा... स्वतःसाठी जगा इत्यादी इत्यादी. जेन झी पिढीशी बोलताना अनेकदा त्यांच्या चर्चांमध्ये योलोबद्दल ते भरभरून बोलत असतात. किंवा 'एकच आयुष्य आहे' वगैरे गप्पाही होतात.

एकूण किशोरवयीन आणि तरुण मुलामुलींचा स्क्रीन टाइम बघता त्यांना आता योलोच्या बरोबरीने 'जोमो'ची ओळख करून द्यायला हवी आहे. जसं 'आयुष्य एकच आहे... ते भरभरून जगा' हे महत्त्वाचं आहे, तसं जोमो म्हणजे, जॉय ऑफ मिसिंग आउट, हाही याच एकदाच मिळालेल्या आयुष्यातला तितकाच सुंदर भाग आहे; हे मुलांना, तरुणांना सांगण्याची वेळ आलेली आहे.

फोमो हा शब्द आता बराच प्रचलित आहे. हा आता फक्त शब्द नाहीये; तर एका मानसिक अवस्थेत त्याचं रूपांतर होऊन, आजाराला आमंत्रण मिळावं इतपत गंभीर प्रकरण बनलेलं आहे! फोमो म्हणजे, फिअर ऑफ मिसिंग आउट. सतत आपल्या आयुष्यातून काहीतरी मिस आउट होतंय ही भावना मनात असणं आणि त्यामुळे प्रचंड असुरक्षित वाटत राहणं! त्यातूनच पुढे अस्वस्थता, पॅनिक अटॅक,

नैराश्य यांची मालिका तयार होते. फोमो ही मानसिक अवस्था सोशल मीडियामुळे निर्माण झालेली नसली तरी सोशल मीडियामुळे बळावलेली आहे. 'माझ्या घरचे माझ्यापासून काहीतरी लपवून ठेवत आहेत', 'माझे मित्रमैत्रिणी मजा करतात... मला सांगत नाहीत', 'माझ्या घट्ट मैत्रिणीने अमुकतमुक सगळ्यांना सांगितलं, पण मला नाही' असं वाटून फोमो पूर्वीही लोकांना वाटत असे. अर्थात, त्याला तेव्हा फोमो हे नाव नव्हतं.

माणसांच्या मनातली असुरक्षिततेची भावना निरनिराळ्या घटकांमुळे, कारणांमुळे प्रबळ होते. सोशल मीडिया आल्यावर, तिथल्या लाईक्स, लव्ह आणि फॉलोअर्सची चटक लागल्यावर, त्याकडे तटस्थपणे बघण्याची नजर विकसित न झाल्यामुळे माणसांच्या मनातल्या असुरक्षिततेच्या आदिम भावनेने फोमो नावाचं रूप घेऊन माणसांनाच छळायला सुरुवात केली आहे.

किशोरवयीन आणि तरुण-तरुणींनाही याचा धोका असतो, कारण ते सतत इन्स्टाग्रामवर असतात. ते व्हिज्युअल असल्याने आपण सतत चांगलं दिसलो पाहिजे, इतर चांगले दिसत आहेत, त्या स्पर्धेत आपण टिकलं पाहिजे, इन्स्टा ट्रेंड्स आपल्याला समजले पाहिजेत, आपण 'कुल' असलं पाहिजे; अशा अनेक गोष्टींमुळे मुलांच्या आणि तरुण-तरुणींच्या मनावर प्रचंड ताण येतो, त्यातूनच फोमोची सुरुवात होते. या विचित्र ट्रॅपमध्ये अडकून मानसिक स्वास्थ्य गमावून बसायचं नसेल, तर फोमोबरोबर जोमोचा विचार मुलांपर्यंत पोहोचवायला हवा.

एका 'क्लिक'वर जगाशी जोडल्या जाण्याच्या काळात आयुष्यात सगळ्या गोष्टी मिळत नाहीत, आभासी जगात सगळं मिळाल्याचा आभास झाला तरी वास्तव त्यापासून कोसो दूर असू शकतं, आणि आपल्याला जे मिळालेलं नाहीये ते न मिळण्याचीही एक गंमत असते, हे जाणीवपूर्वक मुलांना शिकवण्याची आज गरज आहे. या वेळी सोशल मीडियापासून अनेक बाबी मुलांच्या आयुष्यात येत आहेत. अशा वेळी मिसिंग आउटमधला जॉय एकदा मुलांना समजला पाहिजे. जेव्हा हवं तेव्हा, लगेच कुठली गोष्ट मिळत नाही... मिळालं नाही तरीही आयुष्यात विशेष फरक पडत नाही... हे एकदा मुलांना समजलं, स्वीकारता आलं की त्यांच्या जगण्याचे प्रश्न किचकट न करता त्याकडे हसतखेळत बघायला ते शिकू शकतात. भारत हा नैराश्यग्रस्त तरुणाईचा देश होऊ बघतो आहे, अशा वेळी मुलांच्या आयुष्यात जोमो येण्याची फार गरज आहे.

आपल्यावर माहिती सतत येऊन आदळत असते. फोन उघडला की व्हॉट्सॲप मेसेजेस पासून नोटिफिकेशन्सपर्यंत सगळीकडे फक्त माहिती असते. सोशल मीडियावर, टीव्हीवरही तेच! सगळीकडे फक्त प्रचंड माहिती आणि या माहितीच्या महासागरात गटांगळ्या खाणारे आपण... सतत सगळे अपडेट्स मिळण्याची आपल्याला इतकी सवय होते, की अपडेट्स मिळाले नाहीत तर अस्वस्थ वाटायला लागतं. अपडेट्स मिळवण्याची धावपळ सुरू होते. पण थोडी कमी माहिती, किंवा अजिबातच माहिती न मिळवण्याचेही फायदे असतात, हे मुलांना समजलं पाहिजे. सगळे अपडेट्स लगेच का हवेत? गरज काय आहे? आवश्यक तेवढी माहिती आणि तीही योग्य वेळी मिळाल्याने आपलं काहीही नुकसान होत नाही, हे मुलांना समजावून देणं आज गरजेचं आहे.

खरंतर हे मोठ्यांच्या जगानेही समजून घेणं आवश्यक आहे! आपण सतत माहिती खाणारे किडे बनलो आहोत! ती माहिती आपल्याला लागतेय का, ती माहिती आपण प्रोसेस करतोय का, त्यावर विचार करतोय का, त्या माहितीचा आपण काय उपयोग करतो; हे सगळं करण्याची आपल्याला आणि आपल्या मुलांना फुरसत नाहीये. आपण फक्त माहिती गपागप गिळतोय. जसा आपल्या फोनमध्ये कचरा तयार होत असतो तसाच तो आपल्या मेंदूतही होतो.

माहितीच्या या अविरत इनकमिंगला थोडा ब्रेक लावण्याची संधी जोमो आपल्याला देतं. जोमोमुळे माहितीच्या आणि सोशल मीडियाच्या कोलाहलात आपल्याला थोडा श्वास घ्यायची फुरसत मिळते. मुलांना ही फुरसत आज शिकवायला हवी आहे. पालकांच्या दुप्पट गतीने आज मुलं आणि तरुणाई धावत असते; आणि जेव्हा ते काहीही करत नसतात तेव्हा ते फोनला चिकटलेले असतात!

काहीही न करणं म्हणजे शब्दशः काहीही न करणं ही अवस्थाच मुलांच्या जगण्यातून नाहीशी होत आहे... हे भीतिदायक आहे! निवांतपणा मुलांच्या आणि तरुणाईच्या जगण्यात परत आणायचा असेल तर सध्यातरी आपल्याला जॉय ऑफ मिसिंग आउटशिवाय पर्याय नाही!

थोडक्यात महत्त्वाचे

- जाणीवपूर्वक थांबा (Intentional Disconnect) : दिवसातील एक वेळ ठरवा जिथे फोन हातात नसेल – सकाळी उठल्यावर किंवा झोपेपूर्वी. हाच वेळ स्वतःकडे, विचारांकडे, निसर्गाकडे वळण्यासाठी वापरा.
- वर्तमनात जगायची सवय (Slow Enjoyment): जे करतोय ते एन्जॉय करण्याकडे कल हवा. एकावेळी एक गोष्ट करा. मल्टिटास्किंग दरवेळी उपयोगी ठरेल असे नाही.
- JOMO सांगतं, की प्रत्येक निमंत्रण स्वीकारणं गरजेचं नाही; आणि Slow Living आठवण करून देतं की कमी पण अर्थपूर्ण गोष्टींनी जीवन भरावं.

▲▲▲

टीन्स, स्मार्ट फोन आणि आत्महत्या

तरुणाईच्या जगातलं हादरवून टाकणारं वास्तव!

पुण्यातली घटना. बारावीत शिकणाऱ्या मुलीला फोनचा अतिवापर करते म्हणून वडील रागावले आणि तिने आत्महत्या केली.

मुंबईत १५ वर्षांच्या मुलीचं फोनवरून घरच्यांशी भांडण झालं. आणि तिने आत्महत्या केली. ही मुलगी नैराश्याशी झुंजत होती.

मुंबईतच १५ वर्षांच्या मुलाचा स्मार्ट फोन त्याच्या बाबांनी काढून घेतला या कारणाने त्या मुलाने आत्महत्या केली.

गुजरातमध्ये दोन वेगवेगळ्या घटनांमध्ये नववी आणि बारावीच्या मुलींकडून त्यांचे फोन काढून घेतल्यानंतर त्यांनी आत्महत्या केल्याच्या घटना घडल्या आहेत.

गेमिंगचं व्यसन असलेल्या सोळा वर्षांच्या मुलाकडून गेम्स काढून घेतल्यावर त्याने आत्महत्या केली.

एका पबजीच्या व्यसनात अडकलेल्या १५ वर्षांच्या मुलानेही असंच स्वतःला संपवून घेतलं आहे.

स्मार्ट फोन, इंटरनेट, सोशल मीडिया या सगळ्यांच्या अतिवापरातून टीनएजर्सनी आत्महत्या केल्याच्या घटना मोठ्या प्रमाणावर घडू लागल्या आहेत. आपण वेळीच काही पावलं उचलली नाहीत, तर हे प्रमाण कदाचित इथून पुढे असंच वाढत जाईल.

विविध स्तरांवरून मोबाईलचे व्यसन आणि त्याच्या अवलंबित्वाविषयी बोलणं आणि जनजागरण करणं आवश्यक होऊन बसलं आहे. कारण हे डिजिटल ड्रग सहज आपल्या मुलांच्या मानसिक स्वास्थ्यावर आणि त्यांच्या जिवावर उठत आहे.

मुलांमध्ये आणि टीनएजर्समध्ये मोठ्या प्रमाणावर इंटरनेट आणि मोबाईलचं व्यसन दिसतंय, ते कोरोनाची देन आहे. दोन वर्षं मुलं घरात कोंडली गेली होती. शाळांपासून सर्व काही ऑनलाइन सुरू होतं. अगदी लहान मुलंही स्क्रीनसमोर बसली. या सगळ्यांतून दोन वर्षांत त्यांच्यात आणि इंटरनेटच्या जगात, त्या ब्लॅक स्क्रीनमध्ये एक नातं तयार झालं... एक बॉण्ड तयार झाला आहे... आणि त्यांना प्रत्यक्ष जगापेक्षा अनेकदा आभासी जग सहज आणि आपलंसं वाटतं.

पालक काळजीपोटी त्यांच्या हातातून फोन काढून घेतात तेव्हा ते फक्त एक यंत्र काढून घेत नाहीत, तर त्यांचं जग हिसकावून घेतात, असं त्यांना वाटतं; आणि मुलांच्या/टीनएजर्सच्या प्रतिक्रिया बदलतात, हे लक्षात घेतलं पाहिजे. आपण मुलांना फोन दिले आहेत; पण त्याविषयी बोलण्याची तसदी घेतलेली नाही.

स्मार्ट फोनवरून आत्महत्या होणं हे समाज म्हणून आपण अतिशय कठीण काळातून जातो आहोत, याचंच लक्षण आहे. मुलांच्या जगण्याशी आपला काहीही कनेक्ट उरलेला नाहीये. सायबर पेरेंटिंग हा विषय आपण समजून घ्यायला कमी पडतोय. स्मार्ट फोनच्या आहारी का जायचं नाहीये, हे मुलांना समजावून देण्यात आपण कमी पडतोय. महागडे फोन घेऊन दिले, किंवा त्यांना जे हवं ते तत्काळ घेऊन दिलं, म्हणजे आपण उत्तम पालक झालो, हा समज बदलायला हवा आहे. जागतिक आरोग्य संघटनेच्या माहितीनुसार, जगभर प्रत्येक सात मुलांपैकी एक मूल आज कुठल्या ना कुठल्या मानसिक प्रश्नाशी झुंजत आहे. त्यात सोशल मीडिया,

गेमिंग, पोर्न हे सगळे विषय आणि इंटरनेटचं व्यसन भर घालतंय. या सगळ्यांवर वेळीच पावलं उचलणं गरजेचं आहे.

पालक / शिक्षक म्हणून तुम्ही काय करू शकता?

१. फोनविषयी सातत्याने संवाद हवा. इथे 'संवाद' हा शब्द जाणीवपूर्वक वापरलेला आहे. पालक दिवसरात्र मोबाईलमध्ये अडकलेले आणि मुलांनी वापरला तर त्यांच्यावर आरडाओरडा... हा संवाद नाही!

२. स्वतःही फोनचा वापर कमी करा, मुलांचा आपोआप कमी होईल.

३. अति मोबाईल वापराचे दुष्परिणाम सांगा. पुनःपुन्हा सांगा. हे सांगत असताना आरडाओरडा करू नका. शांतपणे, समजावून द्या. ओरडल्याने प्रश्न सुटत नाहीत, मुलांना तुम्ही काय सांगू बघताय ते समजणार नाही. ते फक्त इतकंच घेऊन बसतील, की आई-बाबा किंवा शिक्षक रागावले.

४. शाळा-कॉलेजमध्ये शिक्षकांनी आणि विद्यार्थ्यांनी कुणीच वर्ग/तास चालू असताना आणि घरात जेवताना कुणीच मोबाईल वापरायचा नाही.

५. आपलं मूल कुठल्या अडचणीत नाहीये ना, ते निराश नाहीये ना, ऑनलाइन किंवा ऑफलाइन त्याला कुणी त्रास देत नाहीये ना, याकडे लक्ष हवं. ते संवादातूनच होऊ शकतं. अनेकदा मोबाईल हे निमित्त होतं आत्महत्येमागे! इतर कुठलीतरी कारणं असू शकतात, ज्यामुळे मूल निराश आहे.

६. मुलांचं वर्तन बदललं आहे असं वाटत असेल, तर त्यांच्याशी बोला... शांतपणे बोला... समजून घ्या. आपलीच मुलं आहेत, प्रेमाने वागा. गरज भासली तर समुपदेशकांची मदत घ्या.

७. त्यांना ऑनलाइन किंवा ऑफलाइन कुणी छळत असेल, रॅगिंग करत असेल तर लगेच पोलिसांची मदत घ्या. शाळा-कॉलेजमधल्या प्रमुखांच्या कानांवर घाला. मुलं एकटीच त्रास सहन करत राहिली तर ती सहज नैराश्यात अडकू शकतात!

▲▲▲

फँटम व्हायब्रेशन सिंड्रोम

मोबाईल वाजलेला नसतो तरीही वाजल्याचा आभास होतो तेव्हा...

राधिका बारावीत आहे. ती अभ्यास करत बसलेली असताना सतत थोड्याथोड्या वेळाने तिचा मोबाईल तपासून बघत असते. खरंतर मोबाईल वाजलेलाही नसतो तरीही ती तिचा फोन तपासून बघत असते. आपला फोन व्हायब्रेट झालाय... काहीतरी मेसेज नक्की आला असणार... असं तिला सतत वाटत असतं. पण, फोन उघडून बघितल्यावरही त्यात नवीन कुठलाच मेसेज तिला दिसत नाही. या अवस्थेला म्हटलं जातं – फँटम व्हायब्रेशन सिंड्रोम (Phantom Vibration Syndrome). हे कुणाच्याही बाबतीत होऊ शकतं. आपला फोन व्हायब्रेट झाला आहे... काहीतरी मेसेज आला आहे... कुणाचातरी मिस्ड कॉल असावा... असे भास होतात. प्रत्यक्षात मात्र ना फोन व्हायब्रेट झालेला असतो, ना कुणाचा मेसेज आलेला असतो ना कुणी मिस्ड कॉल दिलेला असतो!

फँटम व्हायब्रेशन सिंड्रोमचं प्रमाण दिवसेंदिवस वाढत चाललं आहे – विशेषतः टीनएजर्स आणि मोठ्यांमध्ये! अर्थातच, त्याच एक महत्त्वाचं कारण आहे – मोबाईलवरचं प्रचंड अवलंबित्व आणि अति स्क्रीन टाइम! फँटम व्हायब्रेशन सिंड्रोमची शास्त्रीय कारणं अजूनतरी लक्षात आलेली नाहीत, पण आतापर्यंत या विषयात जितकं

काम झालं आहे, संशोधन झालं आहे, त्यावरून वरची दोन कारणं सध्यातरी गृहीत धरलेली आहेत. म्हणजेच, ही मानसिक आणि भावनिक कारणं आहेत. आपल्या फोनशी आपली मानसिक आणि भावनिक गुंतवणूक किती प्रचंड असते, हे यावरून सहज लक्षात येऊ शकतं. ही अवस्था मुलांपासून मोठ्यांपर्यंत कुणाच्याही संदर्भात असू शकते. त्यामुळे आपण आपल्या फोनशी भावनिक पातळीवर किती अवलंबून आहोत, याचा विचार केला पाहिजे; आणि मुलांनाही असं अवलंबित्व योग्य नाही हे शिकवलं पाहिजे.

काय करता येईल?

१. मोबाईलवर आणि इंटरनेटवर असलेलं भावनिक अवलंबित्व कमी करण्याचे प्रयत्न! याचाच अर्थ असा की, फेसबुकवर किती लाईक्स मिळत आहेत यावरून खऱ्या आयुष्यात छान/वाईट वाटणं याला बाजूला सारायला शिकणं.
२. फोनमधलं व्हायब्रेशन फिचर बंद करून टाकणं, रिंगटोन बदलणं. याने आपला फोन नेहमीपेक्षा वेगळा वाजतो आणि तो सतत बघण्याचा मोह किंचित कमी होतो. त्यामुळे 'सतत मोबाईल व्हायब्रेट होतो आहे' आणि 'काहीतरी मेसेज आला आहे' हे मेंदूचं झालेलं कनेक्शन तोडायला मदत मिळते.
३. काही वेळा तंत्रज्ञानातून येणारी अस्वस्थताही फँटम व्हायब्रेशन सिंड्रोमला कारणीभूत असू शकते. तीव्र अस्वस्थता जाणवत असेल तर समुपदेशक किंवा मानसोपचारतज्ज्ञ यांची मदत घेतली पाहिजे.
४. काही मुलांमध्ये आणि मोठ्यांमध्ये हा प्रकार काही काळ चालतो, तर काही जणांमध्ये दीर्घ काळ चालतो. कायमस्वरूपीही होऊ शकतो – जर मोबाईल आणि स्क्रीनचं अवलंबित्व कमी केले नाही तर! त्यामुळे स्क्रीन टाइम मॅनेजमेंटला पर्याय नाही!

▲▲▲

पैसे, शॉपिंग आणि बरंच काही...

बाजार मुलांना 'ग्रूम' करतो आहे का?

दहा आणि बारा वर्षांच्या मुली 'सेफोरा'मधूनच (सेफोरा ब्रँड हा लक्स्युरी कॉस्मेटिक्स विकणारे दुकान आहे) मेकअप घेण्याचा हट्ट करतात तेव्हा आईबाबांना प्रश्न पडतो, की यांना सेफोरा कसं माहीत? फॅशन ट्रेंडमध्ये आलेली प्रत्येक गोष्ट घेण्यासाठी मुलांचे आग्रह सुरू होतात तेव्हा एकीकडे पालकांना ते हट्ट पूर्ण करावेसेही वाटत असतात आणि दुसरीकडे त्यांना त्यांचं बालपणही आठवत असतं. वर्षातून एकदा किंवा दोनदा नवे ड्रेसेस घेणारे आपण... आणि आपली मुलं सहज मेशोवरून आठवड्याकाठी नवीन कपडे घेत आहेत... कुठे तरी अस्वस्थता तयार होतेच. मोबाईल गेम्समध्ये पुढे जाण्यासाठी, पॉईंट्स किंवा इतर अनेक गोष्टी मिळवण्यासाठी मुलं पैसे खर्च करायला लागतात तेव्हा प्रश्न तयार होतात. आजच्या मुलांना पैशाचं महत्त्व आहे का? ते शिकवायला पालक कमी पडले आहेत का?

याचं उत्तर हो आणि नाही असं दोन्हीही देता येईल.

आजच्या डिजिटल काळाचं एक मोठं वैशिष्ट्य म्हणजे कुठल्याही गोष्टीचं सामान्यीकरण आणि सरसकटीकरण करता येत नाही. समाज म्हणजे अमुकतमुक असं सांगता येत नाही. अगदी डिजिटल वापराची साधनं, म्हणजे समाजमाध्यमं, ॲप्स आणि

गॅजेट्स म्हणजे मोबाईल, टॅब, लॅपटॉप या गोष्टी सगळ्यांना उपलब्ध असल्या, तरी जिथे पैसा खर्च करण्याचा विषय येतो तिथे सरसकटीकरण करता येत नाही. होऊ शकत नाही. सगळं सर्वदा उपलब्ध असणारे आणि नसणारे आहेतच.

पिढ्या बदलतात त्याप्रमाणे पैशांकडे बघण्याच्या पद्धतींमध्ये बदल होतो. हा बदल नेहमीच सगळ्याच पिढ्यांमध्ये बघायला मिळाला आहे; विशेषतः उदारीकरणानंतरच्या पिढ्यांमध्ये यात काही मूलभूत आणि मोठे बदल दिसले. पण डिजिटलायझेशननंतर जन्माला आलेल्या पिढीमध्ये स्वतःच्या जगण्याकडे, पैसे कमावण्याकडे, पैसा खर्च करण्याच्या पद्धती आणि पैशांना जगण्याशी जोडण्याच्या पद्धतींमध्ये डिजिटल माध्यमं, त्यामुळे तयार झालेले नवे बाजार आणि विविध कंपन्या यांचा प्रचंड प्रभाव दिसून येतो. त्यांची स्वप्नं, अपेक्षा आणि खर्चाच्या पद्धती बदलत आहेत. पैसाकेंद्रित समाजरचना तयार झालेली आहे. ती आधी नव्हती अशातला भाग नाही; पण डिजिटलायझेशननंतर त्याचं रूप, आवाका आणि मुलांपर्यंत पोचण्याचा वेग विलक्षण वाढला आहे.

बाजार मुलांना 'ग्रूम' करतो आहे

बाजाराच्या केंद्रस्थानी मुलं असण्याला आता काळ लोटला आहे. याची सुरुवात साधारण १९९०-२००० पासून किंवा त्या दरम्यान झाली. वॉशिंग पावडरपासून साबणाच्या जाहिरातींमध्ये मुलं आली. कारण विभक्त कुटुंबरचनेत एकाच्या इच्छेने घर चालणं हा प्रकार हळूहळू बदलत गेला. घरातल्या सगळ्या सदस्यांची मतं घेण्याची पद्धत रूढ झाली. कार्टून्सचं प्रस्थ वाढलं, तसं या जाहिरातींचा मारा कार्टून्सच्या ब्रेक्समध्ये दिसायला लागला. अर्थात, त्यामुळे मुलांचे आग्रह वाढायला लागले आणि शॉपिंगच्या निर्णयात मुलं सहभागी झाली.

समाज-रचनेत आणि कुटुंब-रचनेत झालेले बदल बाजारांनी अचूक हेरले आणि मुलांना 'ग्राहक' म्हणून तयार करण्याची प्रक्रिया सुरू झाली; ती आजही चालू आहे. पण त्यावेळी बाजार दिवसरात्र मुलांच्या सोबत नव्हता. तो फक्त टीव्हीमधून पोचत होता आणि टीव्हीवर पालकांचा काही प्रमाणात का होईना, 'कंट्रोल' होता. हे चित्र डिजिटलायझेशननंतर झपाट्याने बदलत गेलं. विशेषतः समाजमाध्यमं, त्यातही ॲप्स आणि इन्स्टाग्रामच्या आगमनानंतर तर त्याच्या बदलाचा वेग भीतीदायक झाला. कारण बाजार २४ तास, १२ महिने, सतत प्रत्येक

क्षणी खिशात उपलब्ध झाला. या बाजारात आर्ट अँड क्राफ्टपासून सेक्सपर्यंत सगळ्या गोष्टी सहज उपलब्ध झाल्या. त्या जशा मोठ्यांच्या जगाला उपलब्ध झाल्या तशाच लहान मुलांच्या जगालाही उपलब्ध झाल्या आणि मुलांना 'ग्राहक' म्हणून ग्रूम करणं हे फक्त जाहिरातींपुरतं मर्यादित न राहता ते मुलांच्या 'डिजिटल प्रोफाइल'पर्यंत येऊन पोचलं.

'शेरेंटिंग' आणि डिजिटल फूटप्रिंट्स

मुलांचे डिजिटल फूटप्रिंट्स त्यांनी तयार करायला सुरुवात करण्याआधीच पालकांनी केलेले आहेत; मुलांचे फोटो, व्हिडिओ, त्यांच्या आवडीनिवडींविषयीच्या पोस्ट्स या सगळ्यामधून. त्यामुळे मूल डिजिटल जगात येण्याआधीच डिजिटल जगाला मुलांविषयी प्रचंड माहिती आहे. ते दिसतं कसं, काय कपडे घालतं... त्या फोटो आणि व्हिडिओबरोबर आईबाबा जे काही लिहितात त्यातून डिजिटल जगाला मुलांविषयी बरीच माहिती मिळत असते. ते जग ती माहिती गोळा करतं-साठवतं-त्याचं विश्लेषण करतं. मग मूल स्वतःहून जेव्हा डिजिटल जगात येतं आणि स्वतःचे डिजिटल फूटप्रिंट्स तयार करायला सुरुवात करतं तेव्हा त्याच्या विचारांना, मतांना प्रभावित करणं त्या जगाला बरंच सोपं जातं. कारण पालकांच्या 'शेरेंटिंग'मुळे डिजिटल जगाला मुलांविषयी बरंच माहीत असतं.

अल्गोरिदम्स त्यांचं काम करायला सुरुवात करतात आणि मूल डिजिटल जगात मूल न राहता ग्राहक बनतं. हा ग्राहक पुढची किमान साठ-सत्तर वर्षं त्या जगाचा ग्राहक असणार आहे. मग एखादा 'यूजर' इतकी वर्षं त्या जगाचा ग्राहक राहणार असेल, तर त्याला बाजारधार्जिणं बनवणं, तयार करणं हीच स्ट्रॅटेजी बाजारासाठी योग्य असते. बाजारपेठ मग त्या दृष्टीनं काम करते. हे सगळं इतकं गुंतागुंतीचं पण तरीही सहजतेने सुरू असतं, की आपली मुलं जाणीवपूर्वक बाजाराच्या सोयीनुसार 'तयार' (ग्रूम) केली जात आहेत, होत आहेत याचा पत्ता ना पालकांना लागतो, ना मुलांना.

हळूहळू मुलं जे रील्स आणि शॉर्ट्सर्मध्ये दिसत आहे त्यावरच विश्वास ठेवायला लागतात. ऑनलाईन बाजारपेठ जे दाखवते आहे तेच हवं हे आग्रह सुरू होतात. यूट्यूबर्स जे विचार मांडतात तेच आपले विचार आहेत असं वाटायला लागतं आणि एकूण व्यक्ती म्हणून त्यांच्या जडणघडणीत बाजारपेठीय दृष्टिकोनाची

भर पडत जाते. एकदा दृष्टिकोन बाजारधार्जिणा झाला, की पैसा मिळवण्याच्या आणि खर्च करण्याच्या पद्धतीत बदल व्हायला लागतो. पैसे घरात येतात कसे, त्यासाठी करावे लागणारे कष्ट काय आहेत, पैसा खर्च कसा केला पाहिजे याचं भान उरत नाही; कारण ते दिलं जात नाही. यात मुलांना दोषी ठरवणं म्हणजे पालकांनी स्वतःच्या चुका मुलांच्या माथी मारणं आहे. पालकांचा पैशांकडे बघण्याचा दृष्टिकोन कसा आहे, पैशांविषयी पालक किती संवादी आहेत, पैसे साठवण्याची आणि खर्च करण्याची सवय ते मुलांना कशी लावतात यावर अनेक गोष्टी अवलंबून असतात. मुलांना पैशांच्या बाबतीत 'पिअर प्रेशर' कायमच राहिलेलं आहे; अगदी मागच्या पिढ्यांमध्येही. जगणं जितकं बाजारधार्जिणं असेल तितकी ही गुंतागुंत वाढत जाते. मग त्यात पालकांचे पाय अडकतात आणि मुलांचेही.

पैसे म्हणजे सर्वकाही

सगळ्यात महत्त्वाचा मुद्दा असतो तो इच्छा असणं आणि गरज असणं यातला फरक समजून घेण्याची. कारण गरज संपते. इच्छा संपत नाही. या दोघांमध्ये पालकच इतका संघर्ष करताना दिसताहेत, की मुलांची त्यातून सुटका होणार कशी? त्यातून मग 'पैसे म्हणजे सर्वकाही' ही धारणा तयार झालेली आहे. पैसे असतील तर सगळं 'मॅनेज' होऊ शकतं ही सूज आधी पालकांमध्ये आणि तिथूनच मुलांमध्ये उतरली आहे. मग भरपूर पैसे कमवायचे, ते झटपट कमवायचे हे गणितही हळूहळू तयार होत जातं. टीनएजर्स आणि तरुणतरुणींबरोबर होणाऱ्या वर्कशॉप्समध्ये हे अनेकदा दिसून येतं. प्रत्येकालाच इन्फ्लुएन्सर, गेमर आणि यूट्यूबर व्हायचं आहे. कारण अनेकांना हा पैसे कमावण्याचा सगळ्यात सोपा मार्ग वाटतो. एकीकडे शिकून नोकरी मिळत नाही, मिळाली तरी कष्टाचा मोबदला हा प्रकार हळूहळू धूसर होत चाललेला मुलांना दिसत असतो आणि दुसरीकडे डिजिटल जगातल्या करिअर्समधून झटपट पैसे मिळू शकतात असं वाटायला लागतं. पण खरंच तो सोपा मार्ग आहे का?

डिजिटल जगामुळे अजून एक गैरसमज मोठ्या प्रमाणावर निर्माण झाला आहे तो म्हणजे ऑनलाईन जगातल्या करिअर्समध्ये विनासायास खूप पैसे मिळू शकतात. हा गैरसमज इतका पोसला गेला आहे, की इन्फ्लुएन्सर व्हायचं असेल, यूट्यूबर व्हायचं असेल, तरी सातत्याने काम करावं लागतं, कष्ट करावे लागतात, त्या विषयाचा आणि क्षेत्राचा अभ्यास करावा लागतो हेच अनेकदा विसरायला

होतं. 'व्ह्यूज'चं गणित पैशात मोजायला सुरुवात केली जाते तेव्हा गडबड होते. इन्स्टाग्राम व्ह्यूजसाठी पैसे देत नाही. फक्त यूट्यूबवरून पैसे कमावण्याच्या संधी आहेत आणि तिथेही आज यूट्यूब चॅनल सुरू केला आणि उद्या लाखो रुपये मिळायला लागले असं होत नाही. एखाद्या व्हिडिओला किंवा रीलला लाखो व्ह्यूज मिळतात म्हणजे त्या व्यक्तीला लाखो रुपये मिळत नाहीत. पण हे गणित चटकन लक्षात येत नाही आणि खूप व्ह्यूज म्हणजे खूप पैसे असं गणित डोक्यात फिट व्हायला सुरुवात होते. यशस्वी होण्यासाठी कष्टाला खरं तर पर्याय नसतो; पण डिजिटल जग असा आभास निर्माण करते, की कमी कष्टात प्रचंड पैसे मिळवण्याचा सोपा मार्ग डिजिटल जगातून जातो. हा बुडबुडा फुटेल तोवर एक अख्खी पिढी बरबाद झालेली असेल किंवा होण्याची शक्यता निर्माण झालेली असेल. शिक्षण, करिअर याकडे निराळ्या पद्धतीनं जरूर बघावं; पण कष्टाला पर्याय नसतो, खोलात उतरून केलेल्या अभ्यासाला पर्याय नसतो हे मात्र विसरता कामा नये! हे या पिढ्यांना पुन्हापुन्हा समजावून सांगावं लागणार आहे.

सगळी गुंतागुंत पालकांपासूनच सुरू होते हे नाकारून चालणार नाही. मला जे मिळालं नाही ते मी मुलांना देईन या 'न्यूनगंडातून' पालक बाहेर पडायला तयार नाहीत. माझ्याकडे पैसा आहे, तर मी तो मुलांना हवा तसा वापरायला देईन... यात काहीतरी गडबड आहे हे पालकांना अनेकदा दिसत नाही की जाणवतही नाही. शाळकरी मुलांना पालक आयफोन किंवा अतिशय महागडे फोन घेऊन देतात. यावर बऱ्याचदा पालकांचं म्हणणं असतं, की आम्हाला परवडतं मग कुणी त्यावर का आक्षेप घ्यावा? मुद्दा 'परवडतं की नाही' हा कधीच नसतो; मुद्दा असतो तो वयपरत्वे गोष्टी करण्याचा. शाळकरी मुलांना महागड्या फोनची खरंच गरज असते का, कमवायला लागल्यावर महागडे फोन ती स्वकष्टाने घेऊ शकत नाहीत का, 'मी मुलांना त्यांनी मागण्याआधी सगळं देईन' या वृत्तीमुळे आपण मुलांना पांगळे करतो का, जगाशी 'कनेक्ट' होण्यापेक्षा आपण त्यांना आपल्याही नकळत जगापासून तोडून टाकतो का, या सगळ्याचा विचार यापुढच्या काळात करावा लागणार आहे. मुलं जसं त्यांच्या पालकांच्या वर्तनातून अनेक गोष्टी शिकतात त्याचप्रमाणे पैशांचं महत्त्व आणि पैशांचा वापरही ती आजूबाजूच्या माणसांकडूनच शिकतात. आपलं घर पैसा कसा वापरतं हे मुलांना दिसत असतं. त्यातून जो काही बोध घ्यायचा तो

मुलं घेतात. त्यामुळे मुलांच्या पैशांविषयीच्या कल्पनांवर टीका करताना पालक आणि मोठ्यांच्या जगानं स्वतःकडे बघणं अतिशय गरजेचं आहे.

पैसा असेल तर समाजाची मूल्यव्यवस्था कशीही वळवता येते हे आजूबाजूला घडणाऱ्या घटनांमधून पुन्हापुन्हा या मुलांच्या समोर येत आहे. मग त्यात एखादी पैसेवाल्या मुलाची 'हिट अँड रन' केस पैशांमुळे कशी 'मॅनेज' होते हे दिसतं, तर दुसरीकडे सोशल मीडियामुळे आनंदाची व्याख्या पैशांशी जोडली गेलेली आहे. एक्झॉटिक लोकेशनपासून एक्झॉटिक फूडपर्यंत आणि महागड्या ब्युटी प्रॉडक्टस्‌पासून फॅन्सी डाएट्सपर्यंत गोष्टी आयुष्यात नसतील, तर आयुष्य जगण्यात काही मजाच नाही असा समज सहज पसरतो आहे आणि माणसं त्या आभासालाच सत्य मानून जगण्याची धडपड करताना या तरुण पिढ्यांना दिसत आहेत. इन्फ्लुएन्सर मार्केटमधून आदर्श तयार होत आहेत. आदर्श कुणाला आणि कशाला म्हणायचं याचा समाजात आता प्रचंड गोंधळ आहे आणि त्यातून कुणाचीच सुटका होत नाही. एकीकडे तीव्र शोषण आहे आणि दुसरीकडे उबग आणणारा पैशांचा दिखावा आहे. हे सगळं या मुलांच्या डोळ्यांदेखत सुरू आहे. या सगळ्याचे अर्थ लावायचे कसे याची या तरुण पिढ्यांची धडपड सुरू आहे. खरं तर हा काळच फार विचित्र आणि तीव्र परिवर्तनाचा आहे. घरांपासून मूल्यांपर्यंत अनेक गोष्टींचे बदल मुलांना बघायला मिळताहेत. या सगळ्या कोड्यात जो तो स्वतःची जागा शोधतो आहे. म्हणूनच टीनएजर्स आणि तरुणांसाठी हा प्रवास अवघड आहे.

मागच्या पिढ्यांनी निर्माण केलेल्या या कोलाहलातले हे नवे भिडू आहेत. मला जेन झीकडून खूप अपेक्षा आहेत. पण त्यांच्या मनातल्या कोलाहलाची, गोंधळाची, चुकीच्या धारणा आणि कल्पनांची उस्तवार वेळीच करावी लागणार आहे.

पैशांचं महत्त्व, घरात येणारा एक रुपया कसा खर्च होतो याची समज त्यांची त्यांना आली तर उत्तम, पण नाही आली तर समोर बसवून समजावून द्यावी लागणार आहे. 'आम्हाला पालकांनी काहीही न सांगता घराची परिस्थिती समजत होती, नाहीतर ही मुलं...' या विचारांना काहीही अर्थ नाही, कारण आजूबाजूची परिस्थिती आपण लहान होतो तेव्हा होती तशी नाही. आपल्या बालपणी इंटरनेट, मोबाईल आणि इन्फ्लुएन्सिंग मार्केट नावाचे प्रकार अस्तित्वात नव्हते. त्यामुळे असा विचार सद्यपरिस्थितीत गैरलागू आणि संदर्भहीन आहे. ही पिढी प्रश्न विचारणारी आहे.

ती मूलभूत कल्पना आणि धारणांना प्रश्न विचारते आहे. याची सवय पालकांच्या पिढीला असेलच असं नाही. त्यामुळेही अनेकदा पालक आणि मुलांमध्ये संघर्षाचे मुद्दे दिसतात. 'पालकांनी दारू, ऑनलाईन शॉपिंग किंवा इतर कुठल्याही गोष्टींवर अव्वाच्यासव्वा खर्च केलेला चालतो, पण आम्ही करायला लागलो तर 'काय ही मुलं!' असे प्रश्न तयार केले जातात, असं का?' हे प्रश्न मुलांना पडत आहेत आणि कुठलेही 'फिल्टर' न लावता ती ते विचारत आहेत.

समजायला लागण्याच्याही आधीपासून प्रचंड खर्चिक वाढदिवस 'सेलिब्रेशन्स', महागड्या शाळांमध्ये प्रवेश आणि त्यासाठी पालकांमध्ये होणारी चर्चा, पैशांच्या संदर्भाने समवयीन पालकांमध्ये असलेला दबाव, त्याची चर्चा हे काहीही मुलांच्या नजरेतून सुटत नाही. नवीन मोबाईल फोन बाजारात आल्यावर लगेच तो विकत घेण्याची पालकांची धडपड, त्यासाठी केली जाणारी कर्जं या गोष्टी मुलांपासून लपून राहत नाहीत. मॉलमध्ये गेल्यावर पाहिजे तेवढे कपडे खरेदी करण्यासाठी बिल 'इएमआय'मध्ये बदलून घेणं, ते करत असताना होणारी चर्चा... हे सगळं सगळं मुलांना दिसतं, जाणवतं. आणि या सगळ्याचा मुलांवर कळत नकळत परिणाम होतो आहे. त्यामुळे स्वतःचं आयुष्य आणि जगणं मुलं कसं पुढे घेऊन जातात यावर फक्त त्यांचंच भवितव्य अवलंबून नाही, तर येणारं जग कसं असेल हे अवलंबून आहे.

▲▲▲

‘जेन झी’ आहे तरी कशी?

डिजिटल बेबीसिटिंगपासून हायब्रिड जीवनशैलीपर्यंत...

जेन झी पिढी नेमकी कशी आहे?

एका वाक्यात याचं उत्तर देणं अतिशय कठीण आहे.

पण जेन झी पिढी म्हटलं की काही शब्द लगेच मनात येतात.

ऑनलाईन, कनेक्टेड, सृजनशील, व्यावहारिक, हट्टी, पर्यावरण जागरूक, प्रयोगशील आणि बरंच काही.

ही पिढी वेगळी आहे कारण डिजिटलायझेशननंतर डिजिटल जगाच्या सोबतीने वाढलेली ही पहिली पिढी आहे. ही अशी पिढी आहे ज्यांच्या पालकांनी त्यांचं डिजिटल बेबीसिटिंग केलं आहे. ही मानवाच्या करोडो वर्षांच्या प्रवासातली पहिली पिढी आहे जी जन्मापासून हायब्रीड आयुष्य जगते आहे. त्यामुळे भवताल समजून घेण्याची, व्यक्त होण्याची त्यांची पद्धत वेगळी आहे. त्यांची भाषा वेगळी आहे. कालपर्यंत एखादी गोष्ट समाजमान्य होती म्हणून आज ती आपणही मानली पाहिजे हे गृहीतक न मानणारी आहे, दुसरीकडे कर्मठतेकडे जाणारी आहे. चटकन प्रभावाखाली येणारी आहे. जाणीवपूर्वक प्रभाव नाकारणारी आहे. आम्हाला जन्माला घाला म्हणून आम्ही सांगितलं नव्हतं, असं सहजपणे पालकांच्या तोंडावर म्हणणारी आहे. जागतिक युद्धांच्या, बेरोजगारीच्या, स्थलांतराच्या, वंशनाशाच्या, ग्लॅमरच्या, ब्रॅण्डिंगच्या कोलाहलात मी कोण आहे, आणि मी या जगात का आहे याचा शोध घेणारी आहे. एकीकडे डिजिटल जगात बुडून जाणारी आहे तर दुसरीकडे

स्लो लिविंगचा पुरस्कार करून आम्हाला कशाच्याही मागे धावत सुटायचं नाही, असं ठामपणे म्हणणारी आहे. या पिढीला कुठल्याही एका चौकटीत बसवता येणार नाही. डिजिटल जगाचा त्यांच्या 'असण्यात' इतका प्रचंड मोठा सहभाग आहे की त्या जागाशिवाय जेन झी पिढीची कल्पना करणंही अशक्य आहे. ही पिढी 'मुक्त' दिसते, असं वाटतं की ते बिनधास्त आहेत, त्यांना जगाची पडलेली नाहीये पण त्यांच्या या स्वतंत्र दिसण्यामागे एक सततचा ताणही आहे. मला काय व्हायचंय एवढंच नाही, तर मला कसं आयुष्य हवं आहे, ते कोणत्या गतीने, कोणत्या किंमतीत मिळणार आहे? याबद्दलचा ताण आहे.

भारतात सुमारे ८८६ दशलक्ष सक्रिय इंटरनेट वापरकर्ते आहेत (२०२५); त्यात ग्रामीण वापरकर्ते शहरींपेक्षा अधिक आहेत. हा एक मोठा बदल गेल्या काही वर्षात झालेला आहे. अर्थातच लोकसंख्येच्या विभाजनामुळे तो बदल जसा दिसतो आहे तसंच नेटवर्कची उपलब्धता ग्रामीण भारतात मोठ्या प्रमाणावर झाल्यामुळे ग्रामीण तरुणाई आता मोठ्या प्रमाणावर ऑनलाईन स्पेसमध्येआहे. जेन झीसाठी 'भारत' म्हणजे फक्त भौगोलिक नकाशा नाही; या पिढीसाठी ऑनलाईन स्पेसमधला त्यांचा वावर, रील्स, शॉर्ट्स, मीम्स, यूट्यूब, इन्फ्लुएन्सर आणि भारतीय भाषांमधल्या विविध ॲप्समधून तयारी होणाऱ्या त्यांच्या फीड्सने विणलेला एक वैयक्तिक नकाशा आहे. वैयक्तिक अनुभव आहे. अनेक जेन झी आणि मिलेनिअल्स यांच्याशी बोलताना जाणवतं, की या पिढ्या पैसा, जीवनाचा उद्देश आणि स्वास्थ्य (वेलबीइंग) याचा समतोल साधण्याचा प्रयत्न करत आहेत. जेन झी आता कामाच्या मुख्य प्रवाहात शिरत आहे, त्याने अनेकदा मागच्या पिढ्या अस्वस्थ होताना दिसतात. कामाच्या ठिकाणी ज्या गोष्टी पिढ्यान् पिढ्या 'नॉर्मलाईज' केल्या गेलेल्या होत्या त्यावर प्रश्नचिन्ह उभं करत, ते 'टॉक्सिक' वर्क कल्चर न स्वीकारता त्यात आम्हाला बदल हवे आहेत असं ते उघडपणे म्हणता आहेत. तर दुसरीकडे लग्न का करायचं याचाही बारकाईने विचार करताना दिसतात. लग्नच नको, मुलंच नकोत असं म्हणणाऱ्यांची संख्या दिवसेंदिवस वाढते आहे. फक्त प्रजननाचे वय आहे, प्रजनन करणं शक्य आहे म्हणून प्रजनन करायचं, पिढी जन्माला घालायची या चक्राला या पिढ्यांच्या विचाराने तडे जात आहेत. याने काहीवेळा मोठ्यांचं जग हबकून जाताना दिसतं किंवा या पिढ्यांना बेजबाबदार ठरवतानाही दिसतं.

पण एक नवा जीव जन्माला घालणं ही प्रचंड मोठी जबाबदारी असते. अशावेळी जिथे स्वतःच्या जगण्याचं उद्दिष्ट माहीत नाही, त्याचा शोध एक आख्खी पिढी घेत असताना त्यातले काही जर पुढची पिढी नको म्हणत असेल तर त्यांना नावं ठेवण्याआधी आणि बेजबाबदार ठरवण्याआधी, थोडं थांबून विचार केला पाहिजे की ही पिढी असं का म्हणते आहे.

लोकल ग्लोबलचं मिश्रण

Gen Zच्या बाबतीत अजून एक गोष्ट लक्षात घेणं आवश्यक आहे ते म्हणजे त्यांचं बालपण यूट्यूबमुळे लोकल ग्लोबल प्रकारात झालेलं आहे. या मुलांच्या डिजिटल बेबीसिटिंगचा मोठा भाग यूट्यूबने व्यापलेला होता. त्यामुळे घरात काय सुरू आहे याचबरोबर जगात किंवा परदेशात राहणाऱ्या मुलांच्या घरात-शाळेत-कॉलनीत काय सुरू आहे याचे तपशीलही अगदी लहान वयापासून या मुलांकडे होते. यांच्या वाढीत यूट्यूबचा मोठाच हात आहे. मग ते गाणी बघणं असो, गोष्टी ऐकणं असो नाहीतर यूट्यूबर मुलांचे व्हिडीओ बघत वाढणं असो. जगात काय सुरू आहे हे समजण्यासाठी मोठं होण्याची गरज त्यांना नव्हती. ज्या गोष्टी एरवी टीनएजमध्ये गेल्यावर किंवा प्रौढ झाल्यावर समजतात त्या गोष्टी या पिढीला वयाच्या सातव्या नाहीतर आठव्या वर्षांपासून दिसायला लागल्या होत्या. आणि हे काहीच त्यांनी स्वतः मागितलेलं नव्हतं. जेवताना समोर दिसणारं यूट्यूब, तेरा वर्षं पूर्ण होण्याचा आत आयुष्यात येणारं इन्स्टाग्राम, अजाणतेपणी अ◌ॅनिमेशन व्हिडिओच्या निमित्ताने डोळ्यासमोर येणारं पोर्नचं उघडं नागडं जग, सोशल मीडियावरही इन्फ्लुएन्सर्सची प्रचंड मोठी बाजारपेठ, रील्स, एडिट्स, गेमिंग आणि ॲप्सचं जग यातल्या कुठल्याच गोष्टी त्यांनी मागितलेल्या नव्हत्या. त्या त्यांच्या आयुष्यात फार लहान वयात शिरल्या आणि त्यांच्याही नकळत त्यांच्या जगण्याचा भाग बनल्या. इतक्या सगळ्या मिश्रणातून ही पिढी तयार झालेली आहे. त्यात कोविडने ऑनलाईन शाळांची भर टाकली.

या सगळ्याचा परिणाम म्हणजे एकीकडे विचारांची स्पष्टता आहे तर दुसरीकडे भावनांचा कोलाहल आहे. बेचैनी, उदासीनता, अस्वस्थता हे कधी नव्हते तेवढे जेन झी पिढीसाठीचे गंभीर प्रश्न आहे. AI मुळे आपले रोजगार जाणार याची तीव्र जाणीव जेन झी पिढीला आहे. भारतात १५–२९ वयोगटातील बेरोजगारी सुमारे

दहा टक्क्यांच्या आसपास झुकते आहे. ही आकडेवारी जागतिक सरासरीपेक्षा कमी असली तरी घरातील अपेक्षा, शैक्षणिक गुंतवणूक, आणि शहर–गाव विसंगती लक्षात घेतली तर हा ताण कमी नाही. 'शिक्षण की स्किल्स' असा एक वेगळाच संघर्ष या पिढीत बघायला मिळतो आहे. शाळेत-कॉलेजमध्ये जाण्याचं प्रमाण, इच्छा दिवसेंदिवस कमी कमी होतेय हे अतिशय गंभीर आहे. प्रवेश घेतात पण जातच नाहीत अशी अवस्था घरोघरी-गावोगावी आहे. जिथे जिथे कामाच्या निमित्ताने जाते त्या शाळा कॉलेजमध्ये शिक्षक हे पुन्हा पुन्हा सांगतात. कॉलेजमध्ये मुलं येतच नाहीत. जे येतात ते कॉलेजमध्ये मिळणाऱ्या वायफायसाठी येतात. जेन झी पिढीला विचारलं कॉलेजला का जात नाही तर, बोअर होतं इथपासून ते जे पुस्तकात दिलंय ते वाचून जर दाखवलं जाणार असेल तर ते आम्हालाही वाचता येतं! त्याचा 'कॉन्टेक्स्ट आणि ॲप्लिकेशन' कुणी सांगणार असेल, आम्हाला जे माहिती करून घेता येणार नाही ते कुणी सांगणार असेल, शिकवणार असेल तर जाऊ... अशी सर्रास उत्तरं मिळतात. त्यामुळे 'डिग्री विरुद्ध स्किल्स' असा एक वेगळाच वाद आणि संघर्ष सुरू आहे. जो नजीकच्या काळात अक्राळविक्राळ बनणार आहे.

भारतात २०२४ च्या सार्वत्रिक निवडणुकीत सुमारे १.८५ कोटी मतदार हे १८–१९ वर्षांचे होते. जेन झीचा राजकारणाशी संबंध फक्त मतदानापुरता नाही; ते मुद्द्यांशी जोडलेले आहेत. हवामान, न्याय, डिजिटल गोपनीयता, मानसिक आरोग्य, लैंगिक समानता, रोजगार, महागाई असे अनेक विषय आहेत ज्याबाबत ही पिढी सजग आहे. सतत ऑनलाईन जगात असल्याचाही हा परिणाम आहे. कारण मनोरंजनापासून बातम्यांपर्यंत सगळ्याच गोष्टी ही पिढी डिजिटल जगातून मिळवते आहे. सोशल मीडिया फक्त कनेक्ट होण्यासाठी वापरतात असं नाही तर सोशल मीडिया हे जगभरातली राजकारण समजून घेण्याचं त्यांच्यासाठीच सर्वात मोठं माध्यम आहे. सोशल मीडियाने त्यांना केवळ 'कनेक्ट' केलेलं नाही, तर 'क्युरेट'ही केलं आहे हे समजून घेतलं पाहिजे. त्यांना त्यांच्या सोशल मीडिया फिडमध्ये जगातली युद्ध दिसतात, आत्मघातकी हल्ले दिसतात, वंशनाश दिसतात. राजकरण दिसतं. समाजकारण जाणवतं. इन्फ्लुएन्सर बाजाराचा प्रभावही त्याच फिडमध्ये आहे, गॉसिप-ग्लॅमर-सेक्स सगळं सगळं त्यांना त्यांच्या त्या एका फिडमध्ये दिसतं. म्हणूनच त्याच प्लॅटफॉर्मवर ते आवाज उठवताना, मतं मांडताना,

चळवळी चालवताना, अस्वस्थ होताना, स्टार्टअप उभे करताना, शिष्यवृत्ती शोधताना, परदेशात शिकायला जाताना बाहेरच्या विद्यापीठातल्या सिनिअर्सशी कनेक्ट होताना, मिम्सच्या माध्यमातून खिल्ली उडवताना आणि काही अतिशय कळीचे मुद्दे उपस्थित करतानाही दिसतात.

त्यांच्यावर ताण आहे का? तर हो! मानसिक आरोग्याचे प्रश्न आहेत का? तर हो, नक्कीच!

जेन झी पिढी फक्त कंटेंटवर जगणारी नव्हे, कंटेंट खाणारी पिढी वाटते पण तशी ती नाहीये, ती 'जगण्याचे निराळे संदर्भ तयार करणारी' पिढी आहे. तिला नियमांच्या चौकटीत कोंबणं कठीण आहे. त्यांना प्रत्येक गोष्टीत सहभागी करून घ्यावं लागणार आहे. मूल्य व्यवस्था झपाट्याने बदलते आहे. धारणा कल्पनांची तोडफोड सुरू आहे. या प्रक्रियेचा जेन झी मोठा हिस्सा आहेत. 'वेग' हे या काळाचं गुणवैशिष्ट्य असलं तरीही आयुष्य वेगवान असायलाच हवं असं मुळीच नाही असं म्हणत, नेपोबेबी सारखे हॅशटॅग्स चालवणारी, सारे नियम मोड दो म्हणत गोष्टी / व्यवस्था उलथवून टाकण्याची क्षमता असलेली ही पिढी आहे. आता पिढ्यांमधला जो संघर्ष बघायला मिळतो आहे तो डिजिटलशिवाय वाढलेली आणि डिजिटल जगात वाढलेल्या पिढ्यांचा संघर्ष आहे. प्रत्येकच पिढी ही मागच्या पिढीपेक्षा बंडखोर असते. बदलांसाठी उत्सुक असते. पण आजवरच्या कुठल्याही पिढीत डिजिटल जग नावाचा प्रकार नसल्याने 'जेन झी' बंडखोरीचा पोत, आवाका, वेग आणि परिणाम सारेकाही वेगळे आहे. जेन झी पिढीला नावं ठेवताना, त्यांच्यावर टीका करताना, त्यांच्या निवडीवर प्रश्नचिन्ह उभं करताना एकदा त्यांच्या नजरेतून आजूबाजूच्या जगाकडे बघणं आवश्यक आहे. तरच, या पिढीला आपल्याला समजून घेता येईल.

आणि कदाचित आपल्याला ही पिढी आणि हे जग वेगळं दिसायला लागेल.

‘डिजिटल वेल बिईंग’च्या पाच पायऱ्या

डिजिटल मिडियाचे सामाजिक परिणाम
कमी करण्यासाठी काय करावे?

कुठलेही नवीन सामाजिक, कौटुंबिक बदल निरनिराळे ताण निर्माण करत असतात. तंत्रज्ञानाच्या वेगवान प्रगतीबरोबरही काही ताण तयार होत आहेत, काही नवे आजार निर्माण होत आहेत. यावर उपाय काय, हेही लक्षात घेणं आवश्यक आहे. याच्या पाच पायऱ्या आहेत, ज्या आपण आज समजून घेणार आहोत.

पायरी एक : जागरूकता आणि स्वीकार

- डिजिटल माध्यमांच्या वापरातून जे नवीन मनोसामाजिक प्रश्न आणि व्यसनं तयार होत आहेत, त्याबद्दल जागरूकता आवश्यक असते. मुळात असे आजार आहेत... ते आपल्याला होऊ शकतात! इंटरनेटच्या आहारी आपण गेलो तर त्यातून गेमिंग, रील्स, यूट्यूब, सोशल मीडिया ते पोर्नपर्यंतची व्यसनं लागू शकतात, हे माहीत असलं पाहिजे. त्याचप्रमाणे फोमोपासून नोमोफोबियापर्यंत अनेक भावना ज्या तंत्रज्ञानाच्या अतिवापरातून तयार होऊ बघत आहेत... त्या होऊ शकतात, ही माहिती असणं आवश्यक आहे. ही माहिती जशी मोठ्यांच्या जगाला हवी, तशीच ती लहान मुलांच्याही जगाला हवी. मोठ्यांच्या जगाला माहिती असेल तर कुटुंबात कुणाला अशा प्रकारचा त्रास जडला तर वेळीच

मदत घेता येते; आणि लहान मुलांच्या जगाला माहीत हवी, कारण तेच आजचे आणि उद्याचेही इंटरनेटचे नागरिक आहेत!

- जागरूकता निर्माण झाली की आपल्याला या स्वरूपाचा आजार जडलेला असू शकतो, किंवा इंटरनेटशी संबंधित व्यसनांचे आपण बळी असू शकतो, याचा स्वीकार करणं सोपं जातं. आज इंटरनेट गेमिंग ॲडिक्शन हा आजार मानला जातो. पण, त्याचा स्वीकारच नसेल तर आपल्याला हा आजार झालेला आहे, हेच मुळात समजू शकणार नाही; आणि त्याचा स्वीकार करून उपचाराच्या दिशेने पाऊल टाकले जाणार नाही. त्यामुळे जागरूकता आणि स्वीकार ही पहिली पायरी मानली पाहिजे.

पायरी दोन : डिजिटल डिटॉक्स

- आपल्या वापराला सीमारेषा घालणं, आपल्या मर्यादा अधोरेखित करणं. आपण इंटरनेट कधी, किती, कुठे, कशासाठी वापरतो आहोत, याचा विचार आवश्यक आहे. हा विचार मोठ्यांनी तर करायला हवाच; पण लहान मुलांना अगदी लहान वयापासून हा विचार करायला शिकवणं हाच आजचा महत्त्वाचा संस्कार आहे. घरातले मोठे हा विचार करताना आणि राबवताना दिसले तरच लहान मुलांना हे समजू शकेल आणि त्यांच्या अंगवळणी पडू शकेल!
- व्हॉट्सॲप बघण्यात किती वेळ घालवायचा हे पालक आणि घरातल्या आजी-आजोबांना ठरवणं आवश्यक आहे. गेमिंगमध्ये मोठ्यांनी किती वेळ द्यायचा हे अधोरेखित करणं आणि आपली वेळ संपली की फोन बाजूला ठेवणं गरजेचं आहे. मुलं हे सर्व बघत असतात. त्यांना घरातले सगळे मोठे मोबाईलमध्ये

डोकं घालून बसलेले जसे दिसत आहेत, त्याच पद्धतीने मोबाईल बाजूला ठेवतानाही दिसू देणं गरजेचं आहे; तरच मुलांच्या हातातून आपण मोबाईल काढून घेऊ शकू किंवा त्याचा वापर मर्यादित करू शकतो.

- 'नो स्क्रीन डे'सारखे उपाय संपूर्ण कुटुंब मिळून करू शकतात. ज्यामध्ये संपूर्ण कुटुंबाने एक दिवस ठरवून मोबाईल वापरायचा नाही.
- 'नो स्क्रीन झोन्स' बनवू शकता. म्हणजे घरातल्या, शाळा-कॉलेज आणि ऑफिसमधल्या अशा जागा, जिथे कुणीही मोबाईल वापरणार नाही. ज्यामुळे दिवसभराचा स्क्रीन टाइम कमी व्हायला मदत मिळू शकते.
- रात्री झोपताना कुणीही फोन बघणार नाही, ही सवय कुटुंबाने लावली तरीही बराच फरक पडू शकतो.
- Nothing Doing म्हणजे काहीही न करता नुसते बसून राहण्याचा अनुभवदेखील घेऊन बघायला हरकत नाही! हा अनुभव घेताना काहीही करायचं नाही – बोलायचं नाही... वाचायचं नाही... ए◌ेकायचं नाही... हातवारे करायचे नाहीत... कुणाशीही कसल्याही पद्धतीचा संवाद करायचा नाही... ध्यानदेखील लावायचं नाही! काहीही न करता नुसतं बसून राहायचं. हा अनुभवही स्क्रीनवर असलेलं अवलंबित्व कमी करण्यासाठी मदतशीर ठरतो.

पायरी तीन : आभासीपेक्षा प्रत्यक्ष सुंदर!

आभासी जग सुंदरच आहे, आकर्षक आहे, तिथे ताण चटकन जातो असं वाटू शकतं. पण, आभासी जग कुणाच्याही प्रश्नांचं उत्तर नाही, हे जितक्या लवकर आपल्या लक्षात येईल तितकं त्यावरचं अवलंबित्व कमी व्हायला मदत मिळते. मुलांना ऑनलाइन जग आकर्षक वाटतं, कारण ऑफलाइन जगातली गंमत दाखवायला अनेकदा त्यांच्या आजूबाजूच्या मोठ्यांना वेळच नसतो!

मुलांना स्वतः गोष्टी सांगण्याऐवजी त्या यूट्यूबवर लावून दिल्या जातात; वाचून दाखवण्याऐवजी टीव्हीवर दाखवल्या जातात; त्यामुळे हळूहळू मुलांनाही स्क्रीन जवळचा वाटू लागतो. स्क्रीनवर गाणी, गोष्टी, कार्टून दाखवण्याचा कालावधी मर्यादित ठेवून ऑफलाइनही त्यांना गोष्टी सांगितल्या, त्यांच्याबरोबर गाणी म्हटली, इतरही अनेक बाबी – जसं की, बागकाम-घरकामात मुलांना सामील

करून घेतलं, तर ऑफलाइन जगातही खूप गंमत आहे, हे मुलांना दिसतं आणि त्यात मुलं रमतात.

पायरी चार : मुलांच्या ताणाचं नियोजन

ताण फक्त मोठ्यांच्या जगात आहे, असं नाही. ताण, नैराश्य, अस्वस्थता लहान मुलांच्या आणि टीनएजर्सच्या जगातही तितकीच आहे. अशा वेळी मुलांना त्यांच्या भावना समजावून देणं, त्या कशा हाताळायच्या हे शिकवणं आवश्यक आहे. मुलांच्या भावनिक जगाकडे दुर्लक्ष झालं तर मुलं अधिकाधिक ऑनलाइन जगात रमायला सुरुवात करतात, जे मुलांच्या एकूण वाढीसाठी घातक आहे. त्यामुळे संपूर्ण कुटुंबाचं भावविश्व सकारात्मक राहील, प्रश्न उपस्थित झाले तरी त्यांना हाताळण्याच्या योग्य पद्धती आईवडील, आजी-आजोबा यांच्या असतील, तर मुलांनाही त्यांचं भावविश्व समजून घ्यायला मदत होते.

पायरी पाच : मदत घेण्यात संकोच कसला?

इंटरनेटशी संबंधित व्यसनं, अवलंबित्वाचे - नैराश्याचे - अस्वस्थतेचे मुद्दे तीव्र आहेत असं वाटलं, तर समुपदेशक आणि मानसोपचारतज्ज्ञ यांची ताबडतोब मदत घेतली पाहिजे. मदत घ्यायला जितका उशीर तितके प्रश्न अधिक किचकट होत जातात. मानसिक स्वास्थ्यासाठी मदत घेण्यात कसलाही संकोच बाळगण्याचं कारण नाही! शारीरिक अस्वास्थ्यासाठी आपण मदत घेतो, तितक्याच सहजपणे मानसिक आणि भावनिक अस्वास्थ्यासाठी मदत घेतली पाहिजे; तरच तंत्रज्ञानाबरोबरचं सजग सहजीवन जगण्यासाठी आपण स्वतःला आणि कुटुंबाला तयार करू शकतो.

आपल्या हातात मोबाईल आहे... म्हणजे काय आहे, त्याचे फायदे, तोटे आणि परिणाम याबाबत आपण जागरूक असण्याची नितांत आवश्यकता आहे; तरच इंटरनेटच्या वापरातून निर्माण होणाऱ्या आजारांना आपण तोंड देऊ शकतो, त्यांना कमी करण्यासाठी प्रयत्न करू शकतो.

▲▲▲

लेखिकेविषयी

मुक्ता चैतन्य

: + ९१ ९८२३३ ८८८२८

: muktaachaitanya@gmail.com

: cybermaitra@gmail.com

- मुक्त पत्रकार
- 'डिजिटल वेलबिईंग'साठी काम करणाऱ्या 'सायबर मैत्र' संस्थेच्या संस्थापक
- मराठीमधला पहिला सायबर पॉडकास्ट 'स्क्रीन टाइम विथ मुक्ता'च्या चालक
- महिला आयोगाच्या सायबर समितीवर सदस्य
- 'सायबर आणि डिजिटल वेलबीइंग' या विषयावर मराठीतून लिहिणाऱ्या पहिल्या लेखिका-पत्रकार
- 'स्ट्रगलर्स', '१३ ते २३', 'स्क्रीन टाइम', 'पोर्न खेळ', 'एव्हरेस्ट' (शब्दांकन) अशी पाच पुस्तकं प्रकाशित
- 'सायबर मैत्र'च्या माध्यमातून शाळा आणि महाविद्यालयांतून डिजिटल साक्षरता उपक्रम
- स्क्रीन टाइम मॅनेजमेंट, सायबर सुरक्षितता आणि ऑनलाइन जगातील धोके व संधी यावर त्यांनी महाराष्ट्रभर ५०,०००हून अधिक विद्यार्थी, शिक्षक, पालक, NGO व कॉर्पोरेट्स यांना प्रशिक्षण
- इंटरनेट व्यसनमुक्ती केंद्राचे काम
- बाराहून अधिक वर्षं, माणूस आणि तंत्रज्ञान यांच्या परस्परसंबंधांचा अभ्यास
- Why We Post? (सोशल मीडियाचा मानववंशशास्त्रीय अभ्यास), University College of London
- Psychological First Aid (Johns Hopkins University)
- Digital Wellbeing (University of York) हे अभ्यासक्रम पूर्ण

थोडक्यात महत्त्वाचे

इंटरनेट व्यसनमुक्ती आणि डिजिटल detoxसाठी सायबर मैत्र आणि ग्रे फौंडेशनच्या वतीने पुनर्वसन केंद्र चालवली जातात. त्यांची माहिती खालील प्रमाणे-

- 'बहावा' व्यसनमुक्ती, पुनर्वसन व डिजिटल डिटॉक्स केंद्र, ग्रे फाउंडेशन, मु. पो. बांबर्डे तर्फ कळसुली, ता. कुडाळ, जिल्हा सिंधुदुर्ग
  संपर्क: 7058486603, 8669139046

सकाळ प्रकाशनाची इतर पुस्तके

- आई-बाबाची डायरी
- प्रेमळ पालकत्व
- पहिली आठ वर्ष
- स्मार्ट मूल
- टीनएजर्सच्या मनात
- भावनांच्या जगात
- मेंदूचा पासवर्ड
- रिलेशन्स : नातं तुटताना आणि नव्याने जुळवताना
- रिलेशन्स : नातं निभावताना
- रिलेशन्स : नातं जोडताना
- संगोपन पालकत्वाचे

सायबर पालकत्व भाग १

० ते १० वयोगटातील मुलांच्या पालकांसाठी

- दीड वर्षांचं बाळ मोबाईल लावल्याशिवाय जेवत नाही,
- मोबाईल मिळाल्याशिवाय रडायचा थांबत नाही,
- मोबाईल घेऊ नकोस म्हटलं की मुलं रडतात, चिडतात, रागावतात...

  अशी एक ना अनेक विधानं पालकांकडून सतत ऐकायला मिळतात किंवा आपल्यालाही आजूबाजूला हे घडताना दिसत असतं.
- मुलांना मोबाईलशिवाय कसं नादावायचं, सांभाळायचं आणि त्यांची कुरकुर कशी बंद करायची हे अनेक पालकांना कळत नाही.
- हे सगळं समजावून सांगण्यासाठी 'सायबर पालकत्व' हे पुस्तक महत्त्वाचं ठरतं.
- मुलांशी सायबर संवाद कसा साधायचा, मुलांचा स्क्रीन टाइम किती हवा, मोबाईलचे शारीरिक परिणाम, अपलोड केलेला फोटो जातो कुठे? अशा एक ना अनेक प्रकरणांमधून सायबर पालकत्व कसं असायला हवं, मुलांच्या भल्यासाठी पालकांनी स्वतः कसं वागायला हवं, या सगळ्याविषयीचं मार्गदर्शन या पुस्तकातून मिळेल. समाजातल्या प्रत्येक पालकासाठी म्हणजे आजी-आजोबा, काका-काकू, मामा-मावशी ते अगदी नव्याने आई-बाबा होणाऱ्या अशा सगळ्यांसाठीच हे पुस्तक उपयुक्त ठरेल.